Anonymous

The Gospel of Luke in Badaga

Anonymous

The Gospel of Luke in Badaga

ISBN/EAN: 9783337302863

Printed in Europe, USA, Canada, Australia, Japan

Cover: Foto ©Lupo / pixelio.de

More available books at **www.hansebooks.com**

THE GOSPEL OF LUKE

IN BADAGA

ಅಂಗ ಕರ್ತಾಗಿಬ್ಬ ಯೇಸು ಕ್ರಿಸ್ತನ ಒಳ್ಳೆಯ
ಸುದ್ದಿಯ ಪುಸ್ತಕ.

ಲೂಕಂ ಬರೆದದ್ದು

MADRAS AUXILIARY
TO THE
BRITISH AND FOREIGN BIBLE SOCIETY.
PRINTED AT THE BASEL MISSION PRESS.
1890

Harvard College Library

Sept. 23, 1910

Gift of the

British & Foreign Bible Society

THE GOSPEL OF LUKE

ಲೂಕೆ ಬರೆದ ಒಳ್ಳೆಯ ಸುದ್ದಿ.

೧. ಸಂಧಿ.

೧. ಉತ್ತ್ರಮ ತೆಯೊಪಿಲಾ! ತಲೆವೂಂದ ತಂಗ್ಳುವೆ ನೋಡಿ
ದವಕರೂ, ವಾಕುನ ಗೆಲಸದವಕರೂ ಆಗಿದ್ದವಕ ನಂಗಗ ಒಪ್ಪಿ
ಸಿದ್ದೆಂಗೆ,

೨. ನಂಗ್ಳೊದ್ದೀಗೆ ಪೂರಾ ನಿಜವಾದ ಕಾರ್ಯದ ಬೆವರವ
ನೆಟ್ಟಿನ ಬರೆವದುಗ ಅನೇಕ ಜನ ತೊವಕಿದದುನೆಂದ,

೩. ನಾನೂ ತಲೆವೂಂದ ಎಲ್ಲವ ಸರಿಯಾಗಿ ಬೆಚಾರಿಸಿ, ನಿನಗ
ಕಲಿಸಿ ತಂದ ಮಾತುನ ನಿಚ್ಚೆಯವ ನೀ ಅಱಿದೂಂಬ ಹೆಂಗೆ,

೪. ನಿನಗ ನೆಟ್ಟಿನ ಬರೆವದು ಎನಗ ಒಳ್ಳಿತಾಗಿ ತೋಱಿತು.

೫. ಯೆಹೂದಿಯ ದೇಶಗ ಅರಸಾಗಿದ್ದ ಹೆರೋದನ ಜಿನ
ಗ್ಳೊದ್ದೀಗೆ ಅಬೀಯನ ಬ್ಬಾಗದವನಾಗಿದ್ದ ಜಕರೀಯಾಂಬ ಹೆಸರು
ಳ್ಳ ಒಬ್ಬ ಪೂಜಾರಿ ಇದ್ದೆ; ಅವೆನ್ದೆಂಡ್ರು ಆರೋನನ ಹೆಂಗ್ಳೊದ್ದೀ
ಗೆ ಒಬ್ಬ; ಅವ್ವುವ ಹೆಸರು ಎಲೀಸಬೇತು.

೬. ಅವಕ್ಕೆರಡ್ಡಾ ದೇವರ ಮುಂದಾಡು ನೀತಿಬತ್ತ್ರರಾಗಿದ್ದು,
ಕರ್ತನ ಎಲ್ಲಾ ಕಟ್ಟಣೆಯೊವೂ ನೀತಿನಾಯದೊವೂ ತಪ್ಪಿಲ್ಲದವಕ
ರಾಗಿ ನಡೆದೂಂಡರು.

೭. ಆಲೆ ಅವಕಗ ಮಕ್ಕ್ಲಿಲ್ಲೆ; ಯೇಕಾಂದಲೆ ಎಲೀಸಬೇತು ಬರಡಿಯಾಗಿದ್ದ್ಬ. ಇದು ಅಲ್ಲದೆ ಅವಕ್ಕೆರಡ್ಡಾವೂ ಜೆನ ಸಮೆದವಕಾಗಿದ್ದರು.

೮. ಅತ್ತೆಹಡೋನೆ ಅವಂ ತನ್ನ ಬ್ಬಾಗದ ಸದರಿಯ ಪರಕಾರ, ದೇವರ ಮುಂದಾಡು ಪೂಜಾರಿ ಗೆಲಸವ ಮಾಡಿಯುಂಡಿಬ್ಬನೆ, ಆದದ್ದೇನಾಂದಲೆ:

೯. ಪೂಜಾರಿ ಗೆಲಸದ ನಡವ್ವಯಿತೆಯ ಪರಕಾರ ಕರ್ತನ ಗುಡಿಗ ಹುಕ್ಕ್ಯ, ದೂಪ ತೋೞಿೞೋದು ಅವಂನ ಪಾಲಗ ಬಂದ.

೧೦. ದೂಪ ತೋೞಿವ ಜಾಮದೊ, ಪಜೆಯ ಗುಪ್ಪೆಲ್ಲಾ ಹೊರಾಚು ಹರಕೆ ಮಾಡಿಯುಂಡಿದ್ದರು.

೧೧. ಆಗ ಕರ್ತನ ಜಮಗಾೞಿಂ ದೂಪಪೀಟದ ಬಲಸರಿಯೊ ನಿದ್ದು, ಅವಂಗ ತೋೞಿದಂ.

೧೨. ಜಕರೀಯಂ ಅವಂನ ಕಂಡು ಬ್ಬೆಪ್ಪಾದಂ; ಅಂಜಿಕೆಯೂ ಅವಂನ ಹಿಡಿತೂಂಡ.

೧೩. ಆಲೆ ಜಮಗಾೞಿಂ ಅವಂಗ ಹ್ಬೇಗಿದದೇನಾಂದಲೆ: ಜಕರೀಯಾ, ಅಂಜ ಬೇಡ, ಯೇಕಾಂದಲೇ ನಿನ್ನ ಮೋೞಿ ಕ್ಬೇತ್ತಡದೆ; ನಿಂನ್ಹೆಂಡ್ರು ಎಲೀಸಬೇತು ನಿನಗ ಗಂಡ್ಹೆತ್ತ್ರವ್ವ; ನೀ ಅವಂಗೆ ಯೋಹಾನಾಂಬ ಹೆಸರಿಕ್ಕೋದು.

೧೪. ಚಚ್ಚೋಚವೂ ಕುಸಾಲೆಯೂ ನಿನಗ್ಹಟ್ಟರ; ಅವಂ ಹುಟ್ಟಿದದುಗಾಗಿ ಅನೇಕ ಜನ ಚಚ್ಚೋಚ ಆದಾರ;

೧೫. ಯೇಕಾಂದಲೆ ಅವಂ ಕರ್ತನ ಮುಂದಾಡು ದೊಡ್ಡವಂ ಆಗಿ, ಕುಡಿಮುಂದಿರಿರಸವ ಆಲೆಯೂ ಸಾರೆಯವ ಆಲೆಯೂ ಕುಡಿಯದೆ, ತನ್ನವ್ವೆಯ ಬಸುೞಿನೆಂದವೇ ಪರಿಸುದ್ದ ಆತ್ಮಾಂದ ತುಂಬಿದವನಾನಂ.

೧೬. ಅವಂ ಇಸ್ರಯೇಲ ಮಕ್ಕೋಗೆ ಅನೇಕ ಜನವ ತಂಗ ದೇವರಾಗಿಬ್ಬ ಕರ್ತನ ಕಡೆಗ ತಿರಿಕಿನಂ.

೧೭. ಇದು ಅಲ್ಲದೆ ಅವಂ ಅಪ್ಪಂದಿಯರ ಮನಸ್ಸ ಮಕ್ಕ್ಳದ ಕಡೆಗೂ ಅಡಿಯಾಗದವಕರ ನೀತಿಬತ್ತ್ರರ ಬುದ್ಧಿಗವೂ ತಿರಿಕಿ, ಕರ್ತ್ರಗ ಸರಿಯಾದ ಪಜೆಯ ತಯೆಯಾರ ಮಾಡೋದುಗ ಅವಂನ ಮುಂದಾಡು ಎಲೀಯನ ಆತ್ಮದೊವೂ ಸತುನೊವೂ ಹೋನಂ, ಎನ್ನಂ.

೧೮. ಜಕರೀಯಂ ಜಮಗಾಱಿಗ: ಇದುನ ಏಯದುನೆಂದ ಅಱಿವೆಂ? ಯೇಕಾಂದಲೆ ನಾಂ ಅಜ್ಜಂ, ಯೆನ್ಹೆಂಡ್ರು ಬಲೂ ಜಿನ ಸಮೆದವ್ಡ ಎಮ್ಮನೆ,

೧೯. ಜಮಗಾಱಿಂ ಅವಂಗ ಉತ್ತ್ರರ ಕೊಟ್ಟು: ನಾಂ ದೇವರ ಮುಂದಾಡು ನಿದ್ದಿಬ್ಬ ಗಬ್ರಿಯೇಲಂ; ನಿನ್ನ ಕೋಡ ಮಾತಾಡೋದುಗೂ ನಿನಗ ಒಳ್ಳೆಯ ಸುದ್ದಿಯ ಅಱಿಸೋದುಗೂ ದೇವರು ಯೆನ್ನ ಕ್ಹೇಗಿದಂ.

೨೦. ಇನ್ನುಎದಗೇ, ಸರಿಯಾದ ಸಮಯದೊ ಈಡೇರುವ ಈ ಯೆನ್ನ ಮಾತುಗ್ಹೊವ ನೀ ನಂಬದೆ ಇದ್ದದುನೆಂದ, ಎವೆ ಆಪ ಜಿನಗಟ್ಟ ನುಡಿಯಾಱಿದೆ, ಮೂಂಗನಾಗಿ ಇದ್ದರೇಂದು ಹ್ದೇಗಿದಂ.

೨೧. ಅನ್ನೆಗಟ್ಟ ಜನ ಜಕರೀಯನ ಕಾತೂಂಡು, ಅವಂ ಗುಡಿಯೊ ತಡೆ ಮಾಡಿದದುಗ ಆದಿಸೆಯ ಆದರು.

೨೨. ಅವಂ ಹೊರಾಚು ಬಪ್ಪನೆ ಅವಕರ ಕೋಡ ಮಾತಾಡಾಱಿದೆ ಇದ್ದಂ. ಅದುನೆಂದ ಗುಡಿಯೊ ನೋಟವ ನೋಡಿದ್ದನೇಂದು ಅಱಿದೂಂಡರು. ಅವಂ ಅವಕಗ ಸನ್ನೆಯ ಮಾಡಿಯುಂಡು, ಮೂಂಗನಾಗಿ ಬದುಕಿದಂ.

೨೩. ಅವಂ ಪೂಜಾರಿ ಗೆಲಸದ ಜಿನಗ್ಹೊ ಕ್ಹೆದದೆಮ್ಮನೆ, ತನ್ನ ಮನೆಗ್ಹೋದಂ.

೨೪. ಆ ಜಿನಗ್ಹೊ ಆದಮೇಲೆ ಅವಂನ್ಹೆಂಡ್ರು ಎಲೀಸಬೇತು ಬಸುಱಾಗಿ, ಐದು ತಿಂಗ್ಹುವಗಟ್ಟ ತನ್ನ ಮಾಂಜಿಯುಂಡು,

೨೫. ಕರ್ತ್ರಂ ಮನಿಚರ್ಹೋಗೆ ಯೆನಗುಟ್ಟಾದ ಅಗುಮಾನವ ಎತ್ತಿಹಾಕೋದುಗ, ಗವಾಂದ ಯೆನ್ನ ನೋಡಿದ ಜಿನಗ್ಹೋಗೆ ಯೆನಗ ಇತ್ತೆ ಮಾಡಿದ್ದನೆ, ಎಂದ್ಹ.

೨೬. ಆಲೆ ಆರನೇ ತಿಂಗ್ಳುವದೊ ದೇವರು ಗಬ್ರಿಯೇಲಾಂಬ ಜಮಗಾಬಿನ ಗಲಿಲಾಯದ ನಜರೇತೆಂಬ ಊರುಗ,

೨೭. ದಾವೀದನ ಬ್ಬಾಗದ ಯೋಸೇಪೂಂಬ ಒಬ್ಬ ಮನಿಚಗ ಕ್ಟೇತಿಬ್ಬ ಒಬ್ಬ ಕನ್ನೆಹೆಣ್ಣು ಸಾರೆ ಕ್ಟೇಗಿದಉ. ಆ ಕನ್ನೆಹೆಣ್ಣುನ ಹೆಸರು ಮರೀಯ.

೨೮. ಜಮಗಾಬಿಉ ಅವ್ವ ಸಾರೆ ಬ್ಬಗೆ ಬಂದು: ಬದುಕು, ಗವ ಹೊಂದಿದವ್ವೇ! ಕರ್ತಉ ನಿನ್ನ ಕೋಡ ಇದ್ದನೆ; ಹೆಮ್ಮಕ್ಕರ್ಬ್ಬೋಗೆ ಹರಸಿಸಿ ಉಂಡವ್ವ ನೀತಾಉ ಎನ್ನಉ.

೨೯. ಅವ್ವ ಅವಉನ ನೋಡಿ, ಅವಉನ ಮಾತುಗ ಬೆಗೆತು, ಇದು ಎತ್ತವ ಸಲುಮುತ? ಎಂದು ಉನಿಪನೆ,

೩೦. ಜಮಗಾಬಿಉ ಅವ್ವಗ: ಮರೀಯಾ! ಅಂಜ ಬೇಡ, ಯೇಕಾಂದಲೆ ದೇವರ ಸಾರೆ ನಿನಗ ಗವ ದೊರಕಿತು;

೩೧. ಎದಗೇ, ನೀ ಬಸುಬಿರಾಗಿ, ಗಂಡ್ಹೆತ್ತರೆ, ಅವಉಗ ಯೇಸೂಂದು ಹೆಸರಿಕ್ಕೋದು;

೩೨. ಅವಉ ದೊಡ್ಡವನಾಗಿದ್ದನಉ; ಎಲ್ಲಾಗೂ ಮೇಲಿಬ್ಬವನ ಮಾತೀಂದು ಅವಉನ ಕೊರಚಿಯಾರ; ಇದು ಅಲ್ಲದೆ ಅವಉನಪ್ಪಉ ದಾವೀದನ ಗದ್ದಿಗೆಯ, ಕರ್ತನಾಗಿಬ್ಬ ದೇವರು ಅವಉಗ ಕೊಟ್ಟನಉ;

೩೩. ಅವಉ ಯಾಕೋಬನ ಮನೆಯ ಯೇಗ್ಳುವವೂ ಅರಸಾಗಿ ಆಂಡನ; ಅವಉನ ರಾಜ್ಯಗ ಮುಡುವು ಇಲ್ಲದೆ ಹಟ್ಟರ, ಎನ್ನಉ.

೩೪. ಆಲೆ ಮರೀಯ ಜಮಗಾಬಿಗ: ಇದು ಎತ್ತತೆ ಆರ? ಯೇಕಾಂದಲೆ ನಾಉ ಗಂಡನ ಅಬೀಯೆಉ, ಎಮ್ಮನೆ,

೩೫. ಜಮಗಾಬಿಉ ಅವ್ವಗ ಉತ್ತರ ಕೊಟ್ಟು: ಪರಿಸುದ್ದ ಆತ್ಮ ನಿನ್ನ ಮೇಲೆ ಬಂದರ, ಎಲ್ಲಾಗೂ ಮೇಲೆ ಇಬ್ಬವನ ಸತು ನಿನ್ನ ಮೇಲೆ ನ್ಬಾಲಾರ; ಆದದುನೆಂದ ನಿನ್ನೆಂದ ಹುಟ್ಟುವ ಪರಿಸುದ್ಧಾದದುನ ದೇವರ ಮಾತೀಂದು ಕೊರಚಿಯಾರ.

೩೬. ಇದು ಅಲ್ಲದೆ ಎದಗೇ, ನಿನ್ನ ನಟ್ಟುಗಾತಿ ಎಲೀಸಬೇತೂ

ತನ್ನ ಮುದಿ ಪೆರೆಯುದೊ ಬಸುಱ್ಯಾಗಿ ಗಂಡು ಹೊತ್ತಿದ್ದವ್ಳೆ;
ಬರಡೀಂದು ಕೊರಚಿದ ಅವ್ಳಗ ಈಗತಾ್ ಆಱು ತಿಂಗ್ಳುವ;

೩೭. ಯೇಕಾಂದಲೆ ದೇವರ ಸಾರೆ ಏಯು ಕಾರಿಯ ಆಲೆ
ಯೂ ಆಗದೆ ಹೋಗ ಎಂದು ಹ್ಳೇಗಿದ್.

೩೮. ಅದುಗ ಮರೀಯ: ಎದಗೇ, ನಾ್ ಕರ್ತನ ಗೆಲಸ
ಗಾತಿ, ನಿನ್ನ ಮಾತುನ ಪರಕಾರ ಯೆನಗಾಗಲಿ, ಎಂದ್ಳ. ಆಗ
ಜಮಗಾಱಿ್ ಅವ್ಳುವ ಬುಟ್ಟೋದ್.

೩೯. ಆಲೆ ಮರೀಯ ಆ ಜಿನಗ್ಳೋಗೆ ಯ್ಳದ್ದು, ತೀವಾ
ರದೊ ಬೆಟ್ಟುನ ಸೀಮೆಗ ಕಡೆದು, ಯೆಹೂದದೊ ಹಟ್ಟ ಒಂದು
ಊರುಗ ಹೋದ್ಳ.

೪೦. ಅವ್ಳ ಜಕರೀಯನ ಮನೆಗ್ಳುಕ್ಕು, ಎಲೀಸಬೇತುಗ
ಸಲುಮುತ ಮಾಡಿದ್ಳ.

೪೧. ಆಗ ಆದದ್ದೇನಾಂದಲೆ: ಎಲೀಸಬೇತು ಮರೀಯನ
ಸಲುಮುತವ ಕ್ಳೇಪನೆ, ಕೂಸು ಅವ್ಳುವ ಬಸುಱಿನೊ ಹ್ಳೋಂಗಿತು.

೪೨. ಇದು ಅಲ್ಲದೆ ಎಲೀಸಬೇತು ಪರಿಸುದ್ಧ ಆತ್ಮಾಂದ
ತುಂಬಿದವ್ಳ ಆಗಿ, ಬಲು ಸದ್ದೊಂದ ಕೊರಚಿ ಹ್ಳೇಗಿದದೇನಾಂದಲೆ:
ಹೆಮ್ಮಕ್ಕರ್ಳೋಗೆ ನೀತಾ್ ಹರಸಿಸಿಯುಂಡವ್ಳ, ನಿನ್ನ ಬಸುಱಿನ
ಪಲವೂ ಹರಸಿಸಿಯುಂಡದ್ದು.

೪೩. ಇದು ಅಲ್ಲದೆ ಯೆನ್ನ ಕರ್ತನವ್ಳೆ ಯೆನ್ನ ಸಾರೆ ಬಪ್ಪದು
ಯೆನಗ ಎತ್ತತೆ ಉಟ್ಟಾತು?

೪೪. ಯೇಕಾಂದಲೆ, ಎದೆಗೇ, ನಿನ್ನ ಸಲುಮುತದ ಸದ್ದು
ಯೆನ್ನ ಕಿವಿಗ ಬ್ಳೂವೊನೆ, ಕೂಸು ಯೆನ್ನ ಒಡಲುನೊ ಕುಸಾಲೆ
ಯಾಗಿ ಹ್ಳೋಂಗಿತು.

೪೫. ಇದು ಅಲ್ಲದೆ ನಂಬಿದವ್ಳ ಬಾಗೆಯುಬತ್ತ್ರೆ; ಯೇಕಾಂ
ದಲೆ ಕರ್ತ್ ಅವ್ಳಗ ಹ್ಳೇಗಿದವೆಗ ಮುಡುವು ಆರ, ಎಂದ್ಳ.

೪೬. ಆಗ ಮರೀಯ ಹ್ಳೇಗಿದದೇನಾಂದಲೆ: ಯೆನ್ನ ಪೆರಣ
ಕರ್ತನ ದೊಡ್ಡಿಸ್ತನ ಮಾಡಿರ;

೪೭. ಯೆನ್ನಾತ್ಮ ಯೆನ್ನ ರಟ್ಸಗನಾದ ದೇವರ್ಸ್ಟೀಗೆ ಚಚ್ಸ್ಟೀಚ ಆತು;

೪೮. ಯೇಕಾಂದಲೇ ತನ್ನ ಜೀವಿತಿಗಾತಿಯ ಬಡತನವ ಒಂದು ಕಣ್ಣು ನೋಡಿದ್ದನೆ; ಇದುಗಾಗಿ, ಎದಗೇ, ಇಂದುಗೀಚೆ ತಲೆಮೊಙಿ ಎಲ್ಲಾ ಯೆನ್ನ ಬಾಗೆಯಬತ್ತೇಂದು ಹ್ಟೇಗಿಯಾರ.

೪೯. ಯೇಕಾಂದಲೆ ಸತುಗಾರಉ ಯೆನಗ ದೊಡ್ಡವೆಯ ಮಾಡಿದ್ದನೆ; ಅವಉನ್ಡೆಸರು ಪರಿಸುದ್ದ ಉಳ್ಳದ್ದು.

೫೦. ಅವಉನ ಗವ ತಲೆಮೊಙಿ ತಲೆಮೊಙಿಗಟ್ಟ ಅವಉಗ ಅಂಜುವವಕರ ಮೇಲೆ ಹಡದೆ.

೫೧. ಅವಉ ತನ್ನ ಬುಜಾಂದ ಬಲ ಮಾಡಿ, ಅವಕರ ಮನಸ್ಸಿನ ಉನುಪೂಂದ ಗರುವೆಗಾಙಿರ ಬೀಙಿದ್ದನೆ.

೫೨. ರಾಜರ ಗದ್ದಿಗೇಂದ ಕ್ಟುಕ್ಕಿ ಹಾಕಿ, ಬಡವರ ಎತ್ತಿದ್ದನೆ.

೫೩. ಹಸಿತವಕರ ಒಳ್ಳೆಯವೇಂದ ತುಂಬಿಸಿ, ಆಸ್ತಿಗಾಙಿರ ಬೆತ್ತಾಬುಙಿವೆ ಕ್ಟೇಗಿಯುಟ್ಟದ್ದನೆ.

೫೪. ಅವಉ ನಂಗಪ್ಪಂದಿಯರುಗ ಬಾಚೆ ಕೊಟ್ಟ ಹೆಂಗೆ, ಅಬ್ರಹಾಮುಗೂ ಅವಉನ ಮಕ್ಕಗೂ ಯೇಗ್ಟೇಗ್ಟೂ

೫೫. ಗವವ ಗೇಪ ಮಾಡಿಯುಂಡು, ತನ್ನ ಮಾತಿ ಇಸ್ರಯೇಲುಗ ಆದರಣೆ ಮಾಡಿದ್ದನೆ, ಎಂದ್ಟ.

೫೬. ಹಿಂದೆ ಮರೀಯ ಸುಮಾರ ಮೂರು ತಿಂಗ್ಟುವ ಅವ್ಟುವ ಕೋಡ ಇದ್ದು, ತನ್ನ ಮನೆಗ ಮರಿಚಿ ಹೋದ್ಟ.

೫೭. ಇದು ಅಲ್ಲದೆ ಎಲೀಸಬೇತುಗ ಹೆಙಿ ಹೊತ್ತಾದದೆಮ್ಮನೆ ಗಂಡ್ಟೆತ್ತ್ಟ.

೫೮. ಆಗ ನೆರೆಯವಕರೂ ಅವ್ಟುವ ನಟ್ಟರೂ ಕರ್ತಉ ಅವ್ಟಗ ತನ್ನ ಗವವ ಅಪ್ಪಙಿ ಮಾಡಿದ್ದನೇಂದು ಕ್ಟೇತು, ಅವ್ಟುವ ಕೋಡ ಚಚ್ಸ್ಟೀಚ ಆದರು.

೫೯. ಇನ್ನು ಆದದ್ದೇನಾಂದಲೆ: ಎಟ್ಟನೆ ಜಿನದೊ ಅವಕ ಕೂಸ ಚೇಲಿ ಮಾಡೋದುಗ ಬಂದು, ಅದುನಪ್ಪನ ಹೆಸರುಮಾಕೆ ಅದುಗ ಜಕರೀಯಾಂಬ ಹೆಸರಿಕ್ಕಿದರು.

೬೦. ಆಗ ಅವಂನವ್ವೆ ಉತ್ತರ ಕೊಟ್ಟು: ಅತ್ತೆಅಲ್ಲ, ಯೋಹಾನಾಂದು ಕೊರಚೋದು, ಎಮ್ಮನೆ,

೬೧. ಅವಕ ಅವ್ವುವ ಕೋಡ: ನಿನ್ನ ನಟ್ಟರ್‍ದ್ದೋಗೆ ಈ ಹೆಸರೂಂದ ಕೊರಚಿಸಿಯುಂಡವಂ ಒಬ್ಬನಾಲೆಯೂ ಇಲ್ಲೇಂದರು.

೬೨. ಆಲೆ ಅವಂಗ ಯೇಯ ಹೆಸರಿಕ್ಕೋದುಗ ಮನಸ್ಸುಡದೇಂದು ಅವಂನಪ್ಪಗ ಕೈಸನ್ನೆಯ ಮಾಡಿದರು.

೬೩. ಆಗ ಅವಂ ಬ್ಬಾಯದ ಕಲ್ಲ ಕ್ಟೇತೂಂಡು, ಅವಂನ್ಹೆಸರು ಯೋಹಾನಂತಾಂದು ಬರೆದು ಹ್ಟೇಗಿದಂ; ಅದುಗ ಎಲ್ಲಾ ಅದಿಸೆಯ ಆದರು.

೬೪. ಆಗತಾನೆ ಅವಂನ ಬೇಯೂ ನಾಲಂಗೆಯೂ ಬುಟ್ಟು, ಅವಂ ದೇವರುಗ ತೋತ್ರ ಮಾಡಿ ಮಾತಾಡಿದಂ.

೬೫. ಆಗ ಅವಕರ ನಾಕಾಸು ಒಕ್ಕಲಿಬ್ಬವಕರೆಲ್ಲಾಗ ಅಂಜಿಕ್ಹುಟ್ಟಿತು; ಯೆಹೂದದ ಬೆಟ್ಟುನ ಸೀಮೆಗಡ್ಡೆಲ್ಲಾ ಈ ಮಾತುಗ್ಹೊ ಎಲ್ಲಾ ಹಬ್ಬಿತು.

೬೬. ಇನ್ನು ಎವೆಯ ಕ್ಟೇತವಕೆಲ್ಲಾ ತಂಗ ಮನಸ್ಸುನೊ ಅವೆಯ ಬೀತೂಂಡು, ಇತ್ತೆಯಾಲೆ ಈ ಕೂಸು ಎತ್ತವದಾರಾಂದು ಹ್ಟೇಗಿಯುಂಡರು. ಇದು ಅಲ್ಲದೆ ಕರ್ತನ ಕೈ ಅವಂನ ಕೋಡ ಹಟ್ಟ.

೬೭. ಇನ್ನು ಅವಂನಪ್ಪಂ ಜಕರೀಯ ಪರಿಸುದ್ಧ ಆತ್ಮಾಂದ ತುಂಬಿದವನಾಗಿ ಪ್ರವಾದನೆ ಹ್ಟೇಗಿದದೇನಾಂದಲೆ:

೬೮. ಇಸ್ರಯೇಲುನ ದೇವರಾಗಿಬ್ಬ ಕರ್ತಗ ತೋತ್ರ ಆಗಲಿ.

೬೯. ಯೇಕಾಂದಲೆ ಅವಂ ತನ್ನ ಪಜೆಯ ನೋಡ ಬಂದು, ಅದುಗ ಬುಡುಗಡೆ ಉಟ್ಟು ಮಾಡಿ, ತನ್ನ ಗೆಲಸದವನಾಗಿಬ್ಬ ದಾವೀದನ ಮನೆಯೊ ನಂಗಗ ರಟ್ಸಣೆಯ ಕೊಂಬ ನಿಲ್ಲಿಸಿದ್ದನೆ.

೭೦. ಪೂರ್ವಾಂದ ಇದ್ದ ತನ್ನ ಪರಿಸುದ್ದ ಪ್ರವಾದಿಗ್ಳೊವ ಬೇಯೆಂದ ತಾಲ ಮಾತಾಡಿದ್ದೆಂಗೆ,

೭೧. ನಂಗ ಬೈರಗಾಬಿರೂಂದವೂ ನಂಗ್ಳುವ ಹಗೆ ಮಾಡು ವವಕೆಲ್ಲಾ ಕೈಯಿಂದವೂ ನಂಗ್ಳುವ ತಪ್ಪಿಸಿ,

೭೨. ನಂಗ ಅಪ್ಪಂದಿಯರುಗ ಗವ ಮಾಡಿ, ತನ್ನ ಪರಿಸುದ್ದ ಕರಹಾರವವೂ

೭೩. ನಂಗಪ್ಪಲ ಆಬ್ರಹಾಮುಗ ಮಾಡಿದ ಸತ್ಯವವೂ ಗೇಪ ಮಾಡಿಯುಂಡು,

೭೪. ನಂಗ ಅಂಜಿಕೆ ಇಲ್ಲದೆ ನಂಗ ಹಗೆಗಾಬಿರ ಕೈಯಿಂದ ತಪ್ಪಿಸಿಯುಂಡವಕರಾಗಿ,

೭೫. ಸುದ್ದದೊವೂ ನೀತಿಯೊವೂ ನಂಗ ಬದುಕುವ ಜಿನ ಎಲ್ಲಾ ಅವಲನ ಮುಂದಾಡು ಅವಲಗ ಸೇವೆ ಮಾಡುವ ಹೆಂಗೆ, ನಂಗಗ ದಾಯ ಮಾಡಿದ್ದನೆ.

೭೬. ಇದು ಅಲ್ಲದೆ, ಮಗುವೇ! ನೀ ಎಲ್ಲಾಗೂ ಮೇಲಿಬ್ಬ ವನ ಪ್ರವಾದೀಂದು ಕೊರಚಿಸಿಯುಂಡರೆ.

೭೭. ಯೇಕಾಂದಲೆ ನೀ ಅವಲನ ದಾರಿಗ್ಳೊವ ತಯಾರ ಮಾಡೋದುಗೂ ಅವಲನ ಪಜೆಗ ನಂಗ ದೇವರ ಗವದ ಕರ್ರುಕತ್ತ ಲೂಂದಾಪ ಅವಕರ ಪಾಪಪರಿಹಾರದೊ ರಟ್ಸಣೆಯ ಅಬಿಕೆಯ ಕೊಡೋದುಗೂ ಕರ್ತನ ಮೊಗ ಮುಂದಾಡು ಹೋಪೆ.

೭೮. ಕ್ಷತ್ತಲೆಯೊವೂ ಸಾವುನ ನ್ನಾಲುನೊವೂ ಕುಳಿದೂಂಡ ವಕಗ ಬ್ದೀಗಿ, ನಂಗ ಕಾಲುಗ್ಳೊವ ಸಮಾದಾನದ ದಾರಿಯೊ ನೆಟ್ಟಿ ನ ನಡೆಸೋದುಗ

೭೯. ನಂಗ ದೇವರ ಈ ಗವದೊ ಮೇಲಾಂದಾಪ ಬ್ದಾಗು ನಂಗ್ಳುವ ನೋಡ ಬಂದ, ಎನ್ನಲ.

೮೦. ಇದು ಅಲ್ಲದೆ ಕೂಸು ದೊಡ್ಡಿ, ಆತ್ಮದೊ ಸತು ಆಗಿ, ಇಸ್ರಯೇಲುಗ ತನ್ನ ತೋಱುವ ಜಿನಗಟ್ಟ ಕಾಡುನೊ ಇದ್ದ.

೨. ಸಂದಿ.

೧. ಆ ಜಿನಗ್ಳೋಗೆ ಆದದ್ದೇನಾಂದಲೆ: ಲೋಕವೆಲ್ಲಾ ಕುಡಿಗ್ಳೊಯೆಕ್ಕ ಬರೆಸಿಯುಂಬದೂಂದು, ಕೈಸರ ಔಗುಸ್ತಾಂದ ಅಪ್ಪಣೆ ಬಂದ.

೨. ಕುರೇನಿಯಀ ಸುರ್ಯಗ ಅದ್ದಂಬವಀ ಆಗಿಬ್ಬನೆ, ಈ ಮೊದಲನೇ ಕುಡಿಗ್ಳೊಯೆಕ್ಕ ಆತು.

೩. ಎಲ್ಲಾ ಕುಡಿಗ್ಳೊಯೆಕ್ಕ ಬರೆಸಿಯುಂಬದುಗ ಒಬ್ಬೊಬ್ಬಀ ತನ್ನ ತನ್ನ ಊರುಗ ಹೋದಀ.

೪. ಆಗ ಯೋಸೇಪೂ, ತಾಀ ದಾವೀದನ ಮನೆಯವನೂ ಕುಡುಂಬುನವನೂ ಆದದುನೆಂದ, ತನಗ ಕ್ಟೇತಿದ್ದ ಬಸುಱಾಗಿದ್ದ ಹೆಂಡ್ರು ಮರಿಯನ ಕೋಡ ಬರೆಸಿಯುಂಬದುಗ,

೫. ಗಲಿಲಾಯದ ನಜರೇತು ಊರೂಂದ ಯೆಹೂದದೊ ಹಡುವ ಬೆತ್ಲೆಹೇಮೆಂಬ ದಾವೀದನ ಪಟ್ಟಣಗ ಯೇರಿ ಹೋದಀ.

೬. ಆಗ ಆದದ್ದೇನಾಂದಲೆ: ಅವಕ ಅಲ್ಲಿ ಇದ್ದ ಸಮೆಯದೊ ಅವ್ವ ಹೇಱೋದುಗ ಜಿನ ತುಂಬಿತು.

೭. ಹಿಂದೆ ತನ್ನ ತಲೆಮಗನ ಹೆತ್ತು, ಅವಀನ ಪಟ್ಟುನೊ ಸುತ್ತಿ, ಸತ್ರೆಯೊ ತಂಗಗ ಎಡೆ ಇಲ್ಲದದುನೆಂದ ದೋಣಿಯೊ ಹಡಿಸಿದ್ದ.

೮. ಇದು ಅಲ್ಲದೆ ಅದೇ ಸೀಮೆಯೊ ಕುಱಿಗಾರರು ಇರ್ಳುನೊ ಹೊಲದೊ ಇದ್ದು, ತಂಗ ಹಿಂಡ ಕಾವಲು ಕಾತೂಂಡಿದ್ದರು.

೯. ಆಗ ಎದಗೇ, ಕರ್ತನ ಜಮಗಾಱಀ ಅವಕರ ಸಾರೆ ನಿದ್ದಀ; ಕರ್ತನ ಮಯಿಮೆ ಅವಕ ಸುತ್ತೂ ಹ್ಳೊಯೆದ; ಅವಕ ಅಪ್ಪಱ ಅಂಜಿಕೆ ಹಿಡಿತು ಅಂಜಿದರು.

೧೦. ಆಗ ಜಮಗಾಱಀ ಅವಕಗ: ಅಂಜ ಬೇಡಿಎ; ಯೇಕಾಂದಲೆ ಎದಗೇ, ಎಲ್ಲಾ ಜನಗ ಹಡುವ ಬಲೂ ಚಚ್ಚೋಚವ ಒಳ್ಳೆಯ ಸುದ್ದಿಯಾಗಿ ನಿಂಗಗ ಸಾಱಿನೆ.

೧೧. ಏನಾಂದಲೆ ನಿಂಗಗ ಇಂದು ಕರ್ತಾಗಿಬ್ಬ ಕ್ರಿಸ್ತಾಂಬ ರಟ್ಸಕೞ ದಾವೀದನ ಪಟ್ಟಣದೊ ಹುಟ್ಟಿದ್ದನೆ.

೧೨. ಇದುತಾೞ ನಿಂಗಗ ಗುಱಿತು: ಕೂಸ ಪಟ್ಟುನೊ ಸುತ್ತಿ, ದೋಣಿಯೊ ಹಡಿಸಿಬ್ಬದುನ ಕಂಡೂಂಡಾಱಿ, ಎಂದು ಹ್ಟೇಗಿದೞ.

೧೩. ಆಗತಾನೆ ಮೇಲ್ಲೋಕದ ದಂಡುನ ಗುಪ್ಪು ಆ ಜಮಗಾಱಿನ ಕೋಡ ಇದ್ದು, ದೇವರ ಹೊಗ್ಟುಯಿ,

೧೪. ಎಲ್ಲಾಗೂ ಮೇಲಾದ ಎಡೆಯೊ ದೇವರುಗ ಮಯಿಮೆ, ಬೂಮಿಯೊದಗ ಸಮಾದಾನ, ಮನಿಚರ್ಗ್ಟೋಗೆ ದಾಯ! ಎಂದರು.

೧೫. ಹಿಂದೆ ಆದದ್ದೇನಾಂದಲೆ: ಜಮಗಾಱಿರು ಅವಕರ ಬುಟ್ಟು, ಮೇಲ್ಲೋಕಗ ಹೋದದೆಮ್ಮನೆ, ಕುಱಿಕಾಪ ಆ ಮನಿಚರು ಒಬ್ಬಗೊಬ್ಬ: ನಂಗ ಬೆತ್ಲೆಹೇಮುಗಟ್ಟ ಹೋಗಿ, ಕರ್ತೞ ನಂಗಗ ಅಱಿಸಿದ, ನಡೆದ ಈ ಕಾರಿಯವ ನೋಡೋೞ ಎಂದ್ಹ್ಟೇಗಿ,

೧೬. ಬೇಗನ ಬಂದು, ಮರೀಯನವೂ ಯೋಸೇಪನವೂ ದೋಣಿಯೊ ಹಡಿಸಿಬ್ಬ ಕೂಸವೂ ಕಂಡರು.

೧೭. ಕಂಡದೆಮ್ಮನೆ ಈ ಕೂಸ ಕುರಿತು ತಂಗಗ ಹ್ಟೇಗಿದ ಮಾತ ಅಱಿಕೆ ಮಾಡಿದರು.

೧೮. ಆಗ ಕ್ಟೇತವಕೆಲ್ಲ, ಕುಱಿಗಾರರು ತಂಗಗ ಹ್ಟೇಗಿದದುಗಾಗಿ ಅದಿಸೆಯ ಆದರು.

೧೯. ಆಲೆ ಮರೀಯ ಈ ಮಾತೆಲ್ಲವ ತನ್ನ ಮನಸ್ಸುನೊ ಉನಿಚು ಬೀತೂಂಡ್ಟ.

೨೦. ತಂಗಗ ಹ್ಟೇಗಿದ್ಹಂಗೆ ಕುಱಿಗಾರರು ಕ್ಟೇತು ನೋಡಿದದೆಲ್ಲಾದುಗಾಗಿ ದೇವರ ಕೊಂಡಾಡಿ, ಹೊಗ್ಟುಯಿ, ತಿರಿಗಿದರು.

೨೧. ಇನ್ನು ಕೂಸುಗ ಚೇಲಿ ಮಾಡುವ ಹೆಂಗೆ ಎಟ್ಟು ಜಿನ ಸಮೆದದೆಮ್ಮನೆ, ಅದುನ ಬಸುಱಾಪನೆ ಮುಂದೆ ಜಮಗಾಱಿೞ ಇಕ್ಕಿದ ಯೇಸೂಂಬ ಹೆಸರ ಅದುಗ ಇಕ್ಕಿದರು.

೨೨. ಮೋಸೆಯ ನಾಯಪರಮಾಣದ ಪರಕಾರ ಅವಕರ ಸುದ್ದ ಆಪ ಜಿನಗ್ಟೊ ಸಮೆದದೆಮ್ಮನೆ,

೨೩. ತಲೆವುನೊ ಗಬ್ಬ ತಱೀವ ಒಂದೊಂದು ಗಂಡುಕೂ ಸು ಕರ್ತಗ ಪರಿಸುದ್ಧಾಂದು ಕೊರಚೋದು ಎಂಬದಾಗಿ ಕರ್ತನ ನಾಯಪರಮಾಣದೊ ಬರೆದ್ದಡುವ ಹೆಂಗೆ,

೨೪. ಅವಂನ ಕರ್ತಗ ಒಪ್ಪಿಸೋದುಗೂ, ಕರ್ತನ ನಾಯಪರ ಮಾಣದೊ ಹ್ದೇಗಿಹಡುವ ಹೆಂಗೆ, ಜೋಱಿ ಒಂದು ಜೋಡಾ ಲೆಯೂ, ಎರಡು ಮಾಂಡ ಚೋಱಿಮಱಿಯಾಲೆಯೂ, ಹಲಿ ಯಾಗಿ ಕೊಡೋದುಗೂ, ಅವಂನ ಯೆರೂಸಲೇಮುಗ ಯೆತ್ತಿ ಯುಂಡ್ಹೋದರು.

೨೫. ಆಗ ಎದಗೇ, ಸಿಮೆಯೋನಾಂಬ ಒಬ್ಬ ಮನಿಚಂ ಯೆರೂಸಲೇಮುನೊ ಇದ್ದಂ; ಆ ಮನಿಚಂ ನೀತಿಯೂ ಬಾರ್ತವೂ ಉಳ್ಳವಂ ಆಗಿದ್ದು, ಇಸ್ರಯೇಲುನ ಆದರಣೆಯ ಕಾತೂಂಡಿದ್ದಂ; ಪರಿಸುದ್ಧ ಆತ್ಮವೂ ಅವಂನೊದಗ್ಗಟ್ಟ.

೨೬. ಇದು ಅಲ್ಲದೆ. ಅವಂಗ, ತಾಂ ಕರ್ತನ ಕ್ರಿಸ್ತನ ನೋ ಡೋದುಗ ಮುಂದೆ ಸಾವ ಕ್ಕಾಂಬದಿಲ್ಲೇಂದು ಪರಿಸುದ್ಧ ಆತ್ಮಾಂದ ದೇವರ ಉತ್ತರ ಆಗಿ ಹಟ್ಟ.

೨೭. ಎವಂ ಆತ್ಮಾಂದ ಗುಡಿಗ ಬನ್ನಂ. ಕೂಸಾಗಿಬ್ಬ ಯೇಸು ವ ಕುರಿತು ನಾಯಪರಮಾಣದ ಮರವಾದಿಯ ಪರಕಾರ ಮಾ ಡೋದುಗ ಅವ್ವೆ ಅಪ್ಪಂ ಅವಂನ ಟ್ಡಗೆ ಹೊತ್ತು ಬಂದದೆಮ್ಮನೆ,

೨೮. ಎವಂ ಅವಂನ ತನ್ನ ಕೈಯೊ ಎತ್ತಿಯುಂಡು, ದೇವರ ಕೊಂಡಾಡಿ, ಹ್ದೇಗಿದ್ದೇನಾಂದಲೆ:

೨೯. ಒಡೆಯಾ! ಈಗ ನಿನ್ನ ಮಾತುನ ಪರಕಾರ ನಿನ್ನ ಜೇವಿ ತಿಗಾರನ ಸಮಾದಾನದೊ ಕ್ದೇಗಿಬುಟ್ಟರೆ;

೩೦. ಯೇಕಾಂದಲೆ ಅಜ್ಞಾನಿಗ್ಳೋಗ ಹ್ದೊಯೆವ ಬ್ಬೇಚ ಲಾಗಿಯೂ

೩೧. ನಿನ್ನ ಪಡೆಯಾಗಿಬ್ಬ ಇಸ್ರಯೇಲುನ ಮಯಿಮೆಯಾ ಗಿಯೂ

೩೨. ನೀ ಎಲ್ಲಾ ಪಜೆಯ ಮೊಗಮುಂದಾಡು ತಯಾರ ಮಾ
ಡಿದ ನಿನ್ನ ರಟ್ಚಣೆಯ ಯೆನ್ನ ಕಂಣು ಕಂಡ್ಡಡದೆ ಎನ್ನಾ.

೩೩. ಯೋಸೇಪನೂ ಅವಾನವ್ವೆಯೂ ಅವಾನ ಕುರಿತು
ಹ್ಹೇಗಿದವೆಗ ಅದಿಸೆಯ ಪಟ್ಟರು.

೩೪. ಆಗ ಸಿಮೆಯೋನಾ ಅವಕರ ಹರಸಿ, ಅವಾನವ್ವೆ ಮರೀ
ಯಗ: ಎದಗೇ, ಎವಾ ಇಸ್ರಯೇಲುನೊ ಅನೇಕ ಜನದ ಬ್ಹೂಗ
ಡೆಗೂ ಯ್ಹೇಗಡೆಗೂ ಇದುರುನುಡಿವ ಗುಱುತಾಗಿಯೂ ಬೀತ
ವಾ ಆಗಿದ್ದನೆ.

೩೫. ಆಲೆ ಅನೇಕ ಜನದ ಮನಸ್ಸುನ ಉನುವ್ವುಗ್ಳೊ ಕಾಣ
ಬಪ್ಪ ಹೆಂಗೆ, ನಿನ್ನ ಪೆರಣವ ಕತ್ತಿ ಇಱಿದು ಬುಟ್ಟರ, ಎನ್ನಾ.

೩೬. ಇದು ಅಲ್ಲದೆ ಅಸೇರ ಕೊಲದ ಪನುವೇಲುನ ಹೆಂಣು
ಪ್ರವಾದಿಗಾತಿ ಅನ್ನ ಎಂಬವ್ವ ಇದ್ದ.

೩೭. ಎವ್ವ ಕನ್ನೆಹೆಂಣಾದ ಹಿಂದೆ ಏಳು ಬರಿಚ ಗಂಡನ
ಕೋಡ ಬದಿಕಿ, ಬಲು ಜಿನ ಸಮೆದವ್ವಾಗಿ, ಸುಮಾರ ಎಂಬತ್ತ
ನಾಕು ಬರಿಚದ ಮುಂಡೆಗಿಡಿ ಆಗಿದ್ದ. ಉಪಾಸದೊವ್ವೂ ಹರ
ಕೆಯೊವ್ವೂ ಇರ್ಹುಹಗಲೂ ಪೂಜೆಯ ಮಾಡಿಯುಂಡು, ಗುಡಿ
ಯ ಬುಟ್ಟು ಕಡೆಯದೆ ಇದ್ದ.

೩೮. ಎವ್ವ ಅದೇ ಗ್ಹಿಗೆಯೊ ಸಾರೆ ನಿದ್ದು, ಕರ್ತಗ ತೋತ್ರ
ಮಾಡಿ, ಯೆರೂಸಲೇಮುನೊ ಬುಡುಗಡೆಯ ಇದುರು ನೋಡು
ವವಕೆಲ್ಲಾಗ ಅವಾನ ಕುರಿತು ಹ್ಹೇಗಿದ್ದ.

೩೯. ಅವಕ ಕರ್ತನ ನಾಯಪರಮಾಣದ ಪರಕಾರ ಎಲ್ಲವ
ವೂ ತೀರಿಸಿದೆಮ್ಮನೆ, ಗಲಿಲಾಯದೊ ಹಡುವ ತಂಗ ಊರು ನಜ
ರೇತುಗ ಮರಿಚಿ ಹೋದರು.

೪೦. ಆಲೆ ಕೂಸು ದೊಡ್ಡಿ, ಗೇನ ತುಂಬಿ, ಆತ್ಮದೊ ಸತು
ಆತು; ಇನ್ನು ದೇವರ ದಾಯ ಅದುನ ಮೇಲೆ ಹಟ್ಟ.

೪೧. ಇದು ಅಲ್ಲದೆ ಅವಁನವ್ವೆ ಅಪ್ಪಁ ಬರಿಚ ಬರಿಚಗ ಪಸ್ಕಾ ಹಬ್ಬದೊ ಯೆರೂಸಲೇಮುಗ ಹೋಗಿಯುಂಡಿದ್ದರು.

೪೨. ಇತ್ತೈಹಡೋನೆ, ಅವಁ ಹನ್ನೆರಡು ಬರಿಚದವನಾಗಿಬ್ಬನೆ, ಅವಕ ಹಬ್ಬದ ನಡವ್ಡಯಿತದ ಪರಕಾರ ಯೆರೂಸಲೇಮುಗ ಯೇರಿಹೋಗಿ,

೪೩. ಜಿನ ಕ್ಟೈತು, ಮರಿಚಿ ಹೋಪನೆ, ಕುನ್ನವನಾಗಿದ್ದ ಯೇಸು ಯೆರೂಸಲೇಮುನೊ ಇದ್ದೂಣ. ಯೋಸೇಪನೂ ಅವಁನವ್ವೆಯೂ ಅದುನ ಅಱಿಯದ್ಡೋದರು.

೪೪. ಅವಁ ಪಯಣದವಕರ ಗುಪ್ಪುನೊ ಇದ್ದನೇಂದು ನೆನೆತೂಂಡು, ಒಂದು ಜಿನದ ಪಯಣ ಹೋಗಿ, ನಟ್ಟರ್ಡೋಗೆಯೂ ಅಱಿಮೊಗದವಕರ್ಡೋಗೆಯೂ ಅವಁನ ಅರಸಿ,

೪೫. ಅವಁನ ಕಾಣದೆ, ಅರಸಿಯುಂಡೇ, ಯೆರೂಸಲೇಮುಗ ಮರಿಚಿ ಬಂದರು.

೪೬. ಮೂರು ಜಿನ ಆದದೆಮ್ಮನೆ, ಅವಁ ಗುಡಿಯೊ ಗುರುಗ್ಡುವ ನಡುವೆ ಕುಳಿದೂಂಡು, ಅವಕರ ಓರುಟೂಂಡು, ಅವಕರ ಕೇಳ್ವಿ ಕ್ಡೇತೂಂಡು ಇಬ್ಬದುನ ಕಂಡೂಂಡರು.

೪೭. ಅವಁನ ಓರುಡುವವಕೆಲ್ಲಾ ಅವಁನ ಬುದ್ದಿಗೂ ಅವಁನುತ್ತರಗೂ ಬ್ಡೆಪ್ಪಾದರು.

೪೮. ಅವಕ ಅವಁನ ನೋಡಿ, ಅದಿಸೆಯ ಆದರು. ಅವಁನವ್ವೆ ಅವಁಗ: ಮಗನೇ! ಯೆಂಗಗ ಯೇಕಿತ್ತೆ ಮಾಡಿದೆ? ಎದಗೇ, ನಿನಪ್ಪನೂ ನಾನೂ ಸಕ್ಕಟ ಪಟ್ಟು, ನಿನ್ನ ಅರಸಿದೆಯೋಁ, ಎಮ್ಮನೆ,

೪೯. ಅವಁ ಅವಕಗ: ನಿಂಗೆನ್ನ ಅರಸಿದ್ದೇಕ? ನಾಁ ಯೆನ್ನಪ್ಪನದುನೊ ಇಬ್ಬದೂಂದು ನಿಂಗ ಅಱಿಯಿರಾ? ಎನ್ನಁ.

೫೦. ಆಲೆ ಅವಕ ಅವಁ ತಂಗಗ ಹ್ಡೇಗಿದ ಮಾತ ಅಱಿದ ಇಲ್ಲೆ.

೫೧. ಆಲೆ ಅವೆ ಅವಕರ ಕೊಡ ಈ‍್ಟಗಿ, ನಜರೇತುಗ ಹೋಗಿ, ಅವಕಗ ಅಡಿಯಾಗಿದ್ದೆ. ಅವೆನವ್ವೆ ಈ ಮಾತುಗ್ಳೆ ಎಲ್ಲವ ತನ್ನ ಮನಸ್ಸುನೊ ಬೀತೂಂಡ್ಡ.

೫೨. ಇದು ಅಲ್ಲದೆ ಯೇಸು ಗೇನದೊವ್ವೂ ಉದ್ದದೊವ್ವೂ ದೇವರ ಸಾರೆಯೂ ಮನಿಚರ ಸಾರೆಯೂ ಗವದೊವ್ವೂ ಹೆಚ್ಚಿದೆ.

೩. ಸಂಧಿ.

೧. ತಿಬೇರಿಯ ಕೈಸರೆ ಆಂಡ ಹದಿನೀದನೇ ಬರಿಚದೊ, ಯೆಹೂದದೊ ಪೊಂತಿ ಪಿಲಾತು ಅದಿಪತಿ ಆಗಿದ್ದು, ಹೆರೋದೆ ಗಲಿಲಾಯಗ ಚತುರದಿಪತಿ ಆಗಿದ್ದು, ಅವೆನ ತಮ್ಮೆ ಪಿಲಿಪ್ಪೆ ಇತುರಾಯ ತ್ರಕೊನಿತಿ ಸೀಮೆಗ್ಳೆಗ ಚತುರದಿಪತಿ ಆಗಿದ್ದು, ಲುಸನ್ಯ ಅಬಿಲೇನಗ ಚತುರದಿಪತಿ ಆಗಿದ್ದು,

೨. ಅನ್ನನೂ ಕಾಯಪನೂ ದೊಡ್ಡ ಪೂಜಾರ್ಯರಾಗಿದ್ದ ಆ ಕಾಲದೊ, ದೇವರ ಮಾತು ಕಾಡುನೊ ಜಕರೀಯನ ಮಾತಿ ಯೋಹಾನಗ ಉಟ್ಪಾತು.

೩. ಆಗ ಅವೆ ಯೊರ್ದಾನುಗ ನಾಕಾಸು ಹಡುವ ದೇಚ ಎಲ್ಲಾಗ ಬಂದು, ಪಾಪಪರಿಹಾರಗಾಗಿ ಹೊಸ ಮನಸ್ಸುನ ಸ್ನಾನವ ಸಾರಿಯುಂಡು,

೪. ಯೆಸಾಯೆ ಪ್ರವಾದಿಯ ಮಾತುಗ್ಳುವ ಪಸ್ತುಕದೊ ಬರೆದ್ದುಟ್ಟ ಹೆಂಗೆ ಹ್ದೇಗಿದದೇನಾಂದಲೆ: ಕರ್ತನ ಮಾರ್ಗವ ಸರಾಂಗ ಮಾಡಿವಿ, ಅವೆನ ದಾರಿಗ್ಳುವ ನೆಟ್ಟಿನ ಮಾಡಿವಿ! ಎಂದೂ;

೫. ತ್ದಗ್ಗೆಲ್ಲಾ ತುಂಬಿರ, ಬೆಟ್ಟುದಿಟ್ಟೆಲ್ಲಾ ತ್ದಗ್ಗಿರ, ಗೊಕ್ಕಾದವೆ ನೆಟ್ಟಿನ ಆರೊ, ಮೊರಟು ದಾರಿಗ್ಳು ನುಂಣನ ಆರೊ, ಎಂದೂ;

೬. ಮಾಂಕಿಚ ಎಲ್ಲಾ ದೇವರ ಬುಡುಗಡೆಯ ನೋಡಿರೊ, ಎಂದೂ ಕಾಡುನೊ ಕೊರಚುವವನ ಸದ್ದು ಉಟ್ಪೊಂಬ.

೭. ಇತ್ರೆಹಡೋನೆ ಅವೆ, ತನ್ನೆಂದ ಸ್ನಾನ ಹೊಂದೋದುಗ ಕಡೆದು ಬಪ್ಪ ಪಜೆಗ ಹ್ದೇಗಿದದೇನಾಂದಲೆ: ಸರ್ಪದ ಕೊಲದ

ವಕರೇ! ಬಪ್ಪ ಕೋಪಗ ತಪ್ಪಿಸಿಯೂಂಬದುಗ ನಿಂಗಗ ತೋಱಿ ತಂದದಾರ?

೮. ಇತ್ತೆಆದೆಗ ಹೊಸ ಮನಸ್ಸುಗ ತಕ್ಕದ ಪಲವ ಕಾರಿವಿ. ಆಬ್ರಹಾಮುತಾಂ ಯೆಂಗಗ ಅಪ್ಪಾಂದು ನಿಂಗೊ್ಟೀಗೆ ಹ್ಟೇಗೋದುಗ ಹೊರವಡ ಬೇಡಿವಿ; ಯೇಕಾಂದಲೇ ಈ ಕಲ್ಲೊಂದ ದೇವರು ಆಬ್ರಹಾಮುಗ ಮಕ್ಕ್ಟವ ಎತ್ತ ಸತುಉಳ್ಳವಾಂದು ನಿಂಗಗ ಹ್ಟೇಗಿನೆ.

೯. ಇದು ಅಲ್ಲದೆ ಮೊರಗೊ್ಟವ ಮೇಡುಗ ಕೊಡಲಿ ಇಕ್ಕಿ ಹಡದೆ; ಆದದುನೆಂದ ಒಳ್ಳೆಯ ಪಲವ ಕೊಡದ ಮೊರ ಎಲ್ಲಾ ಬಿಟ್ಟ, ಕಿಚ್ಚುಗ ಹಾಕೋದುಗಾರ, ಎನ್ನಂ.

೧೦. ಅದುಗ ಜನಗುಪ್ಪ ಅವಂನ ಸಾರೆ: ಅತ್ತೆ ಆಲೆ, ಯೆಂಗ ಏನ ಮಾಡೋದೂಂದು ಕ್ಟೇಪನೆ, ಅವಂ ಅವಕಗ ಉತ್ತರ ಕೊಟ್ಟು:

೧೧. ಎರಡು ಚೀಲೆ, ಇಲ್ಲದೊ್ಟೀಲೆ ಎರಡು ಕುಪ್ಪಚ ಹಡುವವಂ ಇಲ್ಲದವಂಗ ಕೊಡಲಿ; ಬೈಯ ಅನ್ನ ಹಡುವವಂ ಅತ್ತೆತಾಂ ಮಾಡಲಿ, ಎನ್ನಂ.

೧೨. ಇದು ಅಲ್ಲದೆ ಸುಕ್ಕದವಕರೂ ಸ್ನಾನ ಹೊಂದೋದುಗ ಬಂದು: ಗುರುವೇ, ಯೆಂಗ ಏನ ಮಾಡೋದೂಂದು ಅವಂಗ ಹ್ಟೇಗೋನೆ,

೧೩. ಅವಂ ಅವಕಗ: ನಿಂಗಗ ಕೊಟ್ಟ ಕಟ್ಟಲೆಯ ಮಿೀರಿ, ಏನೂ ಹೆಚ್ಚು ಮಾಡಿಯುಳ್ಳ ಬೇಡ, ಎನ್ನಂ.

೧೪. ದಂಡುನವಕರೂ: ಯೆಂಗೂ ಏನ ಮಾಡೋದೂಂದು ಅವಂನ ಕ್ಟೇಪನೆ, ಅವಕಗ: ಏಯುವನಆಲೆಯೂ ಜುಲುಮೆ ಮಾಡದೆ, ಚಾಡಿ ಹ್ಟೇಗದೆ, ನಿಂಗ ಸಂಬ್ಟುವ ಸಾಕೂಂದಿರಿವಿ, ಎನ್ನಂ.

೧೫. ಆಲೆ ಎವಂತಾಂ ಕ್ರಿಸ್ತಂ ಆಗಿದ್ದನೆಯೋಂ? ಎಂದು ಜನ ಕಾತೂಂಡು, ಎಲ್ಲಾ ತಂಗ ಮನಸ್ಸುನೊ ಯೋಹಾನನ ಕುರಿತು ಇತ್ತೆ ಉನಿಜೂಮನೆ,

೧೬. ಯೋಹಾನಂ ಎಲ್ಲಾಗ ಉತ್ತರ ಕೊಟ್ಟು ಹ್ಟೇಗಿದದೇ

ನಾಂದಲೆ: ನಾಽ ನಿಂಗಗ ನೀರೂಂದ ಸ್ನಾನ ತನ್ನನೆ; ಆಲೆ ಯೆನ್ನೆಂದ ಸತುಗಾರಽ ಬನ್ನನಽ; ಅವಽನ ಕೆರವುನ ಬಾಱಿ ಬುಡೋದುಗ ನಾಽ ತಕ್ಕದವನಲ್ಲ; ಅವಽ ಪರಿಸುದ್ಧ ಆತ್ಮಾಂದವೂ ಕಿಚ್ಚೂಂದವೂ ನಿಂಗಗ ಸ್ನಾನ ತನ್ನನಽ.

೧೭. ಅವಽನ ಗೂಡು ಅವಽನ ಕೈಯೊ ಹಡದೆ; ತನ್ನ ಕ್ಡಾವ ಬ್ಡಾಕಿ, ಗೋದುಂಬೆಯ ತನ್ನ ಕ್ಡೇಂಜಲುಗ ಸೇತಿನಽ; ಆಲೆ ಹೊಟ್ಟೆ ಆಱಿದ ಕಿಚ್ಚುನೊ ಸುಟ್ಟು ಬುಟ್ಟನಽ, ಎನ್ನಽ.

೧೮. ಇನ್ನು ಅನೇಕ ಮಾತೂಂದ ಅವಽ ಬುದ್ಧಿ ಹ್ಡೇಗಿ, ಜನಗ ಒಳ್ಳೆಯ ಸುದ್ದಿಯ ಸಾಱಿದಽ.

೧೯. ಆಲೆ ಚತುರದಿಪತಿ ಹೆರೋದಽ ತನ್ನ ತಮ್ಮಽ ಪಿಲಿಪ್ಪನ್ಡೆಂಡ್ರು ಹೆರೋದಿಯನ ಕುರಿತೂ ಹೆರೋದಽ ಮಾಡಿದ ಕೆಟ್ಟ ಕರುಮ ಎಲ್ಲಾವ ಕುರಿತೂ ಯೋಹಾನಽ ಅವಽನ ಕಂಡಿಸೋನೆ,

೨೦. ಎವಽ ಎಲ್ಲಾಗ ಇದುನವೂ ಸೇತಿ, ಯೋಹಾನನ ಸೆಱಿಮನೆಯೊ ಮುಚ್ಚಿ ಬುಟ್ಟಽ.

೨೧. ಆಲೆ ಜನ ಎಲ್ಲಾ ಸ್ನಾನ ಹೊಂದುವನೆ, ಏನ ಆತೂಂದಲೆ: ಯೇಸು ಕೂಡಾ ಸ್ನಾನ ಹೊಂದಿ, ಜಪ ಮಾಡಿಯುಂಡಿಬ್ಬನೆ, ಬಾನು ತಱಿದ.

೨೨. ಆಗ ಪರಿಸುದ್ಧ ಆತ್ಮ ಚೋಱಿಮಾಕೆ ಉರುಪಾಗಿ ಅವಽನ ಮೇಲೆ ಈಡ್ಗಿತು. ಇನ್ನು, ನೀ ಯೆನ್ನ ಪಿರಿಯ ಮಾತಿ, ನಿನಗ ಮೆಚ್ಚಿಕೆ ಆಗಿದ್ದೆಽ, ಎಂದ್ಡೇಗುವ ಸದ್ದು ಬಾನೂಂದ ಉಟ್ಟಾತು.

೨೩. ಯೇಸು ಒಳ್ಳೆಯ ಬೋದನೆ ಕೊಡೋದುಗ ಹೊರವಡೋನೆ ಸುಮಾರ ಮೂವತ್ತು ಬರಿಚ ಪೆರೆಯದವಽ ಆಗಿದ್ದಽ. ಇದು ಅಲ್ಲದೆ ಅವಽ ಯೋಸೇಪನ ಮಾತೀಂದು ಎನ್ನಿಸಿ ಉಂಡಿದ್ದ ಹೆಂಗಿದ್ದಽ. ಎವಽ ಯೇಲಿಯ ಮಾತಿ;

೨೪. ಎವಽ ಮತ್ತಾತನ ಮಾತಿ; ಎವಽ ಲೇವಿಯ ಮಾತಿ; ಎವಽ ಮೆಲ್ಕಿಯ ಮಾತಿ; ಎವಽ ಯನ್ನಾನ ಮಾತಿ; ಎವಽ ಯೋಸೇಪನ ಮಾತಿ;

೨೫. ಎವಂ ಮತ್ತತೀಯನ ಮಾತಿ; ಎವಂ ಅಮೋಸನ ಮಾತಿ; ಎವಂ ನಹೂಮನ ಮಾತಿ; ಎವಂ ಎಸ್ಲಿಯ ಮಾತಿ; ಎವಂ ನಗ್ಗಾಯನ ಮಾತಿ;

೨೬. ಎವಂ ಮಾತನ ಮಾತಿ; ಎವಂ ಮತ್ತತೀಯನ ಮಾತಿ; ಎವಂ ಸೇಮೆಯನ ಮಾತಿ; ಎವಂ ಯೋಸೇಪನ ಮಾತಿ; ಎವಂ ಯೂದನ ಮಾತಿ;

೨೭. ಎವಂ ಯೋಹಾನಾನ ಮಾತಿ; ಎವಂ ರೇಸನ ಮಾತಿ; ಎವಂ ಜೆರುಬಾಬೆಲನ ಮಾತಿ; ಎವಂ ಸಲತಿಯೇಲನ ಮಾತಿ; ಎವಂ ನೇರಿಯ ಮಾತಿ;

೨೮. ಎವಂ ಮೆಲ್ಕಿಯ ಮಾತಿ; ಎವಂ ಅದ್ದಿಯ ಮಾತಿ; ಎವಂ ಕೊಸಾಮನ ಮಾತಿ; ಎವಂ ಎಲ್ಮೊದಾಮನ ಮಾತಿ; ಎವಂ ಏರನ ಮಾತಿ;

೨೯. ಎವಂ ಯೋಸೇಯ ಮಾತಿ; ಎವಂ ಎಲಿಯೇಸರನ ಮಾತಿ; ಎವಂ ಯೋರೀಮನ ಮಾತಿ; ಎವಂ ಮತ್ತಾತನ ಮಾತಿ; ಎವಂ ಲೇವಿಯ ಮಾತಿ;

೩೦. ಎವಂ ಸಿಮಿಯೋನನ ಮಾತಿ; ಎವಂ ಯೂದನ ಮಾತಿ; ಎವಂ ಯೋಸೇಪನ ಮಾತಿ; ಎವಂ ಯೋನಾನ ಮಾತಿ; ಎವಂ ಎಲ್ಯಕೀಮನ ಮಾತಿ;

೩೧. ಎವಂ ಮೆಲೆಯಾನ ಮಾತಿ; ಎವಂ ಮಯಿನಾನನ ಮಾತಿ; ಎವಂ ಮತ್ತತಾನ ಮಾತಿ; ಎವಂ ನಾತಾನನ ಮಾತಿ; ಎವಂ ದಾವೀದನ ಮಾತಿ;

೩೨. ಎವಂ ಇಸಾಯನ ಮಾತಿ; ಎವಂ ಓಬೆದನ ಮಾತಿ; ಎವಂ ಬೋವಜನ ಮಾತಿ; ಎವಂ ಸಲ್ಮೋನನ ಮಾತಿ; ಎವಂ ನಹಸ್ಸೋನನ ಮಾತಿ;

೩೩. ಎವಂ ಅಮಿನದಾಬನ ಮಾತಿ; ಎವಂ ಅರಾಮನ ಮಾತಿ; ಎವಂ ಎಸ್ರೋಮನ ಮಾತಿ; ಎವಂ ಪಾರೆಸನ ಮಾತಿ; ಎವಂ ಯೂದನ ಮಾತಿ;

೩೪. ಎವಂ ಯಾಕೋಬನ ಮಾತಿ; ಎವಂ ಇಸಾಕನ ಮಾತಿ; ಎವಂ ಅಬ್ರಹಾಮುನ ಮಾತಿ; ಎವಂ ತೇರನ ಮಾತಿ; ಎವಂ ನಹೋರನ ಮಾತಿ;

೩೫. ಎವಂ ಸೆರೂಗನ ಮಾತಿ; ಎವಂ ರಗೌವನ ಮಾತಿ; ಎವಂ ಪೇಲೆಗನ ಮಾತಿ; ಎವಂ ಏಬೆರನ ಮಾತಿ; ಎವಂ ಸಾಲನ ಮಾತಿ;

೩೬. ಎವಂ ಕಯಿನಾನನ ಮಾತಿ; ಎವಂ ಅರ್ಫಕ್ಷಾದನ ಮಾತಿ; ಎವಂ ಷೇಮನ ಮಾತಿ; ಎವಂ ನೋಹನ ಮಾತಿ; ಎವಂ ಲಾಮೆಕನ ಮಾತಿ;

೩೭. ಎವಂ ಮೆತೂಸಲನ ಮಾತಿ; ಎವಂ ಹನೋಕನ ಮಾತಿ; ಎವಂ ಯಾರೆದನ ಮಾತಿ; ಎವಂ ಮಾಲಿಲೇಲನ ಮಾತಿ; ಎವಂ ಕಯಿನಾನನ ಮಾತಿ;

೩೮. ಎವಂ ಎನೋಸನ ಮಾತಿ; ಎವಂ ಸೇತನ ಮಾತಿ; ಎವಂ ಆದಮನ ಮಾತಿ; ಎವಂ ದೇವರೂಂದ ಉಟ್ಪಾದವಂ.

೪. ಸಂಧಿ.

೧. ಹಿಂದೆ ಯೇಸು ಪರಿಸುದ್ದ ಆತ್ಮಾಂದ ತುಂಬಿ, ಯೊರ್ದಾ ನೂಂದ ತಿರಿಗಿಯುಂಡು, ಪರಿಸುದ್ದ ಆತ್ಮ ಅವಂನ ಕಾಡುಗ ಹೊ ತ್ತುಂಡ್ಹೋದದೆಮ್ಮನೆ,

೨. ನಾಲತ್ತು ಜಿನ ಪಿಚಾಚೀಂದ ಅವಂಗ ಸೋದನೆ ಆತು. ಆ ಜಿನಗ್ಹೋಗೆ ಅವಂ ಏನೂ ತಿಂಬಿಲೆ; ಅವೆ ಸಮೆದದೆಮ್ಮನೆ ಅವಂಗ ಹಸಿತ.

೩. ಆಗ ಪಿಚಾಚಿ ಅವಂನ ಕೋಡ: ನೀ ದೇವರ ಮಾತಿ ನಾಲೆ, ಈ ಕಲ್ಲುಗ ದೊಟ್ಟಿ ಆಪದೂಂದು ಹ್ದೇಗು, ಎಮ್ಮನೆ,

೪. ಯೇಸು ಅವಂಗ ಮರುತ್ತರಾಗಿ: ದೊಟ್ಟೀಂದ ಮಾತ್ರ ಅಲ್ಲ, ದೇವರ ಏಯದೊಂದು ಮಾತೂಂದವೂ ಮನಿಚಂ ಬದಿಕಿ ನಾಂದು ಬರೆದ್ದಡದೆ, ಎನ್ನಂ.

೫. ಹಿಂದೆ ಪಿಚಾಚಿ ಅವುನ ಉದ್ದ ಬೆಟ್ಟುಗ ಕೂಟೆಯುಂಡ್ಹೋಗಿ, ಚಿನೆ ಹೊತ್ತುಗ ಲೋಕದ ರಾಜ್ಯ ಎಲ್ಲವ ಅವುಗ ತೋಱಿದು;

೬. ಇನ್ನು ಪಿಚಾಚಿ ಅವುಗ: ಈ ಅದಿಕಾರ ಎಲ್ಲವವೂ ಅವೆಯ ಮಯಿಮೆಯವೂ ನಿನಗ ತನ್ನನೆ; ಯೇಕಾಂದಲೆ ಅದು ಯೆನಗ ಒಪ್ಪಿಸಿ ಹಡದೆ. ಯೆನಗ ಮನಸ್ಥಟ್ಟವಗವೇ ಅದುನ ಕೊಟ್ಟನೆ.

೭. ಆದದುನೆಂದ ನೀ ಯೆನ್ನ ಮುಂದಾಡು ಅಡ್ಡಬ್ಬುದ್ದಲೆ, ಎಲ್ಲಾವೂ ನಿನ್ನದಾಗಿ ಹಟ್ಟರ, ಎಮ್ಮನೆ,

೮. ಯೇಸು ಅವುಗ ಉತ್ತರಾಗಿ: ಸೈತಾನಾ, ಯೆನ್ನಿಂದಾಡು ಹೋಗು; ಯೇಕಾಂದಲೆ ನಿನ್ನ ದೇವರಾಗಿಬ್ಬ ಕರ್ತಗ ಅಡ್ಡಬ್ಬುದ್ದು, ಅವುಗ ಮಾತ್ರ ಪೂಜೆಯ ಮಾಡೋದೂಂದು ಬರೆದ್ಧಡದೆ, ಎನ್ನು.

೯. ಇನ್ನು ಅವುನ ಯೆರೂಸಲೇಮುಗ ಕೂಟೆಯುಂಡ್ಹೋಗಿ, ಅವುನ ಗುಡಿಯ ಮುಡಿ ಮೇಲೆ ನಿಲ್ಲಿಸಿ, ಅವುಗ: ನೀ ದೇವರ ಮಾತಿನಾಲೆ, ಇಲ್ಲಿಂದ ಕ್ಹೀಯೆ ಹಾರು;

೧೦. ಯೇಕಾಂದಲೆ ನಿನ್ನ ಕಾಪ ಹೆಂಗೆ, ಅವು ನಿನ್ನ ಕುರಿತು ತನ್ನ ಜಮಗಾಱಿರುಗ ಅಪ್ಪಣೆ ಮಾಡಿನಾಂದೂ

೧೧. ನೀ ನಿನ್ನ ಕಾಲ ಕಲ್ಲುಗ ತಟ್ಟಸದ್ಧೆಂಗೆ, ಅವಕ ಕೈಯ್ಹೋಗೆ ನಿನ್ನ ಎತ್ತಿಯಾಱಿತಾಂದೂ ಬರೆದ್ಧಡದೆ, ಎನ್ನ.

೧೨. ಯೇಸು ಅವುಗ ಮರುತ್ತರಾಗಿ: ನಿನ್ನ ದೇವರಾಗಿಬ್ಬ ಕರ್ತನ ಸೋದಿಸ ಬೇಡಾಂದು, ಹ್ಟೇಗಿಹಡದೆ, ಎನ್ನು.

೧೩. ಪಿಚಾಚಿ ಎಲ್ಲಾ ಸೋದನೆಯ ತೀಱಿಸಿ, ಜೋಚಿ ಕಾಲ ಅವುನ ಬುಟ್ಟು ಹೋದು.

೧೪. ಹಿಂದೆ ಯೇಸು ಆತ್ಮದ ಸತೂಂದ ಗಲಿಲಾಯಗ ಮಱಿಚಿ ಹೋದು. ಆಗ ಅವುನ ಸುದ್ದಿ ನಾಕಾಸು ಹಡುವ ದೇಚ ಎಲ್ಲಾಗ ಹಬ್ಬಿತು.

೧೫. ಇದು ಅಲ್ಲದೆ ಅವಂ, ಅವಕರ ಸಬೆಮನೆಬ್ಬಾಯಿ ಒಳ್ಳೆಯ ಬೋದನೆ ಹ್ಟೇಗಿಯುಂಡು, ಎಲ್ಲಾಂದ ಮಯಿಮೆ ಹೊಂದಿದಂ.

೧೬. ಅವಂ ತಾಂ ದೊಡ್ಡಿದ ನಜರೇತುಗ ಬಂದು, ತನಗ ಪ್ಪಾಕ ಹಟ್ಟಹೆಂಗೆ ಸಬ್ಬತು ಜಿನದೊ ಸಬೆಮನೆಗ ಹುಕ್ಕು, ಓದುವದುಗ ಯ್ಟೆದ್ದಂ.

೧೭. ಆಗ ಯೆಸಾಯಂ ಪ್ರವಾದಿಯ ಪಸ್ತುಕವ ಅವಂಗ ಕೊಟ್ಟರು. ಅವಂ ಪಸ್ತುಕವ ತಱಿದದೆಂಮನೆ:

೧೮. ಕರ್ತನ ಆತ್ಮ ಯೆನ್ನೊದಗ್ಗಡದೆ; ಆದದುನೆಂದ ಬಡವರುಗ ಒಳ್ಳೆಯ ಸುದ್ದಿಯ ಸಾಱೋದುಗ ಯೆನ್ನ ಪಟ್ಟಗ್ಗಾಕಿದ್ದನೆ.

೧೯. ಮನಸ್ಸು ನ್ದೆಗ್ಗಿದವಕರ ಓಸೆ ಮಾಡೋದುಗೂ, ಸೆಱಿಯವಕಗ ಬುಡುಗಡೆಯವೂ ಕುರುಡರುಗ ನೋಟವವೂ ಸಾಱೋದುಗೂ, ಸರೀರಾತ್ಮದೊ ನಸಿಂಗಿದವಕರ ಬುಡುಗಡೆ ಮಾಡಿಕ್ಡೇಗೋದುಗೂ, ಕರ್ತನ ಮೆಚ್ಚಿಕೆಯ ಬರಿಚವ ಸಾಱೋದುಗೂ, ಯೆನ್ನ ಕ್ಟೇಗಿದ್ದನೇಂದು, ಬರೆದ್ದಡುವ ಎಡೆಯ ಕಂಡೂಣ.

೨೦. ಆಗ ಅವಂ ಪಸ್ತುಕವ ಮುಚ್ಚಿ, ಗೆಲಸದವಗ ಕೊಟ್ಟು, ಕುಳಿದೂಮನೆ, ಸಬೆಮನೆಯೊ ಇಬ್ಬವಕರ ಕಣ್ಣೆಲ್ಲಾ ಅವಂನ ಮೇಲೆ ಹಟ್ಟ.

೨೧. ಆಲೆ ಅವಂ ಅವಕರ ಕೋಡ: ಇಂದು ದೇವರ ಈ ವಾಕು ನಿಂಗ ಕಿವಿಗ್ಡೋಗೆ ಈಡೇರಿತೂಂದು ಹ್ಟೇಗೋದುಗ ತೊಡಂಗಿದಂ.

೨೨. ಆಗ ಎಲ್ಲಾ ಅವಂಗ ಸಾಕಿಚಿ ಹ್ಟೇಗಿ, ಅವಂನ ಬೇಂದ ಕಡೆವ ಗವವುಳ್ಳ ಮಾತುಗ್ಡೋಗ ಅದಿಸೆಯ ಆಗಿ, ಎವಂ ಯೋಸೇಪನ ಮಾತಿ ಅಲ್ಲದಾ? ಎಂದರು.

೨೩. ಅವಂ ಅವಕಗ: ಪಂಡುತಗಾರಾ, ನಿನ್ನ ಓಸೆ ಮಾಡಿಯುಳ್ಳೋ ಎಂಬ ಸೊಲಕತವ ಯೆನಗ ನಿಚ್ಚೆಯವಾಗಿ ಹ್ಟೇಗಿಯಾರಿ; ಕಪೆರ್ನಾಮುನೊ ಆದೋಂದು ಯೆಂಗ ಕ್ಡೇತಕಾ

ರಿಯಗ್ಹೊಟ್ಟಿವ ನಿನ್ನ ಸೊತ್ತ ಊರಾದ ಇಲ್ಲಿಯೂ ಮಾಡೂಂದು, ಹ್ಟೇಗಿಯಾರಿ, ಎನ್ನಲ.

೨೪. ಇನ್ನು ಅವಲ ಎಂದದೇನಾಂದಲೆ: ನಿಜಾಗಿ ನಿಂಗಗ ಹ್ಟೇಗಿನೆ, ಏಯ ಪ್ರವಾದಿಗಾಲೆಯೂ ಸೊತ್ತ ಊರುನೊ ಮೆಚ್ಚಿಗೆ ಹಡಾರ.

೨೫. ಆಲೆ ನಿಜಾಗಿ ನಿಂಗಗ ಹ್ಟೇಗಿನೆ, ಎಲೀಯನ ಜೆನದೊ ಮೂರು ಬರಿಚ ಆರು ತಿಂಗ್ಟುವ ಬಾನು ಮುಚ್ಚಿ ಹಟ್ಟ ವೇಳೆಯೊ ದೇಚದ ಮೇಲೆಲ್ಲಾ ಅನಹಂಜ ಉಟ್ಪ್ಪಾಪನೆ, ಅಪ್ಪಟಿ ಮುಂಡೆಗಿಡಿ ಯರು ಇಸ್ರಯೇಲುನೊ ಇದ್ದರು.

೨೬. ಆಲೆ ಸಿದೋನುನ ಸರೆಪ್ತದೊ ಇದ್ದ ಮುಂಡೆಗಿಡಿಯಾದ ಹೆಂಮಾತಿ ಒಬ್ಬ ಸಾರೆ ಅಲ್ಲದೆ, ಅವಕರ್‍ಹೊೀಗೆ ಏಯವ್ವ ಸಾರೆಯೂ ದೇವರು ಎಲೀಯನ ಕ್ಟೇಗುಲೆ.

೨೭. ಇದು ಅಲ್ಲದೆ ಎಲೀಸ ಪ್ರವಾದಿಯ ಕಾಲದೊ ಇಸ್ರ ಯೇಲುನೊ ಬಲು ಕುಟ್ಟಿನೋವುನವಕ ಇದ್ದರು; ಆಲೆ ಸುರ್ಯ ದೇಚದ ನೆಯಮಾನಲ ಅಲ್ಲದೆ ಅವಕರ್‍ಹೊೀಗೆ ಏಯವನಾಲೆಯೂ ಸುದ್ದ ಆಪಿಲ್ಲೆ, ಎನ್ನಲ.

೨೮. ಆಗ ಸಬೆಮನೆಯೊ ಇದ್ದವಕೆಲ್ಲಾ ಎವೆಯ ಕ್ಟೇತು, ಒರಸ ತುಂಬಿ,

೨೯. ಯ್ಟಿದ್ದು, ಅವಲನ ಊರುಗ ಹೊರಾಚು ಕಡೆಸಿ, ಅವಲನ ಕ್ಟೀಯೆ ಕ್ಟುಕ್ಕಿ ಬುಡೋದುಗ ಅವಕರ ಊರು ಕಟ್ಟಿ ಹಟ್ಟ ದಿಟ್ಟುನ ಓರಗ ಕೂಟಿಯುಂಡ್ಹೋದರು.

೩೦. ಆಲೆ ಅವಲ ಅವಕರ ನಡೂಂದ ದಾಟಿ, ಕಡೆದ್ಹೋದಲ.

೩೧. ಹಿಂದೆ ಗಲಿಲಾಯದೊ ಹಡುವ ಕಪೆರ್ನಾಮ್ ಊರುಗ ಇಟ್ಟಿಗಿ ಹೋಗಿ ಸಬ್ಬತು ಜೆನದೊ ಅವಕಗ ಒಳ್ಳೆಯ ಬೋದನೆ ಹ್ಟೇಗಿ ಯುಂಡಿದ್ದಲ.

೩೨. ಆಗ ಅವಕ ಅವಲನ ಒಳ್ಳೆಯ ಬೋದನೆಗ ಕುದುಗ್ಟುಯಿ ಆದರು; ಯೇಕಾಂದಲೆ ಅವಲನ ಮಾತು ಅದಿಕಾರವುಳ್ಳದಾಗಿ ಹಟ್ಟ.

೨೩. ಇದು ಅಲ್ಲದೆ ಆ ಸಬೆಮನೆಯೊ ಅಸುದ್ದ ಬೂತದ ಆತ್ಮವುಳ್ಳ ಒಂದು ಮನಿಚಀ ಇದ್ದಀ. ಅವಀ ಬಲು ಸದ್ದೂಂದ ಕೊರಚಿ:

೨೪. ಅಯ್ಯೋ, ನಜರೇತುನ ಯೇಸೂ! ಯೆಂಗಗೂ ನಿನಗೂ ಏನ? ಯೆಂಗ್ಳುವ ನಾಸ ಮಾಡೋದುಗ ಬಂದೆಯಾ? ನೀ ದಾರಾಂದು ಬಲ್ಲೆಀ, ದೇವರ ಪರಿಸುದ್ದಀತಾಀ, ಎಮ್ಮನೆ,

೨೫. ಯೇಸು ಅವಀನ ಬೆದರಿಸಿ: ಸಪೇಸಿದ್ದು, ಅವಾಀಂದ ಕಡೆದ್ಹೋಗು, ಎನ್ನಀ; ಆಗ ಬೂತ ಅವಀನ ನಡುವೆ ಬ್ಹೂಕಿ, ಅವಀಗ ಏನೂ ಕೇಡು ಮಾಡದೆ, ಅವಾಂದ ಕಡೆದಀ.

೨೬. ಆಗ ಎಲ್ಲಾಗ ಏಂಗಲ್ಹಿಡಿತ; ಅವಕ ತಂಗತಂಗಗ: ಈ ಮಾತು ಎತ್ತವದು? ಎದಗೇ, ಅವಀ ಅದಿಕಾರದೊವೂ ಸತುನೊವೂ ಅಸುದ್ದ ಆತ್ಮಗ್ಹೊಗ ಉತ್ತರ ಮಾಡೋನೆ, ಅವೆ ಕಡೆದರೋಂದು ಹ್ಹೇಗಿಯುಂಡರು.

೨೭. ಹಿಂದೆ ಅವಀನ ಸುದ್ದಿ ನಾಕಾಸು ಹಡುವ ಸೀಮೆಯ ತಾವೆಲ್ಲಾಗ ಹಬ್ಬಿತು.

೨೮. ಅವಀ ಯ್ಹೆದ್ದು, ಸಬೆಮನೆಯ ಬುಟ್ಟು, ಸೀಮೋನನ ಮನೆಗ ಹುಕ್ಕಀ. ಆಲೆ ಸೀಮೋನನ ಮಮ್ಮಿ ಬಲು ಜರ ಆಗಿದ್ದದುನೆಂದ, ಅವ್ಹಗಾಗಿ ಅವಀನ ಕೆಂಜಿಯುಂಡರು.

೨೯. ಅವಀ ಅವ್ಹ ಸಾರೆ ಬ್ಹಗ್ಗಿ ನಿದ್ದು, ಜರವ ಬೆದರಿಸೋನೆ ಅದು ಅವ್ಹುವ ಬುಟ್ಹೋತು. ಆಗತಾನೆ ಅವ್ಹ ಯ್ಹೆದ್ದು, ಅವಕಗ ಏವಲ್ಗೀಡ್ಹ.

೩೦. ಇದು ಅಲ್ಲದೆ ಹ್ಹೊತ್ತು ಬ್ಹುದ್ದದೆಮ್ಮನೆ, ನಾನಾ ಬಗೆ ನೋಂದ ಸಕ್ಕಟ ಪಡುವವಕ ದಾರಬ್ಹಾಯಿ ಇದ್ದರೋ, ಅವಕೆಲ್ಲಾ ಅವಕರ ಅವಀನ ಸಾರೆ ಕೂಟಿಯುಂಡು ಬಂದರು. ಆಗ ಅವಀ ಅವಕರ ಒಬ್ಬೊಬ್ಬನ ಮೇಲೆ ಕೈ ಬೀತು, ಅವಕರ ಓಸೆ ಮಾಡಿದಀ.

೩೧. ಇದು ಅಲ್ಲದೆ ಬೂತಗ್ಹೊವೂ ಕೂಡಾ: ನೀ ದೇವರ ಮಾತಿ ಕ್ರಿಸ್ತಾಂದು ಕಿಱಿಚಿ, ಅಪ್ಪಱಿ ಜನವ ಬುಟ್ಟು ಕಡೆದೊ.

ಅವೆ ಅವಁ ಕ್ರಿಸ್ತಾಂದು ಅಱಿದದುನೆಂದ, ಅವಁ ಅವೆಯ ಬೆದರಿಸಿ, ಮಾತಾಡ ಬುಡುಲೆ.

೪೨. ಆಲೆ ಬ್ಬಾಗಾದದೆಮ್ಮನೆ, ಅವಁ ಕಡೆದು, ಕಾಡೆಡೆಗ ಹೋದಁ, ಪಜೆ ಅವಁನ ಅರಸಿ, ಅವಁನ ಸಾರೆ ಬಂದು, ಅವಁ ತಂಗ್ಟುವ ಬುಟ್ಟ್ಯೋಗದ್ಟಂಗೆ ಹಿಡಿತೂಂಡರು.

೪೩. ಆಲೆ ಅವಁ ಅವಕಗ: ನಾಁ ಬೇರೆ ಊರುಗ್ಯೊಬ್ಬಾಯಿಯೂ ದೇವರ ರಾಜ್ಯದ ಒಳ್ಳೆಯ ಸುದ್ದಿಯ ಸಾಱಿಯೋದು;

೪೪. ಯೇಕಾಂದಲೆ ಇದುಗಾಗಿಯೇ ದೇವರು ಯೆನ್ನ ಕ್ಟೇಗಿದಾಂದು ಹ್ಟೇಗಿ, ಗಲಿಲಾಯ ಸೀಮೆಯ ಸಬೆಮನೆಗ್ಯೋಗೆ ಸಾಱಿಯುಂಡಿದ್ದಁ.

೫. ಸಂದಿ.

೧. ಹಿಂದೆ ಆದದ್ದೇನಾಂದಲೆ: ಪಜೆ ದೇವರ ಮಾತ ಕ್ಟೇಪದುಗಾಗಿ ಅವಁನ ಇಱಿಕಿಯುಂಡಿಬ್ಬನೆ, ಅವಁ ಗೆನೆಜರೇತೂಂಬ ಕೆಱೆ ಸಾರೆ ನಿದ್ದೂಂಡು, ಕೆಱೆಯೊ ಹಟ್ಟ ಎರಡು ದೋಣೆಯ ನೋಡಿದಁ.

೨. ಆಲೆ ಮೀನುಗಾರರು ಅವೇಂದ ಈಟ್ಟಗಿ, ಬಲೆಯ ತ್ಯೋಗಿಯುಂಡಿದ್ದರು.

೩. ಆಗ ಅವಁ ಆ ದೋಣೆಗ್ಯೊ ಒಂದುಗ ಹತ್ತಿದಁ. ಅದು ಸೀಮೋನನದಾಗಿ ಹಟ್ಟ. ಕತ್ತೂಂದ ಅದುನ ಚಿಟಗ ದೂರ ತಳ್ಯೋದೂಂದು ಅವಁನ ಕ್ಟೇತೂಂಡು, ಆ ದೋಣೆಯೋ ಕುಳಿದು, ಪಜೆಗ ಒಳ್ಳೆಯ ಬೋದನೆಯ ಹ್ಟೇಗಿದಁ.

೪. ಮಾತಾಡಿ ಸಮೆತದೆಮ್ಮನೆ, ಅವಁ ಸೀಮೋನಗ: ಆಳವಾದ ಎಡೆಗ ನಡಿಸು; ಮೀನು ಹಿಡಿಪ್ಪದುಗ ನಿಂಗ ಬಲೆಗ್ಯೊವ ಹಾಕಿವಿ ಎನ್ನಁ.

೫. ಸೀಮೋನಁ ಅವಁಗ ಮರುತ್ತರಾಗಿ: ಐಯ್ಯಾ, ಯೆಂಗ ಇರ್ಯೂಡ ಕಸಟ ಪಟ್ಟಿಗೂ, ಏನೂ ಸಿಕ್ಕುಲೆ; ಆಲೆಯೂ ನಿನ್ನ ಮಾತುನ ಪರಕಾರ ಬಲೆ ಹಾಕಿನೇಂದು ಹ್ಟೇಗಿದಁ.

೬. ಅವಕ ಅತ್ತೆ ಮಾಡಿ, ಮೀನುನ ದೊಡ್ಡ ಯೆರಚಿ ಕೂಟಿದರು; ಆಲೆ ಅವಕರ ಬಲೆ ಹರಿದ್ಹೋತು.

೭. ಆಗ ಅವಕ ಬೇರೆ ದೋಣಿಯೊ ಇದ್ದ ಜೊತೆಗಾರರುಗ: ಬಂದು, ತಂಗಗ ಸಕೆಯ ಮಾಡೋದೂಂದು ಸನ್ನೆಯ ಮಾಡಿದರು. ಅವಕ ಬಂದದೆಮ್ಮನೆ, ದೋಣಿ ಎರಡುನವೂ, ಅವೆ ಮುಳ್ಗುವಾಸಗ ತುಂಬಿಸಿದರು.

೮. ಆಲೆ ಸೀಮೋನ್ ಪೇತ್ರಂ ಅದುನ ನೋಡಿ, ಯೇಸುನ ಮೊಣಕಾಲುಗ ಅಡ್ಡ ಬ್ಹುದ್ದು: ಕರ್ತಾ, ಯೆನ್ನ ಬುಟ್ಹೋಗು! ಯೇಕಾಂದಲೆ ನಾಂ ಪಾಪಿಯಾದ ಮನಿಚಂತಾಂ, ಎನ್ನಂ.

೯. ಯೇಕಾಂದಲೆ ಅವಕ ಹಿಡಿತ ಮೀನೆರಚಿಗಾಗಿ ಅವಂಗೂ ಅವಂನ ಕೋಡ ಇದ್ದವಕೆಲ್ಲಾಗೂ ಏಂಗಲ್ಹಿಡಿತ.

೧೦. ಸೀಮೋನನ ಪಾಲಗಾರರಾದ ಜೆಬೆದಾಯನ ಮಕ್ಕ ಯಾಕೋಬಗೂ ಯೋಹಾನಗೂ ಅತ್ತೆತಾಂ ಆತು. ಆಗ ಯೇಸು ಸೀಮೋನನ ಕೋಡ: ಅಂಜ ಬೇಡ, ಈಗಾಂದ ಮನಿಚರ ಹಿಡಿಪವನಾಗಿಬ್ಬೆ, ಎನ್ನಂ.

೧೧. ಆಗ ದೋಣಿಗ್ಹೋವ ಕರೆಗ ಕಡೆಸಿ, ಎಲ್ಲಾವ ಬುಟ್ಟು ಅವಂನ್ಹಿಂದಾಡು ಹೋದರು.

೧೨. ಹಿಂದೆ ಆದದ್ದೇನಾಂದಲೆ: ಅವಂ ಆ ಊರುಗ್ಹೊ ಒಂದುನೊ ಇಬ್ಬನೆ, ಎದಗೇ ಕುಟ್ಟೆನೋ ತುಂಬಿದ ಒಬ್ಬ ಮನಿಚಂ ಅಲ್ಲಿದ್ದಂ. ಅವಂ ಯೇಸುವ ನೋಡಿ ಕ್ಹವಿಸಿಕ್ಕಿ ಬ್ಹುದ್ದು: ಕರ್ತಾ, ನಿನಗ ಮನಸ್ಹಟ್ಟಲೆ, ಯೆನ್ನ ಸುದ್ದ ಮಾಡ ಬಲ್ಲೆ! ಎಂದು ಕೆಂಜಿಯುಣ್ಣಂ.

೧೩. ಆಗ ಅವಂ ಕೈಯ್ಯ ನೀಟಿ, ಅವಂನ ಮುಟ್ಟಿ: ಯೆನಗ ಮನಸ್ಹಡದೆ, ಸುದ್ದ ಆಗು, ಎನ್ನಂ. ಆಗತಾನೇ ಕುಟ್ಟೆನೋ ಅವಂನ ಬುಟ್ಹೋತು.

೧೪. ಇದು ಅಲ್ಲದೆ: ನೀ ದಾರಗೂ ಹ್ಹೇಗ ಬೇಡ; ಆಲೆ ಹೋಗಿ, ಪೂಜಾರಿಗ ನಿನ್ನ ತೋರಿಸಿಯುಂಡು, ಮೋಸೆ ಉತ್ತರ

ಮಾಡಿದ್ಧಂಗೆ, ನೀ ಸುದ್ದ ಆದದುಗಾಗಿ ಅವಕಗ ಸಾಕಿಸಿಯಾಗಿ ಹಲಿ ಕೊಡು ಎಂದು, ಅವ̥ಗ ಅಪ್ಪಣೆ ಕೊಟ್ಟ̥.

೧೫. ಆಲೆ ಅವ̥ನ ಸುದ್ದಿ ಹೆಚ್ಚಾಗಿ ಹಬ್ಬಿತು. ಇನ್ನು ಅಪ್ಪರ ಪಜೆ ಅವ̥ನ ಮಾತ ಕ್ಷೇಪದುಗೂ, ಅವ̥ನೆಂದ ತಂಗ ನೋವ ಓಸೆ ಮಾಡಿಸಿಯುಂಬದುಗೂ, ಕೂಡಿ ಬಂದರು.

೧೬. ಆಗ ಅವ̥ ಕಾಡುಗಡ್ಡ ತನಿಯಾಗಿ ಹೋಗಿ, ಜಪ ಮಾಡಿಯುಂಡಿದ್ದ̥.

೧೭. ಹಿಂದೆ ಒಂದು ಜಿನದೊ ಆದದ್ದೇನಾಂದಲೆ: ಅವ̥ ಒಳ್ಳೆಯ ಬೋದನೆ ಹ್ಟೇಗಿಯುಂಡಿಬ್ಬನೆ, ಗಲಿಲಾಯ, ಯೆಹೂದ ದೇಚಗ್ಳೊಗೆ ಹಡುವ ಹಟ್ಟ ಎಲ್ಲಾಂದವೂ ಯೆರೂಸಲೇಮೂಂದವೂ ಬಂದ ಪರಿಸಾಯರೂ, ಸಟ್ಟ ದಿಟ್ಟ ಕಲಿಸುವವಕರೂ ಕುಳಿದೂಂಡಿದ್ದರು. ಇದು ಅಲ್ಲದೆ ಓಸೆ ಮಾಡೋದುಗಾಗಿ ಕರ್ತನ ಸತು ಅವ̥ನ ಕೋಡ ಹಟ್ಟ.

೧೮. ಆಗ ಎದಗೇ, ಜೋಚಿ ಜನ ಸನ್ನಿ ಹಿಡಿತ ಒಬ್ಬ ಮನಿಚನ ಮಚ್ಚವೊದಗ ಹೊತ್ತು ಬಂದು, ಅವ̥ನ ಟ್ಟಗೆ ಹೊತ್ತು ಹೋಪದುಗೂ ಅವ̥ನ ಮುಂದಾಡು ಬೀಪದುಗೂ ಯೆತನ ಮಾಡಿದರು.

೧೯. ಅಪ್ಪುಟಿ ಜನ ಇದ್ದದುನೆಂದ ಅವ̥ನ ಟ್ಟಗೆ ಹೊತ್ತು ಹೋಪದುಗ ದಾರಿ ಕಾಣದೆ, ಮನೆಯೊದಗ್ಟತ್ತಿ, ಓಡ ಎತ್ತಿ, ಅವ̥ನ ಮಚ್ಚದೊಂದಿಗೆ ಜನದ ನಡುವೆ ಯೇಸು ಮುಂದಾಡು ಈ್ಟಕಿದರು.

೨೦. ಅವ̥ ಅವಕರ ನಮ್ಮಣಿಗೆಯ ನೋಡಿ, ಅವ̥ಗ: ಮನಿಚಾ! ನಿನ್ನ ಪಾಪ ಎಲ್ಲಾ ಪರಿಹಾರ ಆಗಿ ಹಡದೆ ಎಂದು ಹ್ಟೇಗಿದ̥.

೨೧. ಆಗ ಕಲುವೆಗಾರರೂ, ಪರಿಸಾಯರೂ: ದೇವದೂಸಣೆಮಾತ ಹ್ಟೇಗುವ ಎವ̥ ದಾರ? ದೇವರೊಬ್ಬ̥ತಾ̥ ಅಲ್ಲದೆ, ಪಾಪವ ಪರಿಹಾರ ಮಾಡೋದುಗ ಸತು ಉಳ್ಳವ̥ ಏಯವ̥? ಎಂದು ತಂಗತಂಗಗ ಉನಿಪದುಗ ತೊಡಂಗಿದರು.

೨೨. ಆಲೆ ಯೇಸು ಅವಕರ ಉಸುಪ ಅಱಿದು, ಅವಕಗ ಉತ್ತರ ಕೊಟ್ಟು, ಹ್ದೇಗಿದದೇನಾಂದಲೆ: ನಿಂಗ ನಿಂಗ ಮನಸುನೊ ಏಚನೆ ಮಾಡುವದೇನ?

೨೩. ಏಯದು ಎಳ್ಳಲು: ನಿನ್ನ ಪಾಪ ನಿನಗ ಪರಿಹಾರ ಆಗಿ ಹಡದೆ ಎಂದ್ಹೇಗೋದು ಎಳ್ಳಲೋ? ಬ್ಬೆಯ: ಯ್ಬೆದ್ದು ನಡೆ ಎಂದ್ಹೇಗೋದು ಎಳ್ಳಲೋ?

೨೪. ಆಲೆ ಬೂಮಿಯೊದಗ ಪಾಪ ಪರಿಹಾರ ಮಾಡೋದುಗ ಮನಿಚನ ಮಾತಿಗ ಅದಿಕಾರ ಹಡದೇಂದು ನಿಂಗ ಅಱಿವದೂಂದು ಹ್ದೇಗಿ, ಅವಂ ಸನ್ನಿ ಹಿಡಿತವಂಗ: ಯ್ಬೆದ್ದು, ನಿನ್ನ ಮಜ್ಚವ ಎತ್ತಿಯುಂಡು, ನಿನ್ನ ಮನೆಗ್ಹೋಗೂಂದು ನಿನಗ ಹ್ದೇಗಿನೆ, ಎನ್ನಂ.

೨೫. ಆಗ ತಾನೆ ಅವಂ ಅವಕರ ಮುಂದಾಡು ಯ್ಬೆದ್ದು, ತಾಂ ಹಡಿದಿದ್ದದುನ ಎತ್ತಿಯುಂಡು, ದೇವರ ಕೊಂಡಾಡಿಯುಂಡು, ತನ್ನ ಮನೆಗ್ಹೋದಂ.

೨೬. ಆಗ ಅವಕೆಲ್ಲಾಗ ಬ್ಬೆಪ್ಪು ಹಿಡಿತ. ದೇವರ ಕೊಂಡಾಡಿ, ಇಂದು ಅಪುರೂಪದವೆಯ ನೋಡಿದೆಯೋಂದು ಹ್ದೇಗಿ, ಅಂಜಿಕೆ ತುಂಬಿದವಕಾದರು.

೨೭. ಅದುಗ್ಹಿಂದೆ ಅವಂ ಕಡೆದು, ಸುಕ್ಕದ ಎಡೆಯೊ ಕುಳಿದೂಂಡಿದ್ದ ಲೇವೀಂಬ ಹೆಸರುಳ್ಳ ಸುಕ್ಕದವನ ಕಂಡು, ಅವಂಗ: ಯೆನ್ನಿಂದಾಡು ಬಾ! ಎನ್ನಂ.

೨೮. ಎವಂ ಎಲ್ಲಾವ ಬುಟ್ಟು, ಯ್ಬೆದ್ದು, ಅವಂನ್ನಿಂದಾಡು ಹೋದಂ.

೨೯. ಇನ್ನು ಲೇವಿ ತನ್ನ ಮನೆಯೊ ಅವಂಗ ದೊಡ್ಡ ತೀನಿ ಮಾಡೋನೆ, ಸುಕ್ಕದವಕರೂ ಅವಕರ ಕೋಡ ಕುಳಿದೂಂಡಿದ್ದ ಬೇರೆ ಜನವೂ, ಬಲು ಪಜೆ ಇದ್ದರು.

೩೦. ಆಲೆ ಅವಕರ ಕಲುವೆಗಾರರೂ ಪರಿಸಾಯರೂ ಅವಂನ ಸಿಸಿಯರ ಕೋಡ ಜಱಿದು: ನಿಂಗ ಸುಕ್ಕದವಕರ ಕೋಡವೂ ಪಾಪಗಾರರ ಕೋಡವೂ ತಿಂದು ಕುಡಿಪದೇನಾಂದರು.

೩೧. ಯೇಸು ಉತ್ತರ ಕೊಟ್ಟು ಅವಕಗ: ಪಂಡುತಗಾರಲ ಪಾಣೆ ನಿಬ್ಬವಕಗ ಬೇಕಿಲ್ಲೆ, ಆಲೆ ಸಕ್ಕಟ್ಟಾಗಿಬ್ಬವಕಗ ಬೇಕು.

೩೨. ನೀತಿಬತ್ತರ ಅಲ್ಲ, ಆಲೆ ಪಾಪಗಾರರ ಮನ ತಿರುಕೋದುಗ ಕೊರಸ ಬನ್ನೆ, ಎನ್ನಲ.

೩೩. ಆಲೆ ಅವಕ ಅವಲಗ: ಯೋಹಾನನ ಸಿಸಿಯರೂ ಪರಿಸಾಯರ ಸಿಸಿಯರೂ ಕೂಡಾ ಅಪ್ಪರ ಹುಟ್ಟು ಉಪಾಸ ಇದ್ದು, ಹರಕೆ ಮಾಡೋನೆ, ನಿನ್ನವಕ ತಿಂದು ಕುಡಿಪದೇನ? ಎಮ್ಮನೆ,

೩೪. ಅವಲ ಅವಕಗ: ಮದುವೆಗಂಡು ಮದುವೆಯವಕರ ಒಂದಿಗೆ ಇಬ್ಬನೆಗಟ್ಟ, ನಿಂಗ ಅವಕರ ಉಪಾಸ ಬೀಪದುಗಾರವಾ?

೩೫. ಆಲೆ ಮದುವೆಗಂಡು ಅವಕರ ಸಾರೇಂದ ಎತ್ತಿಸಿಯುಂಡ್ಹೋಪ ಜಿನ ಬಂದರ; ಆಗ, ಆ ಜಿನಗ್ಹೋಗೆ ಉಪಾಸ ಇದ್ದಾರ, ಎನ್ನಲ.

೩೬. ಇನ್ನು ಅವಲ ಅವಕಗ ಒಂದು ಒಗಟು ಹ್ಡೇಗಿದಲ, ಏನಾಂದಲೇ: ಹ್ಡಯೆಯ ಬಟ್ಟೆಗ ಹೊಸ ಬಟ್ಟೆಯ ಪಟ್ಟೆ ಏಯವನೂ ಇಕ್ಕಲ; ಇಕ್ಕಿಲೆ, ಹೊಸತ ಹಱಿತು ಬುಟ್ಟನು; ಬೈಯ ಹ್ಡಯೆದುಗ ಹೊಸ ಪಟ್ಟು ಸರಿಬ್ಹೂವ.

೩೭. ಇನ್ನು ಹೊಸ ಕುಡಿಮುಂದಿರಿರಸವ ಹ್ಡಯೆಯ ಬುದುಲೆಗ ಏಯವನೂ ಅಟ್ಟಲ; ಅಟ್ಟಲೆ, ಹೊಸ ಕುಡಿಮುಂದಿರಿರಸ ಬುದುಲೆಯ ಒಡೆತು, ಚೂಚಿ ಹೋರ; ಇನ್ನು ಬುದುಲೆ ಕೆಟ್ಹೋರ.

೩೮. ಆಲೆ ಹೊಸ ಕುಡಿಮುಂದಿರಿರಸವ ಹೊಸ ಬುದುಲೆಗ ಅಟ್ಟೆ ಬೀಪದು; ಆಗ ಎರಡೂ ಬದ್ರಾಗಿ ಹಟ್ಟರ.

೩೯. ಇನ್ನು ಏಯವನಾಲೆಯೂ ಹ್ಡಯೆಯದುನ ಕುಡಿಪನೆತಾನೆ, ಹೊಸತು ಬೇಕೂಂಬದಿಲ್ಲೆ; ಯೇಕಾಂದಲೆ ಹ್ಡಯೆಯದೇ ಒಳ್ಳೆತೂಂದು ಹ್ಡೇಗಿನಲ, ಎನ್ನಲ.

೬. ಸಂಧಿ.

೧. ಇದು ಅಲ್ಲದೆ ಪಸ್ಕಾಕಾಲದ ಒಂದು ಸಬ್ಬತು ಜಿನದೊ ಆದದ್ದೇನಾಂದಲೆ: ಅವ೦ ಬ್ದೀ ಹೊಲವ ದಾಟ ಹೋಪನೆ, ಅವ೦ನ ಸಿಸಿಯರು ತೆನೆಗ್ಗೊವ ಹುಸಿತು, ಕೈಯೊ ನಿರಿಕಿ ಮುಕ್ಕಿಯುಂಡಿದ್ದರು.

೨. ಆಲೆ ಪರಿಸಾಯರ್ದ್ದೋಗೆ ಜೋಚಿಯ್ದಾ ಅವಕಗ: ಸಬ್ಬತು ಜಿನದೊ ಮಾಡ ಬಾರದದುನ ನಿಂಗ ಮಾಡೋದೇನಾಂದು ಹ್ದೇಗೋನೆ,

೩. ಯೇಸು ಅವಕಗ ಮರುತ್ತರಾಗಿ: ದಾವೀದ೦ ತಾನೂ ತನ್ನ ಕೋಡ ಇದ್ದವಕರೂ ಹಸಿಪನೆ, ಏನ ಮಾಡಿದಾಂದೂ,

೪. ಅವ೦ ದೇವರ ಮನೆಗ್ಗುಕ್ಕು, ಪೂಜಾರಿಗ್ದೊ ಮಾತ್ರ ಅಲ್ಲದೆ, ಇನ್ನಾರು ತಿನ್ನಬಾರದ, ಪರಿಸುದ್ದ ಎಡೆಯೊ ಬೀಪ ದೊಟ್ಟೆಯ ಈಸಿ ತಿಂದು, ತನ್ನ ಕೋಡ ಇದ್ದವಕಗೂ ಕೊಟ್ಟಾಂದೂ ನಿಂಗ ಓದುಲೆಯಾ? ಎನ್ನ೦.

೫. ಇನ್ನು ಅವಕರ ಕೋಡ: ಮನಿಚನ ಮಾತಿ ಸಬ್ಬತು ಜಿನಗೂ ಕರ್ತನಾಗಿದ್ದನೆ, ಎನ್ನ೦.

೬. ಇದು ಅಲ್ಲದೆ ಇನ್ನೊಂದು ಸಬ್ಬತು ಜಿನದೊ ಆದದ್ದೇನಾಂದಲೆ: ಅವ೦ ಸಬೆಮನೆಗ ಹುಕ್ಕು, ಒಳ್ಳೆಯ ಬೋದನೆ ಹ್ದೇಗೋನೆ, ಬಲಕೈ ಒಣಗಿದ ಒಬ್ಬ ಮನಿಚ೦ ಅಲ್ಲಿ ಇದ್ದ೦.

೭. ಆಲೆ ಕಲುವೆಗಾರರೂ ಪರಿಸಾಯರೂ ಅವ೦ನ್ದೋಗೆ ತಪ್ಪು ಕಂಡೊಂಬದುಗಾಗಿ, ಅವ೦ ಸಬ್ಬತು ಜಿನದೊ ಓಸೆ ಮಾಡಿನವೋ ಏನೋ ನೋಡೋ೦ ಎಂದು, ಅವ೦ನ ಕಾತ ಹೆಂಗಿದ್ದರು.

೮. ಇತ್ತೆ ಹಡೋನೆ, ಅವ೦ ಅವಕರುನುಪ ಅಱಿದು, ಕೈ ಒಣಗಿದ ಮನಿಚಗ: ಯ್ದೆದ್ದು, ನಡುನೊ ನಿಲ್ಲು! ಎಂಮನೆ, ಅವ೦ ಯ್ದೆದ್ದು ನಿದ್ದ೦.

೯. ಆಗ ಯೇಸು ಅವಕರ ಕೋಡ: ನಿಂಗ್ದುವ ಒಂದು ಮಾತು ಕ್ದೇತನೆ: ಸಬ್ಬತು ಜಿನದೊ ಏಯದು ನಾಯ? ಒಳ್ಳೇದುನ

ಮಾಡೋದೋ, ಹೊಲ್ಲದದುನ ಮಾಡೋದೋ? ಜೀವವ ಉ್ಧಯಿಸೋದೋ, ನಾಸ ಮಾಡೋದೋ? ಎಂದ್ಹೇಗಿ,

೧೦. ಸುತ್ತೂ ಅವಕರೆಲ್ಲವ ನೋಡಿ, ಆ ಮನಿಚಗ: ನಿನ್ನ ಕೈಯ ನೀಟು, ಎನ್ನಱ. ಅವಱ ಅತ್ತೆ ಮಾಡೋನೆ, ಅವಱನ ಕೈ ಇನ್ನೊಂದು ಮಾಕೆ ಓಸೆ ಆತು.

೧೧. ಆಲೆ ಅವಕ ಪೈತ್ಯ ತುಂಬಿದವಕಾಗಿ, ಯೇಸುವ ಏನ ಮಾಡೋಱ? ಎಂದು ತಂಗತಂಗಗ ನುಡಿದೂಂಡರು.

೧೨. ಇನ್ನು ಆ ಜಿನಗ್ಹೋಗೆ ಏನಾತೂಂದಲೆ: ಅವಱ ಜಪ ಮಾಡೋದುಗಾಗಿ ಕಡೆದು, ಒಂದು ಬೆಟ್ಟುಗ್ಹೋಗಿ, ಅಲ್ಲಿ ದೇವರ ಜಪದೊ ಇರ್ಹುಡ ಹ್ಹೊತ್ತ್ಹೋಕಿದಱ.

೧೩. ಬ್ಹಾಗಾದದೆಂಮನೆ, ಅವಱ ತನ್ನ ಸಿಸಿಯರ ಕೊರಚಿ, ಅವಕಾಂದ ಹಂನೆರಡ್ಹಾವ ತಿರಿದುಂಡು, ಅವಕಗ ಅಪೋಸ್ತಲರೂಂದು ಹೆಸರಿಕ್ಕಿದಱ.

೧೪. ಅವಕದಾರಾಂದಲೆ: ಅವಱ ಪೇತ್ರಾಂದು ಹೆಸರಿಕ್ಕಿದ ಸೀಮೋನಱ, ಎವಱನ ತಂಮಱ ಅಂದ್ರೆಯಱ, ಯಾಕೋಬಱ, ಯೋಹಾನಱ, ಪಿಲಿಪ್ಪಱ, ಬರ್ತೊಲೊಮಾಯಱ,

೧೫. ಮತ್ತಾಯಱ, ತೋಮಱ, ಅಲ್ಪಾಯನ ಮಾತಿ ಯಾಕೋಬಱ, ಜಲೋತಱ ಎಂಬ ಸೀಮೋನಱ,

೧೬. ಯಾಕೋಬನ ಯೂದಱ, ಇನ್ನು ದ್ರೋಗಿಯಾದ ಇಸ್ಕರಿಯೋತಱ ಎಂಬ ಯೂದಱ.

೧೭. ಅದುಗ್ಹಿಂದೆ ಅವಕರ ಕೋಡ ಈ್ಟಗಿ ಬಂದು, ಹಾಡದೊ ನಿದ್ಹೂಣಱ; ಆಗ ಅವಱನ ಸಿಸಿಯರ ಪಜೆಯೂ, ಅವಱನ ಕ್ಟೇಪದುಗೂ ತಂಗ ನೋಂದ ಓಸೆ ಆಪದುಗೂ ಯೆಹೂದ್ಯಎಲ್ಲಾಂದವೂ ಯೆರೂಸಲೇಮೂಂದವೂ ತೂರ್ ಸೀದೋನ್ ಸವುಂದರ ಕತ್ತೂಂದವೂ ಬಂದ ಅಪ್ಪರ ಜನ ಪಜೆಯೂ ಇದ್ದರು.

೧೮. ಅಸುದ್ಧ ಆತ್ಮಗ್ಹೋಂದ ಪಾಡು ಪಡುವವಕರೂ ಬಂದು ಓಸೆ ಆದರು.

೧೯. ಇದು ಅಲ್ಲದೆ ಪಜೆ ಎಲ್ಲಾ ಅವ಼ನ ಮುಟ್ಟೋದುಗ ನೋಡಿದರು; ಯೇಕಾಂದಲೆ ಅವ಼ನೆಂದ ಸತು ಕಡೆದು, ಎಲ್ಲಾವ ಓಸೆ ಮಾಡಿತು.

೨೦. ಹಿಂದೆ ಅವ಼ ತನ್ನ ಕಣ್ಣ ತನ್ನ ಸಿಸಿಯರ ಬಕ್ಕೆತ್ತಿ, ಹ್ದೇಗಿದದೇನಾಂದಲೆ: ಬಡವರಾಗಿಬ್ಬ ನಿಂಗ ಬಾಗೆಯಬತ್ತರು! ಯೇಕಾಂದಲೆ ದೇವರ ರಾಜಿಯ ನಿಂಗದುತಾ಼.

೨೧. ಈಗ ಹಸಿಪ ನಿಂಗ ಬಾಗೆಯಬತ್ತರು! ಯೇಕಾಂದಲೆ ಮನಹಾರ ಆದಾರಿ. ಈಗ ಟ್ಬೆವ ನಿಂಗ ಬಾಗೆಯಬತ್ತರು; ಯೇಕಾಂದಲೆ ನಗೆದಾರಿ.

೨೨. ಮನಿಚನ ಮಾತಿಗಾಗಿ ಮನಿಚರು ನಿಂಗ್ಡುವ ಹಗೆ ಮಾಡಿ, ನಿಂಗ್ಡುವ ತೆರಸಿ, ಏಡಿಸಿ, ನಿಂಗ್ಡೆಸರ ಹೊಲ್ಲಾಂದು ತಳ್ಳಿ ಹಾಕೋನೆ, ನಿಂಗ ಬಾಗೆಯಬತ್ತರಾಗಿದ್ದಾರಿ!

೨೩. ಆ ಜೆನದೊ ಚಚ್ಚೋಚ ಆಗಿ, ಕುಣಿದಾಡಿವಿ! ಯೇಕಾಂದಲೆ ಎದಗೇ, ನಿಂಗ ಸಂಬ್ಳುವ ಮೇಲ್ಲೋಕದೊ ಅಪ್ಪಟಿಯಾಗಿ ಹಡದೆ; ಅವಕರ ತಾತಪೂತರು ಪ್ರವಾದಿಗ್ಳೋಗ ಅತ್ತೆತಾ಼ ಮಾಡಿದರು.

೨೪. ಆಲೆ ಆಸ್ತಿಗಾರರಾಗಿಬ್ಬ ನಿಂಗಗ ಅಯ್ಯೋ! ಯೇಕಾಂದಲೆ ನಿಂಗಗ ತಮರಿಕೆ ಸಿಕ್ಕಿ ಆತು.

೨೫. ಈಗ ತುಂಬಿದವಕಾಗಿಬ್ಬ ನಿಂಗಗ ಅಯ್ಯೋ! ಯೇಕಾಂದಲೆ ಹಸಿತಾರಿ. ಈಗ ನಗೆವವಕರೇ, ನಿಂಗಗ ಅಯ್ಯೋ! ಯೇಕಾಂದಲೆ ದುಕ್ಕ ತಟ್ಟ ಅೞ್ದಿತ್ತಾರಿ.

೨೬. ಮನಿಚರೆಲ್ಲಾವು ನಿಂಗ್ಡುವ ಕುರಿತು ಒಳ್ಳಿತೂಂದು ಹ್ದೇಗೋನೆ, ನಿಂಗಗ ಅಯ್ಯೋ! ಯೇಕಾಂದಲೆ ಅವಕರ ತಾತಪೂತರು ತೊಂಡು ಪ್ರವಾದಿಗ್ಳೋಗ ಅತ್ತೆತಾ಼ ಮಾಡಿದರು.

೨೭. ಆಲೆ ಕ್ಟೇಪ ನಿಂಗಗ ನಾ಼ ಹ್ದೇಗುವದೇನಾಂದಲೆ: ನಿಂಗ ಬೈರಗಾರರ ಪಿರಿಯ ಮಾಡಿವಿ! ನಿಂಗ ಹಗೆಗಾರರುಗ ಒಳ್ಳಿತು ಮಾಡಿವಿ!

೨೮. ನಿಂಗಗ ಸಾಪ ಹಾಕುವವಕರ ಹರಸಿವಿ! ನಿಂಗ್ಗುವ ದೂಜಿವಕಗಾಗಿ ಜಪ ಮಾಡಿವಿ.

೨೯. ಕೆನ್ನಿ ಮೇಲೆ ನಿನ್ನ ಹುಯಿವವಂಗ ಇಂಸೊಂದುನವೂ ನೀ ತಿರುಕು; ನಿನ್ನ ಕುಪ್ಪಚವ ಕ್ಟಿತ್ತೂಂಬವಂಗ ಒಡೆಮುಂಡವೂ ಒರಪ ಬೇಡ.

೩೦. ಇದು ಅಲ್ಲದೆ ನಿನ್ನ ಕೆಂಜಿಯೂಂಬ ಒನ್ನೊಂದು ಮನಿಚಗ ಕೊಡು; ಇನ್ನು ನಿನ್ನವೆಯ ಕ್ಟಿತ್ತೂಂಬವಾಂದ ಮರಿಚಿ ಕ್ಟೇಯ ಬೇಡ;

೩೧. ಇನ್ನು ಮನಿಚರು ನಿಂಗಗ ಎತ್ತತೆ ಮಾಡೋದೂಂದು ನಿಂಗ ಆಸೆ ಆಗಿದ್ದಾರಿಯೋ, ಆತ್ತೆತಾಂ ನಿಂಗೂ ಅವಕಗ ಮಾಡಿವಿ.

೩೨. ನಿಂಗ್ಗುವ ಪಿರಿಯ ಮಾಡುವವಕರ ನಿಂಗ ಪಿರಿಯ ಮಾಡಿಲೆ, ನಿಂಗ ಗವ ಎತ್ತವದು? ಯೇಕಾಂದಲೆ ಕರುಮಗಾರರೂ ತಂಗ್ಗುವ ಪಿರಿಯ ಮಾಡುವವಕರ ಪಿರಿಯ ಮಾಡಿಯಾರ.

೩೩. ನಿಂಗಗ ಒಳ್ಳೇದುನ ಮಾಡುವವಕಗ ನಿಂಗ ಒಳ್ಳೇದುನ ಮಾಡಿಲೆ, ನಿಂಗ ಗವ ಎತ್ತವದು? ಕರುಮಗಾರರೂ ಅತ್ತೆತಾಂ ಮಾಡಿಯಾರ.

೩೪. ಅವಕರೆಂದ ಮರಿಚಿ ಈಸಿನೆಯೋಂದು ನಿಂಗ ನಂಬಿ, ಅತ್ತವಕಗ ಸಾಲ ಕೊಟ್ಟಲೆ, ನಿಂಗ ಗವ ಎತ್ತವದು? ಕರುಮಗಾರರೂ ಸಮಾಗಿ ಮರಿಚಿ ಈಸುವ ಹೆಂಗೆ ಕರುಮಗಾರರುಗ ಸಾಲ ಕೊಟ್ಟಾರ.

೩೫. ಆಲೆ ನಿಂಗ ನಿಂಗ ಬೈರಗಾರರ ಪಿರಿಯ ಮಾಡಿವಿ; ಒಳ್ಳೇದುನ ಮಾಡಿವಿ; ಮರಿಚಿ ಸಿಕ್ಕಿರಾಂದು ನೆನೆಯದೆ ಸಾಲ ಕೊಡಿವಿ; ಆಗ ನಿಂಗ ಸಂಬ್ಬುವ ಅಪ್ಪರ ಆರ; ಎಲ್ಲಾಗೂ ಮೇಲಿಬ್ಬವನ ಮಕ್ಕಾಗಿದ್ದಾರಿ; ಯೇಕಾಂದಲೆ ಅವಂ ತನ್ನ ದಾಯ ನೆನೆಯದವಕಗೂ ಕೆಟ್ಟವಕಗೂ ಉಪಕಾರಿಯಾಗಿದ್ದನೆ.

೩೬. ಇತ್ತೆ ಆದೆಗ, ನಿಂಗಪ್ಪಂ ಅಯ್ಯೋಂಬ ಮನಸ್ಸುಳ್ಳವಂ ಆಗಿಬ್ಬ ಹೆಂಗೆ, ನಿಂಗೂ ಅಯ್ಯೋಂಬ ಮನಸ್ಸುಳ್ಳವಕಾಗಿವೋ!

೩೭. ಇದು ಅಲ್ಲದೆ, ಅಲ್ಲದ ತೀರ್ಪು ಮಾಡದಿರಿವಿ! ಆಗ ನಿಂಗಗೂ ಅಲ್ಲದ ತೀರ್ಪಾಗ, ಆಗುನೆ ತೀರ್ಪು ಮಾಡದಿರಿವಿ! ಆಗ ನಿಂಗಗೂ ಆಗುನೆ ತೀರ್ಪಾಗ. ಬುಡುಗಡೆ ಮಾಡಿವಿ! ಆಗ ನಿಂಗಗೂ ಬುಡುಗಡೆ ಆರ.

೩೮. ಕೊಡಿವಿ! ಆಗ ನಿಂಗಗೂ ಕಿಟ್ಟರ. ಅಮಿಕಿದ, ಕುಲಿಕಿದ, ಸೂಸುವ ಒಳ್ಳೇ ಅಟ್ಟತೆಯ ನಿಂಗ ಮಡಿಲುಗ ಅಟ್ಟದಾರ; ಯೇಕಾಂದಲೆ ನಿಂಗ ಮಾಡುವ ಅಟ್ಟತೇಂದತಾಽ ನಿಂಗಗ ಮರಿಚಿ ಅಟ್ಟದಾರ.

೩೯. ಇನ್ನು ಅವಕಗ ಒಗಟು ಹ್ಟೇಗಿದಽ, ಏನಾಂದಲೆ: ಕುರುಡಽ ಕುರುಡನ ನಡೆಸೋದುಗ ಆರವಾ? ಎರಡ್ಡಾವೂ ಗ್ಟುಯಿಗ ಬ್ಟುದ್ದಾರ, ಅಲ್ಲದಾ?

೪೦. ಸಿಸಿಯಽ ತನ್ನ ಗುರೂಂದವೂ ಹೆಚ್ಚಲ್ಲ; ಆಲೆ ತೇರಿದ ಒಬ್ಬೊಬ್ಬ ಮನಿಚಽ ತನ್ನ ಗುರುಮಾಕೆ ಇದ್ದನ.

೪೧. ಇದು ಅಲ್ಲದೆ ನೀ ನಿನ್ನ ಅಣ್ಣ ತಮ್ಮನ ಕಣ್ಣುನೊ ಹಡುವ ಬಸಿಯ ಕಂಡು, ನಿನ್ನ ಸೊತ್ತ ಕಣ್ಣುನೊ ಹಡುವ ತ್ಟೋವ ಕವನಿಸದಿಬ್ಬದೇನ?

೪೨. ಇಲ್ಲದ್ಟೋಲೆ ನಿನ್ನ ಕಣ್ಣುನೊ ಹಡುವ ತ್ಟೋವ ನೀತಾಽ ನೋಡದೆ, ನಿನ್ನ ಅಣ್ಣತಮ್ಮಗ: ಅಣ್ಣತಮ್ಮಾ, ನಾಽ ನಿನ್ನ ಕಣ್ಣುನೊ ಹಡುವ ಬಸಿಯ ಎತ್ತ ಬುಡು, ಎಂದು ಎತ್ತತೆ ಹ್ಟೇಗಾಕು? ಕವಡುಗಾರಾ! ಮುಂದಾಡು ನಿನ್ನ ಕಣ್ಣೂಂದ ತ್ಟೋವ ಎತ್ತು; ಅದುಗ್ಟಿಂದೆ ನಿನ್ನ ಅಣ್ಣತಮ್ಮನ ಕಣ್ಣುನೊ ಹಡುವ ಬಸಿಯ ಎತ್ತೋದುಗ ಕಣ್ಣಾರ ಕಂಡರೆ.

೪೩. ಯೇಕಾಂದಲೆ ಹೊಲ್ಲದ ಪಲ ಹಿಡಿಪ ಮೊರ ಒಳ್ಳೇ ಮೊರ ಅಲ್ಲ; ಒಳ್ಳೆಯ ಪಲ ಹಿಡಿಪ ಮೊರ ಹೊಲ್ಲದ ಮೊರ ಅಲ್ಲ.

೪೪. ಯೇಕಾಂದಲೆ ವೊಂನೊಂದು ಮೊರವ ಸೊತ್ತ ಪಲಾಂ

ದ ಅಬೀಯಾಕು; ಎತ್ತತೇಂದಲೆ ಮುಳ್ಳೂಂದ ಸೀಮೆಅತ್ತಿ ಹಣ್ಣ ಕೂಟುವದಿಲ್ಲೆ; ಮುಳ್ಳೀಂದ ಕುಡಿಮುಂದಿರಿ ಹಣ್ಣ ಕುಯಿವದಿಲ್ಲೆ.

೪೫. ಒಳ್ಳೇ ಮನಿಚಂ ತನ್ನ ಮನಸ್ಸುನ ಒಳ್ಳೇ ಬೊಕ್ಕಿಸಾಂದ ಒಳ್ಳೆಯದುನ ಹೊರಾಚು ಕಡೆಸಿನ; ಕೆಟ್ಟ ಮನಿಚಂ ತನ್ನ ಮನಸ್ಸುನ ಕೆಟ್ಟ ಬೊಕ್ಕಿಸಾಂದ ಕೆಟ್ಟದುನ ಹೊರಾಚು ಕಡೆಸಿನ; ಯೇಕಾಂದಲೆ ಮನಸ್ಸುನ ಮನಹಾರಾಂದ ಅವಂನ ಬೇ ಮಾತಾಡಿರ.

೪೬. ಇದು ಅಲ್ಲದೆ ನಿಂಗ: ಕರ್ತಾ! ಕರ್ತಾ! ಎಂದು ಯೆನ್ನ ಕೊರಚಿ, ನಾಂ ಹ್ಟೇಗುವದುನ ಮಾಡದಿಬ್ಬದೇನ?

೪೭. ಯೆನ್ನ ಸಾರೆ ಬಂದು, ಯೆನ್ನ ಮಾತ ಕ್ಟೇತು, ಅವೆಯ ಮಾಡುವ ಒಬ್ಬೊಬ್ಬ ಮನಿಚಂ ಏಯುವನ ಮಾಕೆಂದು, ನಿಂಗಗ ತೋೞಬೀನೆ.

೪೮. ಅವಂ ಅಗ್ಟಿದು, ಆಳ ಮಾಡಿ, ಅಬೀ ಒದಗ ಅಸ್ತಿವಾರ ಹಾಕಿ, ಮನೆ ಕಟ್ಟಿದ ಮನಿಚನ ಮಾಕೆ ಇದ್ದನೆ; ಜಲ ಹುಟ್ಟಿ ಹ್ಟೊಯೆ ಆ ಮನೆಯ ಹುಯಿವನೆ, ಅದುನ ಒಳ್ಳ್ಟಿಂಗೆ ಕಟ್ಟಿದದುನೆಂದ, ಅದುನ ಅಲುಕಾಬಿದ್ಟೋತು.

೪೯. ಆಲೆ ಕ್ಟೇತು, ಮಾಡದವಂ ಅಸ್ತಿವಾರ ಇಲ್ಲದೆ ಬೂಮಿ ಒದಗ ಒಂದು ಮನೆ ಕಟ್ಟಿದ ಮನಿಚನ ಮಾಕೆ ಇದ್ದನೆ; ಹ್ಟೊಯೆ ಹುಯಿವನೆತಾನೆ, ಅದು ಬ್ಟುದ್ದು ಬುಟ್ಟ; ಆ ಮನೆಯ ಇಡಿಯಾಟ ದೊಡ್ಡದಾತು, ಎನ್ನಂ.

೭. ಸಂಧಿ.

೧. ಜನ ಕ್ಟೇಪ ಹೆಂಗೆ ತನ್ನ ಮಾತೆಲ್ಲವ ತೀರಿಸಿದ ಮೇಲೆ, ಅವಂ ಕಪೆರ್ನೌಮುಗ ಹುಕ್ಕಂ.

೨. ಅಲ್ಲಿ ಸೂರ್ಡಾಗ ಗೊತ್ತುಗಾರ ಒಬ್ಬಗ ಪಿರಿಯ ಆಗಿಬ್ಬ ಜೇವಿತಿಗಾರಂ ನೋೀ ಆಗಿದ್ದು, ಸಾವ ಹೆಂಗಿದ್ದಂ.

೩. ಎವಂ ಯೇಸುನ ಸುದ್ದಿಯ ಕ್ಟೇತು, ಅವಂ ಬಂದು, ತನ್ನ ಜೇವಿತಿಗಾರನ ಒಸೆ ಮಾಡೋದೂಂದು, ಅವಂನ ಕೆಂಜಿಯುಂ ಬದುಗ ಯೆಹೂದ್ಯರ ಮೊಕ್ಯಸ್ತರ ಅವಂನ ಸಾರೆ ಕ್ಟೇಗಿದಂ.

೪. ಅವಕ ಯೇಸು ಸಾರೆ ಬಂದು: ನೀ ಅವ಼ಗ ಇದುನ ಮಾಡುವ ತೆಂಗೆ ಅವ಼ ಯೋಗಿಯ಼ತಾ಼;

೫. ಯೇಕಾಂದಲೆ ನಂಗ ಜನವ ಪಿರಿಯ ಮಾಡಿನ; ಇನ್ನು ಅವ಼ತಾ಼ ನಂಗಗ ಸಬೆಮನೆಯ ಕಟ್ಟಿಸಿದ್ದನೆ, ಎಂದು ಅವ಼ನ ಅಪ್ಪಱಿ ಕೆಂಜಿಯುಂಡರು.

೬. ಆಗ ಯೇಸು ಅವಕರ ಕೋಡ ಹೋದ಼. ಅವ಼ ಮನೆಗ ಇನ್ನು ದೂರ ಇಲ್ಲದಿಬ್ಬನೆ, ನೂರ್ಬಾಗ ಗೊತ್ತುಗಾರ಼ ಸಂಗಾತಿಗಾರರ ಅವ಼ನ ಸಾರೆ ಕ್ಟೇಗಿ, ಅವ಼ಗ ಹ್ಟೇಗಿದದೇನಾಂದಲೆ: ಕರ್ತಾ, ಕಚಟ ಪಡ ಬೇಡ; ಯೇಕಾಂದಲೆ ನೀ ಯೆನ್ನ ಮನೆಗ್ಗೊಟೇಗೆ ಹುಗುವದುಗ ನಾ಼ ಯೋಗಿಯನಲ್ಲ.

೭. ಆದದುನೆಂದ ನಿನ್ನ ಸಾರೆ ಬಪ್ಪದುಗೂ ನಾ಼ ಯೋಗಿಯನಲ್ಲಾಂದು ಉನಿಸೂಣೆ; ಆಲೆ ಒಂದು ಮಾತೂಂದ ಉತ್ತರ ಮಾಡು, ಆಗ ಯೆನ್ನ ಮನೆಯಮಾತಿ ಓಸೆ ಆನ಼.

೮. ಯೇಕಾಂದಲೆ ನಾನೂ ಅದಿಕಾರಗ ಒಟ್ಟಗಾದ ಮನಿಚ಼; ಯೆನ್ನ ಕೈ ಕ್ಟೇಯೆ ದಂಡುಗಾರರು ಇದ್ದಾಱಿ಼; ಎವ಼ನ ಹೋಗೂಂದಲೆ, ಹೋನ಼; ಇನ್ನೊಬ್ಬನ ಬಾಂದಲೆ, ಬನ್ನನ಼; ಇನ್ನು ಯೆನ್ನ ಜೇವಿತಿಗಾರನ ಇದುನ ಮಾಡೂಂದಲೆ, ಮಾಡಿನ಼, ಎನ್ನ಼.

೯. ಆಲೆ ಯೇಸು ಎವೆಯ ಕ್ಟೇತು, ಅವ಼ಗಾಗಿ ಆದಿಸೆಯಪಟ್ಟು, ತಿರಿಗಿಯುಂಡು, ತನ್ನಿಂದಾಡು ಬಪ್ಪ ಪಜೆಗ; ಇಸ್ರಯೇಲುನ್ಟೋಗೆಯೂ ಈಸಗ ದೊಡ್ಡೆ ನಮ್ಮಣಿಗೆ ನಾ಼ ಕ್ಟಾಂಬಿಲ್ಲೇಂದು, ನಿಂಗಗ ಹ್ಟೇಗಿನೆ, ಎನ್ನ಼.

೧೦. ಕ್ಟೇಗಿದವಕ ಮನೆಗ ತಿರಿಗಿ ಬಪ್ಪನೆ, ಆ ಜೇವಿತಿಗಾರ಼ ಚ್ಟೇಯಾಗಿಬ್ಬದುನ ಕಂಡರು.

೧೧. ಮರುಜಿನ ಆದದೇನಾಂದಲೆ: ಅವ಼ ನಾಯಿನೆಂಬ ಊರುಗ ಹೋದ಼. ಆಗ ಅವ಼ನ ಸಿಸಿಯರ್ಟೋಗೆ ಅಪ್ಪಱಿಬ್ಬಾವೂ ಬಲು ಪಜೆಯೂ ಅವ಼ನ ಕೋಡ ಹೋದರು.

೧೨. ಆಲೆ ಅವಲ ಊರ್ಥುನ ಹೆಬ್ಬಾಗಿಲು ಸಾರೆ ಬಪ್ಪನೆ, ಎದಗೇ, ತನ್ನ ತಾಯೆಗ ಒಂದೇ ಮಾತಿ ಆಗಿದ್ದ ಸತ್ತವಲ ಒಬ್ಬನ ಹೊರಾಚು ಎತ್ತಿಯುಂಡು ಬಂದರು. ಅವ್ವ ಮುಂಡೆಗಿಡಿ ಆಗಿದ್ದ; ಇನ್ನು ಊರುನವಕ ಬಲು ಪಜೆ ಅವ್ವುವ ಕೋಡ ಇದ್ದರು.

೧೩. ಕರ್ತಲ ಅವ್ವುವ ನೋಡಿ, ಅವ್ವಗಾಗಿ ಮನನೊಂದು, ಅವ್ವಗ: ಬ್ಬಾವ ಬೇಡ, ಎನ್ನಲ.

೧೪. ಇನ್ನುಸಾರೆ ಬಂದು, ಕಟ್ಟಿಲ ಮುಟ್ಟೋನೆ, ಹೊಱುವವಕ ನಿದ್ದರು. ಆಗ: ಜವ್ವಾನೀ, ಯೆದ್ದೂಂದು ನಿನಗ ಹ್ಡೇಗಿನೆ, ಎನ್ನಲ.

೧೫. ಆಗ ಸತ್ತವಲ ಯೆದ್ದು, ಕುಳಿದೂಂಡು, ನುಡಿವದುಗ ಎಸಕೋನೆ, ಅವಲನ ಅವಲನ ತಾಯೆಗ ಕೊಟ್ಟಲ.

೧೬. ಆಲೆ ಎಲ್ಲಾಗ ಅಂಜಿಕೆ ಹಿಡಿತ. ಅವಕ: ದೊಡ್ಡ ಪ್ರವಾದಿ ಸಂಗ್ಡೋಗೆ ಯೆದ್ದಿದ್ದನೇಂದೂ ದೇವರು ತನ್ನ ಪಜೆಯ ನೋಡ ಬಂದಿದ್ದನೇಂದೂ ದೇವರ ಕೊಂಡಾಡಿದರು.

೧೭. ಇನ್ನು ಈ ಮಾತು ಅವಲನ ಕುರಿತು ಯೆಹೂದಿಯ ಮುಚ್ಚೂಡೂ ನಾಕಾಸು ಹಡುವ ಸೀಮೆ ಗಡ್ಡೆಲ್ಲಾವೂ ಹಬ್ಬಿತು.

೧೮. ಇದು ಅಲ್ಲದೆ ಯೋಹಾನಗ ಅವಲನ ಸಿಸಿಯರು ಈ ಸುದ್ದಿ ಎಲ್ಲಾವ ಅಱಿಸಿದರು.

೧೯. ಆಗ ಯೋಹಾನಲ ತನ್ನ ಸಿಸಿಯರ್ಡೋಗೆ ಯೆರಡ್ಡಾವ ಸಾರೆ ಕೊರಚಿ: ಬಪ್ಪವಲ ನೀತಾನೋ? ಇನ್ನೊಬ್ಬನ ಕಾತೂಂಡಿಬ್ಬದೋ? ಎಂದ್ಹೇಗಿ, ಕರ್ತನ ಸಾರೆ ಕ್ಡೇಗಿದಲ.

೨೦. ಆ ಮನಿಚರು ಅವಲನ ಸಾರೆ ಬಂದು: ಬಪ್ಪವಲ ನೀನೋ? ಇನ್ನೊಬ್ಬನ ಕಾಪದೋ? ಎಂದು ಹ್ಡೇಗಿ, ಸ್ನಾನ ಕೊಡುವ ಯೋಹಾನಲ ಯೆಂಗ್ಡುವ ನಿನ್ನ ಸಾರೆ ಕ್ಡೇಗಿದ್ದನೆ, ಎಂದರು.

೨೧. ಅದೇ ಗ್ಡಯಿಗೆಯೊ ಅವಲ ನೋವೂ ಸಕ್ಕಟವೂ ಬೂತವೂ ಉಟ್ಟಾಗಿಬ್ಬ ಅಪ್ಪಱಿ ಜನವ ಒಸೆ ಮಾಡಿ, ಅಪ್ಪಱಿ ಕುರುಡರುಗ ನೋಟವ ದಾಯ ಮಾಡಿಯುಂಡಿದ್ದಲ.

೨೨. ಇತ್ತೆ ಹಡೋೀನೆ ಯೇಸ್ತು ಉತ್ತರ ಕೊಟ್ಟು, ಅವಕಗ: ಹೋೀಗಿ, ನಿಂಗ ನೋೀಡಿದವೆಯವೂ ಕ್ಷೇತವೆಯವೂ ಯೋೀಹಾನಗ ಅಱಿಸಿವಿ; ಏನಾಂದಲೆ: ಕುರುಡರು ನೋೀಡಿಯಾರ; ಕುಟ್ಟರು ನಡೆದಾರ; ಕುಟ್ಟಿನೋೀವುನವಕ ಓಸೆ ಆದಾರ; ಕಿವುಡರು ಕ್ಷೇತಾರ; ಸತ್ತವಕ ಯೆದ್ದಾರ; ಬಡವರುಗ ಒಳ್ಳೇ ಸುದ್ದಿ ಸಾಱಿರ;

೨೩. ಇನ್ನು ಯೆನ್ನ ಕುರಿತು ತನಗ ಅಡ್ಡಿ ಮಾಡಿಯುಳ್ಳದವಂ ಏಯುವನೋೀ, ಅವಂತಾಂ ಬಾಗೆಯಬತ್ತಂ ಎಂದು ಹ್ಡೇಗಿದಂ.

೨೪. ಆಲೆ ಯೋೀಹಾನನ ಜೋೀಲಿಗಾರರು ಹೋೀದದೆಮ್ಮನೆ, ಅವಂ ಯೋೀಹಾನ ಬಕ್ಕ ಪಜೆಯ ಕೋೀಡ ನುಡಿವದುಗ ಎಸಕಿದ್ದೇನಾಂದಲೆ: ಏನ ನೋೀಟವ ನೋೀಡೋೀದುಗ ಕಾಡುಗ ಕಡೆದೀ? ಗ್ಹಾಯಿಯೆಂದ ಅಲುಗುವ ದಟ್ಟವಾ?

೨೫. ಬೈಯ ಏನ ನೋೀಟವ ನೋೀಡೋೀದುಗ ಕಡೆದೀ? ನುಣ್ಣನ ಬಟ್ಟೆಯ ಹೊತ್ತ ಮನಿಚನವಾ? ಎದಗೇ, ಒಳ್ಳೇ ಉಡುಪು ಇಕ್ಕಿಯುಂಡು, ಬೋೀಗದೊ ಬದುಕುವವಕ ಅರಮನೆಯೊ ಇದ್ದಾಱೆ.

೨೬. ಬೈಯ ಏನ ನೋೀಟವ ನೋೀಡೋೀದುಗ ಕಡೆದೀ? ಪ್ರವಾದಿಯವಾ? ಹಾಂ, ಪ್ರವಾದೀಂದವೂ ಹೆಚ್ಚಾದವಂನಾಂದು ನಿಂಗಗ ಹ್ಡೇಗಿನೆ.

೨೭. ಎದಗೇ, ನಾಂ ಯೆನ್ನ ಜೋೀಲಿಗಾರನ ನಿನ್ನ ಮೊಗ ಮುಂದಾಡು ಕ್ಷೇಗಿನೆ; ಅವಂ ನಿನ್ನ ದಾರಿಯ ನಿನ್ನ ಮುಂದಾಡು ತಯಾರ ಮಾಡಿನಂ, ಎಂದು ಏಯುವಂನ ಕುರಿತು ಬರೆದ್ದಡದೆಯೋೀ, ಅವಂತಾಂ ಎವಂ.

೨೮. ಯೇಕಾಂದಲೆ ಹೆಮ್ಮಕ್ಕರೂಂದ ಹುಟ್ಟಿದವಕರ್ಹ್ಡೋೀಗೆ ಸ್ನಾನ ಕೊಡುವ ಯೋೀಹಾನನೆಂದವೂ ದೊಡ್ಡ ಪ್ರವಾದಿ ಒಬ್ಬನೂ ಇಲ್ಲೆ; ಆಲೆ ದೇವರ ರಾಜ್ಯದೊ ಕುನ್ನವಂ ಅವಂನೆಂದ ದೊಡ್ಡವಂ, ಎಂದು ನಿಂಗಗ ಹ್ಡೇಗಿನೆ ಎನ್ನಂ.

೨೯. ಜನ ಎಲ್ಲಾವೂ, ಸುಕ್ಕದವಕರೂ, ಕ್ಷೇತು, ಯೋೀಹಾ

ನನ ಸ್ನಾನವ ಈಸಿಯುಂಡು, ದೇವರು ನೀತಿಬತ್ತ॰ ಎಂದು ಒಪ್ಪಿಯುಂಡರು.

೩೦. ಆಲೆ ಪರಿಸಾಯರೂ ನಾಯಗಾರರೂ ಅವ॰ನೆಂದ ಸ್ನಾನ ಈಸಿಯುಳ್ಳದೆ, ತಂಗ ಬಕ್ಕ ಹಡುವ ದೇವರ ಉನುಪ ಹಾರಿಸಿ ಬುಟ್ಟರು.

೩೧. ಈ ಕ್ರೊಲದ ಜನವ ನಾ॰ ಏಯದುಗ ಸಮಾನ ಮಾಡುವೆ॰? ಅವಕ ಏಯದುಗ ಸಮಾನಾಗಿದ್ದಾಲಿ?

೩೨. ಅವಕ ಅಂಗಡಿ ಬೀದೆಯೊ ಕುಳಿದೂಂಡು, ಒಬ್ಬಗೊಬ್ಬಗ ಕೊರಚಿ, ನಿಂಗಗ ಪಿಳ್ಳಂಗೋಲು ಹಿಡಿತೆಯೊ॰, ನಿಂಗ ಕುಣಿತಾಡುಲೆ; ನಿಂಗಗ ಗ್ಬೋ ಆಡಿದೆಯೊ॰, ನಿಂಗ ಬ್ಬಾವುಲೇಂದು ಹ್ಬೇಗುವ ಕುನ್ನವೆಗ ಸಮಾನಾಗಿದ್ದಾಲಿ.

೩೩. ಎತ್ತ್ರತೇಂದಲೆ ಸ್ನಾನ ಕೊಡುವ ಯೋಹಾನ॰ ಬಂದು, ದೊಟ್ಟಿ ತಿಂಬಿಲೆ, ಕುಡಿಮುಂದಿರಿರಸವ ಕುಡಿಪಿಲೆ; ಆದದುನೆಂದ ಅವ॰ನ ಬೂತ ಹಿಡಿತ್ತಡದೆ, ಎಂದಾಲಿ.

೩೪. ಮನಿಚನ ಮಾತಿ ಬಂದು, ತಿನ್ನನ॰, ಕುಡಿತನ॰, ಆದದುನೆಂದ ನಿಂಗ: ಎದಗೇ, ಹೊಟ್ಟೆಹೊರಿಕೀ, ಸಾರೆಯಕುಡಿಕೀ, ಸುಕ್ಕದವಕಗೂ ಕರುಮಗಾರರುಗೂ ಸಂಗಾತಿಗಾರ॰ ಆಗಿಬ್ಬ ಮನಿಚ॰, ಎಂದಾಲಿ.

೩೫. ಆಲೆ ಗೇನಗ ತನ್ನ ಮಕ್ಕ ಎಲ್ಲಾಂದ ನೀತಿತೀರುವು ಆರ, ಎನ್ನ॰.

೩೬. ಆಲೆ ಪರಿಸಾಯರ್ಬ್ಬೋಗೆ ಒಬ್ಬ॰, ತನ್ನ ಕೋಡ ತಿಂಬದೂಂದು, ಅವ॰ನ ಕ್ಬೇತುಮ್ಮನೆ, ಅವ॰ ಪರಿಸಾಯನ ಮನೆಗ ಹುಕ್ಕು, ತೀನಿಗ ಕುಳಿದೂಂಣ॰.

೩೭. ಆಗ ಎದಗೇ, ಊರುನೊ ಇದ್ದ ಕರುಮಗಾತಿ ಆದ ಒಂದು ಹೆಮ್ಮಾತಿ, ಅವ॰ ಪರಿಸಾಯನ ಮನೆಯೊ ತೀನಿಗ ಕುಳಿದಿದ್ದನೇಂದು ಅಲಿದು, ಗಮಲುನ ತೈಲ ಹಡುವ ಬಿಂಜೆಚಗಲ್ಲುನ ಬರಣಿಯ ಎತ್ತಿಯುಂಡು,

೩೮. ಅವುನ ಕಾಲು ಸಾರೆ ಹಿಂದಾಡು ನಿದ್ದು, ಅ್ಬತ್ತೊಂಡು, ತನ್ನ ಕಣ್ಣನೀರುನೊ ಅವುನ ಕಾಲ ನನೆಪದುಗ ತೊಡಂಗಿ, ತನ್ನ ಮಂಡೆಯ ಒರಮೂಂದ ಅವೆಯ ತೊಡೆದು, ಅವುನ ಕಾಲುಗ ಮುತ್ತಿಕ್ಕಿ, ಗಮಲುನ ತೈಲ ಹೂಸಿದ್ಧ.

೩೯. ಆಲೆ ಅವುನ ಕೊರಚಿದ ಪರಿಸಾಯು ಅದುನ ನೋಡಿ, ತಂನ್ಡೋಗೆ: ಏವು ಪ್ರವಾದಿಯಾಲೆ, ತನ್ನ ಮುಟ್ಟುವ ಹೆಮ್ಮಾತಿ ದಾರಾಂದೂ ಎತ್ತ್ರವ್ಡಾಂದೂ ಅಬಿದೂಂಡಿದ್ದನು; ಯೇಕಾಂದಲೆ ಅವ್ಧ ಕರುಮಗಾತಿ, ಎನ್ನು.

೪೦. ಆಗ ಯೇಸು ಮರುತ್ತರಾಗಿ ಅವುಗ: ಸೀಮೋನಾ! ನಿನಗ ಹ್ದೇಗೋದುಗ ಒಂದು ಮಾತು ಹಡದೆ ಎಮ್ಮನೆ, ಅವು: ಗುರುವೇ! ಹ್ದೇಗು, ಎನ್ನು.

೪೧. ಸಾಲ ಕೊಟ್ಟ ಒಬ್ಬಗ ಯೆರಡು ಸಾಲಗಾರರಿದ್ದರು; ಒಬ್ಬು ಐನೂರು ಹಣ, ಇನ್ನೊಬ್ಬು ಐವತ್ತು ಕೊಡೋದಾಗಿ ಹಟ್ಟ.

೪೨. ಆಲೆ ತೀರಿಸೋದುಗ ಅವಕಗ ಗತಿ ಇಲ್ಲದದುನೆಂದ, ಎರಡ್ಡಾಗೂ ದಾಯಾಂದ ಬುಟ್ಟುಬುಟ್ಟು. ಆದದುನೆಂದ ಅವಕ ರ್ಡೋಗೆ ಏಯವು ಅವುನ ಹೆಚ್ಚಾಗಿ ಪಿರಿಯ ಮಾಡಿನು? ಹ್ದೇಗು, ಎನ್ನು.

೪೩. ಸೀಮೋನು ಮರುತ್ತರಾಗಿ: ಏಯವುಗ ದಾಯ ಮಾಡಿ ಹೆಚ್ಚು ಬುಟ್ಟನೋ, ಅವುತಾಂದು ನೆನೆತನೆ, ಎಮ್ಮನೆ, ಅವು ಅವುಗ: ಸರಿಯಾಗಿ ತೀರುವು ಮಾಡಿದೆ ಎಂದು ಹ್ದೇಗಿ,

೪೪. ಆ ಹೆಮ್ಮಾತಿ ಬಕ್ಕ ತಿರಿಗಿಯುಂಡು, ಸೀಮೋನಗ: ಈ ಹೆಮ್ಮಾತಿನ ನೋಡಿರೆಯಾ? ನಾು ನಿನ್ನ ಮನೆಗ ಬಪ್ಪನೆ, ಯೆನ್ನ ಕಾಲುಗ ನೀ ನೀರು ತಪ್ಪಿಲೆ, ಆಲೆ ಎವ್ಧ ಕಣ್ಣನೀರೂಂದ ಯೆನ್ನ ಕಾಲ ನನೆತು, ತನ್ನ ಮಂಡೆಯ ಒರಮೂಂದ ತೊಡೆದ್ಧ.

೪೫. ನೀ ಯೆನ್ನ ಮುತ್ತಿಕ್ಕುಲೆ; ಆಲೆ ಎವ್ಧ ಬ್ಬಗೆ ಬಂದ ಹೊ್ತತ್ತೊಂದ ಯೆನ್ನ ಕಾಲ ಮುತ್ತಿಕ್ಕುವದುನ ಬುಡುಲೆ.

೪೬. ನೀ ಯೆನ್ನ ಮಂಡೆಗ ಯೆಣ್ಣೆ ಹೂಸುಲೆ; ಆಲೆ ಎವ್ದ ಗಮಲುನತ್ತೈಲವ ಯೆನ್ನ ಕಾಲುಗ ಹೂಸಿದ್ದವ್ದೆ.

೪೭. ಆದದುನೆಂದ ನಿನಗ ಹ್ಡೇಗಿನೆ: ಅಪ್ಪಟಿಾಗಿ ಹಡುವ ಅವ್ದ ಪಾಪ ಪರಿಹಾರಾಗಿ ಹಡದೆ; ಆದದುನೆಂದ ಅವ್ದ ಬಲು ಪಿರಿಯ ಮಾಡಿದ್ದವ್ದೆ; ಆಲೆ ಏಯವೆಗ ಜೋಇಚಿ ಪರಿಹಾರಾಗಿ ಹಡದೆಯೋ, ಅವೆ ಜೋಇಚಿ ಪಿರಿಯ ಮಾಡಿನೆ, ಎಂದ್ಟೇಗಿದೆ.

೪೮. ಆಲೆ ಅವ್ದಗ: ನಿನ್ನ ಪಾಪಃ ಎಲ್ಲಾ ಪರಿಹಾರಾಗಿ ಹಡದೆ, ಎನ್ನೆ.

೪೯. ಆಗ ಬ್ಟಬ್ಬಿಗೆ ತೀನಿಗ ಕುಳಿದವಕ: ಪಾಪವವೂ ಪರಿಹಾರ ಮಾಡುವ ಎವೆ ದಾರ? ಎಂದು ತಂಗತಂಗಗ ಹ್ಡೇಗಿಯುಂಬದುಗ ಎಸಕಿದರು.

೫೦. ಇದು ಅಲ್ಲದೆ ಅವೆ ಆ ಹೆಮ್ಮಾತಿಗ: ನಿನ್ನ ನಮ್ಮಣಿಗೆ ನಿನ್ನ ಉ್ಟಯಿಸಿ ಹಡದೆ; ಸಮಾದಾನದೊ ಹೋಗು, ಎನ್ನೆ.

೮. ಸಂಧಿ.

೧. ಹಿಂದೆ ಆದದ್ದೇನಾಂದಲೆ: ಅವೆ ಊರೂರುಗೂ ಹಟ್ಟ ಹಟ್ಟಗೂ ಪಯಣ ಮಾಡಿ, ದೇವರ ರಾಜ್ಯದ ಒಳ್ಳೇ ಸುದ್ದಿಯ ಸಾಟಿ ಹ್ಡೇಗಿಯುಂಡಿದ್ದೆ. ಹನ್ನೆರಡ್ಟಾವೂ ಅವೆನ ಕೋಡ ಇದ್ದರು.

೨. ಎವಕ ಅಲ್ಲದೆ ಕೆಟ್ಟ ಆತ್ಮಗ್ಡೋಂದವೂ ಬೇರೆ ಬೇರೆ ನೋಂದವೂ ಚ್ಟೇಯಾದ ಜೋಇಚಿ ಹೆಮ್ಮಕ್ಕಿದ್ದರು.

೩. ದಾರಾಂದಲೆ: ಏ್ಡಲು ಬೂತ ಕಡೆಸಿದ ಮಗ್ದಲೇನೇಂಬ ಮರಿಯನೂ, ಹೆರೋದನ ಉಗುರಾಣಗಾರಾೆ ಆದ ಕೂಜನ ಹೆಂಡ್ರು ಯೋಹನ್ನನೂ, ಸುಸನ್ನನೂ, ಇನ್ನು ಬೇರೆ ಅಪ್ಪಟಿ ಹೆಮ್ಮಕ್ಕರೂ; ಎವಕ ತಂಗಗ್ಡುವವೇಂದ ಅವೆಗ ಗೀದುಂಡಿದ್ದರು.

೪. ಬಲು ಪಜೆ ಕೂಡಿ, ಬೇರೆ ಬೇರೆ ಊರೂಂದ ಅವೆನ ಸಾರೆ ಬಪ್ಪನೆ, ಅವೆ ಒಗಟಾಗಿ ಹ್ಡೇಗಿದದೇನಾಂದಲೆ:

೫. ಬಿತ್ತುವವಂ ತನ್ನ ಬಿತ್ತ ಬಿತ್ತುವದುಗ ಕಡೆದಂ. ಅವಂ ಬಿತ್ತೋನೆ, ಒಂದು ಪಾಲ ದಾರಿಗಡ್ಡ ಬ್ದುದ್ದ. ಅದು ಮೆಟ್ಟಿಯಾಡಿ ಹೋತು; ಇನ್ನು ಬಾನುನ ಹಕ್ಕಿಲು ಅದುನ ತಿಂದು ಬುಟ್ಟೊ.

೬. ಬೇರೊಂದು ಪಾಲ ಅಱಿಬದಗ ಬ್ದುದ್ದ; ಅದು ಹುಟ್ಟಿ, ಅದುಗ ಹದ ಇಲ್ಲದದುನೆಂದ ಒಣಗಿ ಹೋತು.

೭. ಇನ್ನೊಂದು ಪಾಲ ಮುಳ್ಳುಗೊ್ಢ ನಡುವೆ ಬ್ದುದ್ದ. ಮುಳ್ಳು ವ್ಢೊಬ್ಬಿಗೆ ಹುಟ್ಟಿ, ಅದುನ ಅಡಕಿ ಬುಟ್ಟ.

೮. ಬೇರೊಂದು ಪಾಲ ಒಳ್ಳೆಯ ಬೂಮಿಗ ಬ್ದುದ್ದು, ಹುಟ್ಟಿ, ನೂರಾಸಗ ಪಲ ಕೊಟ್ಟ, ಎನ್ನಂ. ಇದುನ ಹ್ಢೇಗಿ: ಕ್ಢೇಪದುಗ ಕಿವಿಯುಳ್ಳವಂ ಕ್ಢೇಯಲೀಂದು, ದ್ಢಬ್ಬೆನ ಹ್ಢೇಗಿದಂ.

೯. ಆಲೆ ಅವಂನ ಸಿಸಿಯರು ಈ ಒಗಟು ಏನಾಗಾಕೂಂದು ಅವಂನ ಕ್ಢೇಪನೆ, ಅವಂ ಹ್ಢೇಗಿದದೇನಾಂದಲೆ:

೧೦. ನಿಂಗಗ ದೇವರ ರಾಜ್ಯದ ಮರುಮಗ್ಢೊವ ಅಱಿವದುಗ ತಂದ್ಢಡದೆ; ಆಲೆ ಮಿಕ್ಕವಕಗ, ಅವಕ ನೋಡಿಲೆಯೂ ನೋಡದ್ಢಿಂಗೆ, ಕ್ಢೇತಲೆಯೂ ಅಱಿಯದ್ಢಿಂಗೆ ಒಗಟೂಂದ ಕೊಟ್ಟ್ಢಡದೆ.

೧೧. ಈ ಒಗಟು ಏನಾಂದಲೆ: ಬಿತ್ತು ದೇವರ ಮಾತು.

೧೨. ದಾರಿಗಡ್ಡ ಇಬ್ಬವಕ ಕ್ಢೇಪವಕ; ಹಿಂದೆ ಪಿಚಾಚಿ ಬಂದು, ಅವಕ ನಮ್ಮಣಿಗೆ ಆಗಿ, ತಪ್ಪಿಸಿಯುಳ್ಳದ್ಢಿಂಗೆ, ಆ ಮಾತ ಅವಕರ ಮನಸ್ಸೂಂದ ಕ್ಢಿತ್ತು ಹಾಕಿನಂ.

೧೩. ಅಱಿಬದಗಿಬ್ಬವಕ ಕ್ಢೇಪನೆತಾನೆ ಚಚ್ಚೋಚಾಂದ ಮಾತುಗ ಒಪ್ಪಿಯುಂಬವಕ; ಆಲೆ ಎವಕಗ ಬೇರು ಇಲ್ಲದದುನೆಂದ ಜೋಚಿ ಕಾಲ ನಂಬಿ, ಸೋದನೆಯ ಸಮೆಯದೊ ಹಿಂದಾಡ್ಢೋದಾರ.

೧೪. ಮುಳ್ಳುಗ್ಢೋಗೆ ಬ್ದುದ್ದದು ಏನಾಂದಲೆ: ಎವಕ ಕ್ಢೇತು, ಜೀವದ ಚಿತ್ತೆ ಬದುಕು ಬೋಗಗ್ಢೋಂದ ನಡೆದು, ಅಡಕಿ, ಪಲ ಹಿಡಿಯದೆ ಇಬ್ಬವಕ.

೧೫. ಆಲೆ ಒಳ್ಳೆಯ ಬೂಮಿಯೊ ಹಡುವದು ಎತ್ತ್ರತೇಂದಲೆ: ಎವಕ ಮಾತ ಕ್ಡೇತು, ಚಿಂಗರವೂ ಒಳ್ಳಿತೂ ಆದ ಮನಸ್ಸನೊ ಹಿಡಿತೂಂಡು, ತ್ಡಾಗುಮೇಂದ ಪಲ ಕೊಡುವವಕ ತಾಂ.

೧೬. ಇದು ಅಲ್ಲದೆ ಏಯವಂನಾಲೆಯೂ ದೀವಿಗೆಯ ಕತ್ತಿಸಿ, ಕ್ಡೋಗದೊ ಮುಚ್ಟೋದಿಲ್ಲೆ; ಬೈಯ ಕಟ್ಟೆಲು ತಾಣಗ ಬೀಪದಿಲ್ಲೆ; ಆಲೆ ಓ್ಡಗೆ ಬಪ್ಪವಕ ಬ್ಡೀಚಲು ನೋಡುವಹೆಂಗೆ, ಅದುನ ದೀವಿಗೆಕಂಬುನೊ ಬೀತನಂ.

೧೭. ಯೇಕಾಂದಲೆ ತೋಱಿಬಾರದ ಮಱಿಯಾದದ್ದು ಇಲ್ಲೆ; ಅತ್ತೆತಾಂ ಅಱಿಯಬಾರದೆ, ಬಿನ್ನಬ್ಡೀಚಲಾಗದೆ ಹಡುವ ರಗಸ್ಯವು ಇಲ್ಲೆ.

೧೮. ಅತ್ತೆ ಆಲೆ, ನಿಂಗ ಎತ್ತತೆ ಕ್ಡೇತಾಱೀಂದು ನೋಡಿಯುಳ್ಳಿವಿ; ಯೇಕಾಂದಲೆ ಏಯವಂಗ ಹಡದೆಯೋ, ಅವಂಗ ಕಿಟ್ಟೆರ; ಇನ್ನು ಏಯವಂ ಇಲ್ಲದವಂನಾಗಿ ಇದ್ದನೆಯೋ, ಅವಂನೆಂದ ಹಡದೇಂದು ಅವಂ ಎಕ್ಕ ಮಾಡುವದೂ ಕ್ಡಿತ್ತೋ್ಡೀರ, ಎನ್ನಂ.

೧೯. ಆಗ ಅವಂನ ಅವ್ವೆಯೂ ತಮ್ಮಂದ್ಯರೂ ಅವಂನ ಸಾರೆ ಬಂದು, ಪಜೆಗಾಗಿ ಅವಂನ ಸಾರೆ ಸೇರಾಱಿದೆ ಇದ್ದರು.

೨೦. ನಿನ್ನವ್ವೆಯೂ ತಮ್ಮಂದಿಯರೂ ನಿನ್ನ ನೋಡೋದುಗ ಮನಸ್ಸುಳ್ಳವಕಾಗಿ ಹೊರಾಚು ನಿಧ್ಧಿದ್ದಾಱೆ ಎಂದು ಜನ ಹ್ಡೇಗಿ, ಅವಂಗ ಅಱಿಸೋನೆ,

೨೧. ಅವಂ ಉತ್ತರ ಕೊಟ್ಟು: ದೇವರ ಮಾತ ಕ್ಡೇತು, ಮಾಡುವವಕತಾಂ ಯೆನ್ನವ್ವೆಯೂ ತಮ್ಮಂದಿಯರೂ ಆಗಿದ್ದಾಱೆ ಎಂದು ಅವಕಗ ಹ್ಡೇಗಿದಂ.

೨೨. ಒಂದು ಜಿನದೊ ಆದದ್ದೇನಾಂದಲೆ: ಅವಂನೂ ಅವಂನ ಸಿಸಿಯರೂ ಕಪ್ಪಲುಗ ಹತ್ತೋನೆ, ಅವಂ ಅವಕಗ: ಕೆಱೆಗ ಆಚೆ ಹೋಪೋಂ ಎಮ್ಮನೆ, ಕಡೆದರು.

೨೩. ಅವಕ ಕಪ್ಪಲುನೊ ಹೋಪನೆ, ಅವಂ ಒಱಿಗಿದಂ.

ಆಗ ಪೆಂಡುಗ್ಗಾಯಿ ಕೆಱಿಗ ಬೀಚೋನೆ ಕಪ್ಪಲುಗ ನೀರು ತುಂಬಿ ದದುನೆಂದ ಕಟ್ಟಕ ಪಟ್ಟರು.

೨೪. ಆಲೆ ಅವಕ ಅವಁನ ಸಾರೆ ಬಂದು, ಅವಁನ ಯ್ದ್ಬೇಸಿ: ಐಯಾ, ಐಯಾ, ನಾಸ ಆನೆಯೋಁ ಎಮ್ಮನೆ, ಅವಁ ಯ್ದ್ಬದ್ದು, ಗ್ಗಾಯಿಯವೂ ತೆರೆಯ ನೀರವೂ ಬೆದರಿಸಿದಁ; ಆಗ ಅವೆ ನಿದ್ದು ತಂಣೆಂದ.

೨೫. ಇನ್ನು ಅವಁ ಅವಕಗ: ನಿಂಗ ನಮ್ಮಣಿಗೆ ಎಲ್ಲಿ? ಎನ್ನಁ. ಆಲೆ ಅವಕ ಅಂಜಿ, ಅದಿಸೆಯ ಪಟ್ಟು, ತಂಗತಂಗಗ: ಅತ್ರೆಆಲೆ, ಎವಁ ದಾರ? ಗ್ಗಾಯಿಗೂ ನೀರುಗೂ ಅಪ್ಪಣೆ ಮಾಡೋನೆ, ಅವಁಗ ಓ್ಬಗಾರೋಂದು ಹ್ಬೇಗಿಯುಂಡರು.

೨೬. ಹಿಂದೆ ಗಲಿಲಾಯಗ ಇದುರಾಗಿ ಹಡುವ ಗದರೇನರ ಸೀಮೆಗ ಮುಟ್ಟಿದರು.

೨೭. ಅವಁ ನೆಲಗ ಈ್ಬಗೋನೆ, ಬಲು ಕಾಲಾಂದ ಬೂತ ಹಿಡಿತವಁನಾಗಿ ಬಟ್ಟೆಯ ಹೊಱಿದೆ, ಮನೆಯೊ ಅಲ್ಲ, ಸಮಾದಿ ಬ್ಬಾಯಿ ಇಬ್ಬ ಒಬ್ಬ ಮನಿಚಁ ಊರೂಂದ ಅವಁನಿದುರುಗ ಬನ್ನಁ.

೨೮. ಎವಁ ಯೇಸುವ ನೋಡಿ, ಒತ್ತರಿಸಿ ಕೊರಚಿ, ಅವಁನ ಮುಂದಾಡು ಬ್ಬದ್ದು, ಬಲು ಸದ್ದಾಗಿ: ಎಲ್ಲಾಗೂ ಮೇಲಿಬ್ಬ ದೇವರ ಮಾತಿ ಯೇಸುವೇ! ಯೆನಗೂ ನಿನಗೂ ಏನ? ಯೆನ್ನ ಅಲೆಯ ಕೊಲೆಯ ಮಾಡ ಬೇಡ ಎಂದು ನಿನ್ನ ಕೆಂಜೆನೆ, ಎನ್ನಁ.

೨೯. ಯೇಕಾಂದಲೆ ಅವಁ ಆ ಅಸುದ್ದ ಆತ್ಮಗ ಆ ಮನಿಚನ ಬುಟ್ಟು ಹೋಪದೂಂದು ಅಪ್ಪಣೆ ಮಾಡಿದಁ; ಯೇಕಾಂದಲೆ ಅದು ಬಲು ಕಾಲಾಂದ ಅವಁನ ಹಿಡಿತಿದ್ದ. ಇದು ಅಲ್ಲದೆ ಅವಕ ಅವಁನ ಕಟ್ಟೊಂದವೂ ಸಕ್ಕೋಲೇಂದವೂ ಕಟ್ಟಿ, ಬದ್ರ ಕಾತೂಂಡಿದ್ದಲೆಯೂ ಅವಁ ಕಟ್ಟ ಹುಸಿತೂಂಡು, ಬೂತಾಂದ ಕಾಡುಗ ಈ್ಬಸಿಯುಂಡ್ಬೋದಁ.

೩೦. ಆಲೆ ಯೇಸು: ನಿನ್ನ ಹೆಸರೇನ? ಎಂದು ಅವಁನ ಕ್ಬೇಪ

ನೆ, ಅವು: ಲೆಗೆಯೋನ್, ಎನ್ನು; ಯೇಕಾಂದಲೆ ಅನೇಕ ಬೂತ ಅವನ್ಳೋಗೆ ಹುಕ್ಕಿದ್ದೊ.

೩೧. ಇದು ಅಲ್ಲದೆ ಅವೆ ಪಾತ್ಳಾಗ ಹೋಪದುಗ ತಂಗಗ ಅಪ್ಪಣೆ ಮಾಡ ಬೇಡಾಂದು, ಅವುನ ಕೆಂಜಿಯುಂಡೊ.

೩೨. ಇತ್ತೆ ಹಡೋನೆ, ಅಲ್ಲಿ ಬೆಟ್ಳೊದಗ ಮೇಂಬ ಬಲು ಹಂದಿಯ ಗುಬಿಲು ಇದ್ದದುನೆಂದ, ಅವೆಗ್ಳೋಗೆ ಹುಗೋದುಗ ತಂಗಗ ಅಪ್ಪಣೆ ಮಾಡೋದೂಂದು, ಅವೆ ಅವುನ ಕೆಂಜಿಯುಮ್ಮನೆ, ಅವೆಗ ಅಪ್ಪಣೆ ಮಾಡಿದು.

೩೩. ಆಲೆ ಬೂತಗ್ಳು ಆ ಮನಿಚನ ಬುಟ್ಟು, ಹಂದಿಗ್ಳೋಗೆ ಹುಗೋನೆ, ಆ ಗುಬಿಲು ಬಾಗರೇಂದ ಕೆಱೆಗ ಹಾರಿ, ಮುಳ್ಳಿಗಿ ಹೋದೊ.

೩೪. ಮೇಸುವವಕ ಆದದುನ ಕಂಡು, ಓಡಿ ಹೋಗಿ, ಊರುಗವೂ ಹಟ್ಟಿಗ್ಳೊಗವೂ ಅಱಿಸಿದರು.

೩೫. ಎವಕ ಆದದುನ ನೋಡೋದುಗ ಕಡೆದು, ಯೇಸು ಸಾರೆ ಬಂದು, ಬೂತಗ್ಳು ಬುಟ್ಟು ಕಡೆದ ಮನಿಚು ಬಟ್ಟೆಯ ಹೊತ್ತೂಂಡು, ಬುದ್ದಿ ತ್ತಿದು, ಯೇಸುನ ಕಾಲುಗಡ್ಡ ಕುಳಿದಿಬ್ಬದುನ ಕಂಡು, ಅಂಜಿದರು.

೩೬. ಇದು ಅಲ್ಲದೆ ನೋಡಿದವಕ, ಆ ಬೂತ ಹಿಡಿತವು ಬುಡುಗಡೆ ಆದ ಬಗೆಯ ಅವಕಗ ಅಱಿಸಿದರು.

೩೭. ಆಗ ಗದರೇನರ ನಾಕಾಸು ಹಡುವ ಸೀಮೆಯ ಪಜೆಯೆಲ್ಲಾ ತಂಗ್ಳುವ ಬುಟ್ಟು ಹೋಪದೂಂದು ಅವುನ ಕ್ಟೇತೂಂಡರು; ಯೇಕಾಂದಲೆ ಅವಕಗ ಬಲು ಅಂಜಿಕೆ ಹಿಡಿತೂಂಡ. ಇತ್ತೆ ಅವು ಕಪ್ಪಲುಗ ಹತ್ತಿ, ತಿರಿಗಿ ಹೋದು.

೩೮. ಆಲೆ ಬೂತಗ್ಳು ಕಡೆದು ಹೋದ ಮನಿಚು ಅವುನ: ನಿನ್ನ ಕೋಡ ಇದ್ದನೇಂದು, ಕೆಂಜಿಯುಮ್ಮನೆ,

೩೯. ಯೇಸು ನಿನ್ನ ಮನೆಗ ಹೋಗಿ, ದೇವರು ನಿನಗ ಎತ್ತವೆಯ ಮಾಡಿದಾಂದು, ಬೆವರಾಗಿ ಹ್ಡೇಗು, ಎಂದ್ಜೇಗಿ, ಅವುನ ಕ್ಟೇಗಿ

ಬುಟ್ಟ಼. ಆಗ ಅವ಼ ಹೋಗಿ, ಯೇಸು ತನಗ ಏನೇನ ಮಾಡಿದಾಂದು ಊರೆಲ್ಲಾಗ ಸಾಱಿದ಼.

೪೦. ಯೇಸು ತಿರಿಗಿ ಬಪ್ಪನೆ ಆದದ್ದೇನಾಂದಲೆ: ಪಜೆ ಅವ಼ನ ಸೇತಿಯುಂಡರು; ಯೇಕಾಂದಲೆ ಎಲ್ಲಾ ಅವ಼ಗಾಗಿ ಕಾತೂಂಡಿದ್ದರು.

೪೧. ಆಗ ಎದಗೇ, ಸಬೆಮನೆಯ ಗೊತ್ತುಗಾರ಼ ಯಾಯಿಊರಾಂಬ ಹೆಸರುಳ್ಳ ಒಬ್ಬ ಮನಿಚ಼ ಬಂದು, ಯೇಸುನ ಪಾದಗ ಬ್ಬುದ್ದು, ತನ್ನ ಮನೆಗ ಬಪ್ಪದೂಂದು, ಅವ಼ನ ಕೆಂಜೆಯುಣ್ಣ.

೪೨. ಯೇಕಾಂದಲೆ ಸುಮಾರ ಹನ್ನೆರಡು ಬರಿಚದ ಒಂದೇ ಹೆಣ್ಣು ಅವ಼ಗಿದ್ದ; ಎವ್ವ ಸಾಯೆವ ಹೆಂಗೆ ಇದ್ದ. ಆಲೆ ಅವ಼ ಹೋಗಿಯುಂಡಿಬ್ಬನೆ, ಪಜೆ ಅವ಼ನ ಇಱಿಕಿದರು.

೪೩. ಆಗ ಹನ್ನೆರಡು ಬರಿಚಾಂದ ನೆತ್ತರು ಬೆಟ್ಟಿ, ತನ್ನ ಬದುಕೆಲ್ಲಾವ ಪಂಡುತಗಾರರುಗ ಬೆಚ್ಚ ಮಾಡಿ, ದಾರಾಂದವೂ ಒಸೆ ಆಗದ ಒಂದ್ದೆವ್ಮಾತಿ,

೪೪. ಹಿಂದಾಡೂಂದ ಸಾರೆ ಬಂದು, ಅವ಼ನ ಚೇಲೆಯ ಸೆರಂಗ ಮುಟ್ಟೆದ್ದ; ಆಗತಾನೆ ಅವ್ವವ ನೆತ್ತರು ಬೆಟ್ಟೋದು ನಿದ್ದೋತು.

೪೫. ಆಗ ಯೇಸು: ಯೆನ್ನ ಮುಟ್ಟೆದದಾರ? ಎನ್ನ಼. ಆಲೆ ಎಲ್ಲಾ ಯೆಂಗಿಲ್ಲೆ ತಂಗಿಲ್ಲೆ ಎಮ್ಮನೆ, ಪೇತ್ರನೂ ಅವ಼ನ ಕೋಡ ಇದ್ದವಕರೂ: ಐಯಾ, ಪಜೆ ನಿನ್ನ ಒತ್ತಿ ಇಱಿಕಿಯಾಱಿ, ಎಂದರು.

೪೬. ಆಲೆ ಯೇಸು: ಯೆನ್ನ ದಾರಾಲೆಯೂ ಮುಟ್ಟೆದರು; ಯೇಕಾಂದಲೆ ಸತು ಯೆನ್ನೆಂದ ಕಡೆದ ಎಂದು, ಅಱಿದೆ, ಎಮ್ಮನೆ,

೪೭. ಆ ಹೆಮ್ಮಾತಿ, ತಾ಼ ಮಱೆಯಾಪಿಲೇಂದು ಅಱಿದೂಂಡು, ನಡಿಗಿಯುಂಡೇ ಬಂದು, ಅವ಼ನ ಮುಂದಾಡು ಬ್ಬುದ್ದು, ತಾ಼ ಅವ಼ನ ಮುಟ್ಟೆದ ಕಾರಣವವೂ ಆ ಗ್ಗೈಗೆಯೊತಾನೇ ಒಸೆ ಆದದುನವೂ ಪಜೆ ಎಲ್ಲಾಗೂ ಮುಂದಾಡು ಅವ಼ಗ ಅಱಿಸಿದ್ದ.

೪೮. ಆಲೆ ಅವಂ ಅವ್ವಗ: ಮಗ್ಳುವೇ, ಧೈರ್ಯಾಗಿರು; ನಿನ್ನ ನಮ್ಮ್ರಣಿಗೆ ನಿನ್ನ ಉದ್ಧಯಿಸಿತು; ಸಮಾದಾನದೊ ಹೋಗು, ಎನ್ನಂ.

೪೯. ಅವಂ ಇನ್ನು ನುಡಿದುಂಡಿಬ್ಬನೆ ಸಬೆಮನೆಯ ಗೊತ್ತ್ರಗಾರನ ಮನೇಂದ ಒಬ್ಬಂ ಬಂದು: ನಿನ್ನ ಹೆಣ್ಣು ಸತ್ತ್ರು ಹೋದ್ದ; ಇನ್ನು ಗುರುವ ತೊಂದಾರ ಮಾಡ ಬೇಡ, ಎಂದು ಅವಂಗ ಹೇಳಿಗಿದಂ.

೫೦. ಆಲೆ ಯೇಸು ಅದುನ ಕ್ಳೇತು, ಅವಂಗ ಮರುತ್ತ್ರರಾಗಿ: ಅಂಜ ಬೇಡ; ನಮ್ಮ್ರಣಿಗೆಯಾಗಿ ಮಾತ್ರ ಇರು; ಆಗ ಉದ್ಧಯಿಸಿ ಉಂಡವ್ವ ಎನ್ನಂ.

೫೧. ಅವಂ ಎವಂನ ಮನೆಗ ಬಪ್ಪನೆ, ಪೇತ್ರಂ, ಯಾಕೋಬಂ, ಯೋಹಾನಂ, ಹೆಣ್ಣುನ ಅಪ್ಪಂ, ಅವ್ವೆ, ಎವಕತಾಂ ಅಲ್ಲದೇ, ದಾರವವೂ ತನ್ನ ಕೋಡ ಒಳಗೆ ಬುಟ್ಟಯಿಲ್ಲೆ.

೫೨. ಎಲ್ಲಾ ಅವ್ವಗಾಗಿ ಅಳತ್ತೂಂಡು, ಗೋಳಆಡಿಯುಂಡಿಬ್ಬನೆ, ಅವಂ: ಓಳವ ಬೇಡ, ಯೇಕಾಂದಲೆ ಅವ್ವ ಸಾವಿಲೆ; ಒಱಿಗ್ಗಿಯ, ಎನ್ನಂ.

೫೩. ಆಲೆ ಅವಕ, ಅವ್ವ ಸತ್ತ್ರಾಂದು ಅಱಿದು, ಅವಂನ ಯೇಡಿಸಿದರು.

೫೪. ಆಲೆ ಅವಂ ಅವ್ವ ಕೈಯ ಹಿಡಿತು: ಮಗ್ಳುವೇ ಯೆಳ್ಳೇ! ಎಂದು ಕೊರಚಿದಂ.

೫೫. ಆಗ ಅವ್ವುವ ಆತ್ಮ ತಿರಿಗಿ ಬಂದ; ಅವ್ವ ಆ ಗಳ್ಳಿಗೆಯೊ ತಾನೇ ಯೆಳ್ದ್ದ. ಇನ್ನು ಯೇಸು, ಅವ್ವಗ ತಿಂಬದುಗ ಕೊಡುವದೂಂದು, ಅಪ್ಪಣೆ ಮಾಡಿದಂ.

೫೬. ಅವ್ವುವ ಹೆತ್ತ್ರವಕ ಅದಿಸೆಯ ಆದರು. ಆಲೆ ಅವಂ ಆದದುನ ದಾರಗೂ ಹೇಳಗ ಬೇಡಾಂದು, ಅವಕಗ ಅಪ್ಪಣೆ ಮಾಡಿದಂ.

೯. ಸಂಧಿ.

೧. ಅವಂ ತನ್ನ ಹನ್ನೆರಡ್ಡಾ ಸಿಸಿಯರ ವ್ವೊಬ್ಬಿಗೆ ಕೊರಚಿ, ಎಲ್ಲಾ ಬೂತಗ್ಳೊ ಮೇಲೆಯೂ ಬೇರೆ ಬೇರೆ ನೋವ ಓಸೆ ಮಾಡೋದುಗೂ ಅವಕಗ ಸತುವವೂ ಅದಿಕಾರವವೂ ಕೊಟ್ಟು,

೨. ದೇವರ ರಾಜ್ಯವ ಸಾಱಿಕೋದುಗೂ ನೋೕ ಆಗಿಬ್ಬವಕರ ಓಸೆ ಮಾಡೋದುಗೂ ಅವಕರ ಕ್ಟೇಗಿ, ಅವಕಗ ಹ್ಟೇಗಿದ ದೇನಾಂದಲೆ:

೩. ದಾರಿಗ ಏನವವೂ ಎತ್ತಿಯುಂಡ್ಟೋಗ ಬೇಡ, ದಡಿ ಆಗಲಿ, ಚೀರ ಆಗಲಿ, ದೊಟ್ಟ ಆಗಲಿ, ಬೆಳ್ಳಿ ಆಗಲಿ, ಯೆರಡೆರಡು ಚೀಲೆ ಆಗಲಿ, ನಿಂಗ ಬೀತುಳ್ಳ ಬೇಡ.

೪. ಇದು ಅಲ್ಲದೆ ಏಯ ಮನೆಗ ಹುಕ್ಕಾಱಿಯೋ ಅಲ್ಲಿ ತಂಗಿ, ಅಲ್ಲಿಂದತಾಂ ಕಡೆದು ಹೋಗಿವಿ.

೫. ಇನ್ನು ನಿಂಗ್ಟುವ ಸೇತದವಕ ದಾರೋ, ಆ ಊರೂಂದ ಕಡೆದು, ನಿಂಗ ಕಾಲುನ ದ್ಟೂವ ಅವಕಗ ಸಾಕಿಯಾಗಿ ಕೊಡೆದು ಬುಡಿವಿ.

೬. ಆಗ ಅವಕ ಕಡೆದು, ಎಲ್ಲೆಲ್ಲಿಯೂ ಒಳ್ಳೆ ಸುದ್ದಿಯ ಹ್ಟೇಗಿ, ಓಸೆ ಮಾಡಿ, ಹಟ್ಟಬ್ಟಾಯಿ ಹೋದರು.

೭. ಆಲೆ ಹೆರೋದಂ ಚತುರದಿಪತಿ ಅವಂನೆಂದ ಆದದೆಲ್ಲಾವ ಕ್ಟೇತು, ಜೋಚಿ ಜನ ಯೋಹಾನಂ ಸತ್ತವಕರೆಂದ ಯ್ಟದ್ದಿದ್ದನೇಂದು,

೮. ಜೋಚಿ ಜನ ಎಲೀಯಂ ತೋಱಿದನೇಂದು, ಜೋಚಿ ಜನ ಪೂರುವದ ಪ್ರವಾದಿಗ್ಟೋಗೆ ಒಬ್ಬಂ ಯ್ಟದ್ದಿದ್ದನೇಂದು, ಹ್ಟೇಗಿಯುಂಡಿಬ್ಬದುನೆಂದ ಯೆರಡುನುಪಾದಂ.

೯. ಇತ್ತೆಹಡೋನೆ ಹೆರೋದಂ: ಯೋಹಾನನ ತಲೆಯ ನಾಂ ಬೆಟ್ಟಸಿದ್ದೆಂ; ಆಲೆ ಏಯವಂನ ಕುರಿತು ಎವೆಯ ಕ್ಟೇತನೆಯೋ ಅವಂ ದಾರಾಂದು ಹ್ಟೇಗಿ, ಅವಂನ ನೋಡೋದುಗ ಅರಸಿದಂ.

೧೦. ಅಪೊಸ್ತಲರು ತಿರಿಗಿ ಬಪ್ಪನೆ, ತಂಗ ಮಾಡಿದವೆಲ್ಲವ ಅವಂಗ ಬೆವರಾಗಿ ಹ್ಟೇಗಿದರು. ಆಗ ಅವಂ ಅವಕರ ಕೂಟಿಯುಂಡು, ಬೆತ್ಸಾಯಿದಾಂಬ ಊರುಗ ತೆಲಗಿ ಹಿಂಗಡಾಗಿ ಹೋದಂ.

೧೧. ಆಲೆ ಪಜೆ ಅದುನ ಅಱಿದು, ಅವಂನ ಹಿಂದಾಡು ಹೋಪನೆ, ಅವಂ ಅವಕರ ಸೇತಿ, ದೇವರ ರಾಜ್ಯವ ಕುರಿತು ಅವಕರ ಕೋಡ ನುಡಿದು, ಚ್ಟೇಯ ಆಪದೂಂದಿದ್ದವಕರ ಓಸೆ ಮಾಡಿದಂ.

೧೨. ಆಲೆ ಹೊತ್ತು ಬೂಡುವ ಜಾಮ ಆಪನೆ, ಹನ್ನೆರಡ್ಜಾ ಸಾರೆ ಬಂದು, ಅವಂಗ: ಪಜೆ ನಾಕಾಸು ಹಡುವ ಊರುಬ್ಬಾಯಿ ಹಟ್ಟಿಬ್ಬಾಯಿ ಹೋಗಿ, ಹಡಿದೂಂಡು, ಹಿಟ್ಟು ಸಿಕ್ಕಿಸಿಯುಂಬ ಹೆಂಗೆ, ಅವಕರ ಕ್ಟೇಗಿ ಬುಡು; ಯೇಕಾಂದಲೆ ಇಲ್ಲಿ ಕಾಡುನೊ ಇದ್ದೋಂದು ಹ್ಟೇಗೋನೆ,

೧೩. ಅವಂ ಅವಕಗ: ನಿಂಗತಾಂ ಅವಕಗ ತಿಂಬದುಗ ಕೊಡಿವಿ, ಎನ್ನಂ. ಆಲೆ ಅವಕ: ಯೆಂಗ್ಡುವೇ ಹೋಗಿ, ಈ ಪಜೆ ಎಲ್ಲಾಗ ಹಿಟ್ಟು ಕೊಂಡುಳ್ಳದ್ದೋಲೆ, ಐದು ದೊಟ್ಟಿಯೂ ಎರಡು ಮೀನೂ ಅಲ್ಲದೆ, ಇನ್ನೇನೂ ಯೆಂಗಗ ಇಲ್ಲೆ ಎಂದರು.

೧೪. ಯೇಕಾಂದಲೆ ಸುಮಾರ ಐದು ಸಾವಿರ ಗಂಡಿಸಿದ್ದರು. ಆಗ ಅವಂ ತನ್ನ ಸಿಸಿಯರುಗ: ಅವಕರ ಐವತ್ತೈವತ್ತಾ ಸಾಲಾಗಿ ಕುಳಿಸಿವಿ, ಎಮ್ಮನೆ,

೧೫. ಅವಕ ಅತ್ತೆತಾಂ ಮಾಡಿ, ಎಲ್ಲಾವ ಕುಳಿಸಿದರು.

೧೬. ಆಗ ಅವಂ ಐದು ದೊಟ್ಟಿಯವೂ ಎರಡು ಮೀನವೂ ಎತ್ತಿಯುಂಡು, ಮೇಲೋಕಗ ಕಂಣೆತ್ತಿ, ಅವೆಯ ಹರಸಿ, ಮುಱಿತು, ಪಜೆಗ ಇಕ್ಕುವ ಹೆಂಗೆ ಸಿಸಿಯರುಗ ಕೊಟ್ಟಂ.

೧೭. ಎಲ್ಲಾ ತಿಂದು, ಮನಹಾರ ಆದರು. ಇನ್ನು ಅವಕಗ ಮಿಕ್ಕ ತುಂಡೆಲ್ಲಾವ ಹನ್ನೆರಡು ಮಕ್ಕರಿ ತುಂಬ ಎತ್ತಿದರು.

೧೮. ಇನ್ನು ಅವಂ ಹುಟ್ಟೊಬ್ಬಾನೆ ಜಪ ಮಾಡಿಯುಂಡಿಬ್ಬನೆ, ಸಿಸಿಯರು ಅವಂನ ಕೋಡ ಇದ್ದರು. ಆಗ ಅವಂ: ಪಜೆ ಯೆನ್ನ ದಾರಾಂದಾರ? ಎಂದು ಅವಕರ ಕ್ಟೇಪನೆ,

೧೯. ಅವಕ ಮರುತ್ತರಾಗಿ: ಜೋಚಿ ಜನ: ಸ್ನಾನ ಕೊಟ್ಟೊಂಡಿದ್ದ ಯೋಹಾನಾಂದೂ, ಇನ್ನು ಜೋಚಿ ಜನ: ಎಲಿಯಾಂದೂ, ಬೇರೆ ಜನ: ಪೂರುವದ ಪ್ರವಾದಿಗ್ಟೋಗೆ ಒಬ್ಬಂ ಯೆದ್ದಿದ್ದನೇಂದು ಹ್ಟೇಗಿಯಾರ ಎಂದರು.

೨೦. ಅವಂ ಅವಕಗ: ಆಲೆ ನಿಂಗ ಯೆನ್ನ ದಾರಾಂದಾಱಿ? ಎಮ್ಮನೆ, ಪೇತ್ರಂ ಮರುತ್ತರಾಗಿ: ದೇವರ ಕ್ರಿಸ್ತಂ ಎನ್ನಂ.

೨೧. ಆಗ ಅವಲ ಅವಕಗ ಗಟ್ಟಿಯಾಗಿ ಇದುನ ದಾರಗೂ ಹ್ಟೇಗ ಭೇಡಾಂದು ಅಪ್ಪಣೆ ಮಾಡಿ,

೨೨. ಮನಿಚನ ಮಾತಿ ಅಪ್ಪುದಿ ಕಚಟ ಪಟ್ಟು, ಮೊಕ್ಯಸ್ತರೂಂದವೂ ದೊಡ್ಡ ಪೂಜಾರಿಯರೂಂದವೂ ಕಲುವೆಗಾರರೂಂದವೂ ತಳ್ಳಿಸಿಯುಂಡು, ಕೊಲ್ಲಿಸಿಯುಂಡು, ಮೂರೆಂಬ ಜಿನದೊಯ್ಟಬ್ಬದೂಂದು ಹಡದೆ, ಎನ್ನಲ.

೨೩. ಇದು ಅಲ್ಲದೆ ಅವಲ ಎಲ್ಲಾಗೂ ಹ್ಟೇಗಿದದೇನಾಂದಲೆ: ಏಯವನಾಲೆಯೂ ಯೆನ್ನ ಹಿಂದಾಡು ಬಪ್ಪದುಗ ಮನಸ್ಥಟ್ಟಲೆ, ಅವಲ ತನ್ನ ಹೊರತಟ್ಟ, ಜಿನಗೂ ತನ್ನ ಸಿಲುಬೆಯ ಹೊತ್ತೊಂಡು, ಯೆನ್ನ ಹಿಂದಾಡು ಬರಲಿ.

೨೪. ಯೇಕಾಂದಲೆ ತನ್ನ ಪೆರಣವ ಉಳ್ಟಯಿಸೋದೂಂದಿಬ್ಬವಲ ಅದುನ ಕಿಡಿಸಿಯುಂಣನಲ; ಆಲೆ ಯೆನಗಾಗಿ ತನ್ನ ಪೆರಣವ ಕಿಡಿಸಿಯುಂಬವಲ ಅದುನ ಉಳ್ಟಯಿಸಿಯುಂಣನಲ.

೨೫. ಯೇಕಾಂದಲೆ ಒಬ್ಬ ಮನಿಚಲ ಲೋಕ ಎಲ್ಲಾವ ಸಪ್ಪಾರಿಸಿಯುಂಡಲೆಯೂ ತನ್ನ ತಾನೇ ಕಿಡಿಸಿಯುಂಡಲೆ, ಇಲ್ಲದ್ಹೋಲೆ ನಸಟ ಪಟ್ಟಲೆ ಅವಲಗ ಲಾಬ ಏನ?

೨೬. ಯೇಕಾಂದಲೆ ಯೆನಗಾಗಿಯೂ ಯೆನ್ನ ಮಾತುಗಾಗಿಯೂ ಸಿಗ್ಗಾಪವ ಏಯವನೋ, ಅವಲಗಾಗಿ ಮನಿಚನ ಮಾತಿ ತನಗೂ ಅಪ್ಪಗೂ ಪರಿಸುದ್ದ ಜಮಗಾರರುಗೂ ಹಡುವ ಮಯಿಮೆಯೊ ಬಪ್ಪನೆ ಸಿಗ್ಗಾನಲ.

೨೭. ಆಲೆ ನಿಜಾಗಿ ನಿಂಗಗ ಹ್ಟೇಗಿನೆ: ದೇವರ ರಾಜ್ಯವ ನೋಡೋನೆಗಟ್ಟ ಸಾವ ರುತಿ ನೋಡಡ ಜೋಚಿ ಜನ ಇಲ್ಲಿ ನಿದ್ದಿಬ್ಬವಕರ್ಹ್ಟೋಗೆ ಇದ್ದಾಲಿ.

೨೮. ಈ ಮಾತುಗ್ಹೋ ಆಗಿ, ಸುಮಾರ ಯೆಟ್ಟು ಜಿನಗ್ಥಿಂದೆ ಆದದ್ದೇನಾಂದಲೆ: ಅವಲ ಪೇತ್ರನವೂ ಯೋಹಾನನವೂ ಯಾಕೋಬನವೂ ಕೂಟಿಯುಂಡು, ಜಪ ಮಾಡೋದುಗ ಬೆಟ್ಟುಗ್ಥತ್ತಿದಲ.

೨೯. ಅವಂ ಜಪ ಮಾಡೋನೆ, ಅವಂನ ಮೊಗದ ಉರುಪು ಹುಟ್ಟೊರಂಡು, ಅವಂನ ಚೀಲೆ ಬೊಳ್ದೀಪಾಗಿ ಮಿಚ್ಚುವ ಹೆಂಗೆ ಆತು.

೩೦. ಆಗ ಎದಗೇ, ಎರಡು ಗಂಡಿಸು ಅವಂನ ಕೋಡ ನುಡಿದರು; ಎವಕ ದಾರಾಂದಲೆ: ಮೋಸೆಯೂ ಎಲೀಯನೂ ತಾಂ.

೩೧. ಎವಕ ಮಯಿಮೆಯೊ ಕಾಣೆಸಿಯುಂಡು, ಅವಂ ಯೆರೂಸಲೇಮುನೊ ತೀರಿಸುವದುನ ಕಡೆ ಮುಡುವುಗಾಗಿ ನುಡಿದರು.

೩೨. ಆಲೆ ಪೇತ್ರನೂ ಅವಂನ ಕೋಡ ಇದ್ದವಕರೂ ಒಱಿಕೂಂದ ಬಾರವುಳ್ಳವಕರಾಗಿದ್ದರು; ಅವಕ ಎಚ್ಚಱಿಾಪನೆ, ಅವಂನ ಮಯಿಮೆಯವೂ ಅವಂನ ಕೋಡ ನಿದ್ದ ಎರಡು ಗಂಡಿಸವೂ ನೋಡಿದರು.

೩೩. ಇನ್ನು ಆದದ್ದೇನಾಂದಲೆ: ಅವಕ ಅವಂನ ಬುಟ್ಟೋಪನೆ, ಪೇತ್ರಂ ಯೇಸುಗ: ಐಯಾ ನಂಗ ಇಲ್ಲಿಬ್ಬದು ಒಳ್ಳಿತು. ಮೂರು ಚಪ್ಪರ ಹಾಕೋಂ; ನಿನಗ ಒಂದು, ಮೋಸೆಗ ಒಂದು, ಎಲೀಯಗ ಒಂದು, ಎಂದ್ಹೇಗಿ, ತಾಂ ಹೇಗಿದದೇನಾಂದು ಅವಂ ಅಱಿದ ಇಲ್ಲೆ.

೩೪. ಇದುನ ಅವಂ ಹೇಗಿಯುಂಡಿಬ್ಬನೆ, ಮಂಜು ಬಂದು, ಅವಕರ ಮೇಲೆ ನ್ಹಾಲಾಗಿ ಹಟ್ಟ; ಅವಕ ಆ ಮಂಜುಗ ಹುಗೋನೆ ಎವಕ ಅಂಜಿದರು.

೩೫. ಇದು ಅಲ್ಲದೆ ಆ ಮಂಜೂಂದ: ಎವಂತಾಂ ಯೆನ್ನ ಪಿರಿಯ ಮಾತಿ, ಎವಂನ ಕ್ಹೇವಿ, ಎಂಬ ಸದ್ದು ಉಟ್ಟಾತು.

೩೬. ಆ ಸದ್ದು ಆಪನೆ ಯೇಸು ಒಬ್ಬತಾಂ ತೋಱಿದಂ. ಆಲೆ ಅವಕ ಸಪೇನಿದ್ದು, ತಂಗ ನೋಡಿದವೆ ಒಂದನಾಲೆಯೂ ಆ ಜಿನಗ್ಹೋಗೆ ದಾರಗೂ ಅಱಿಸುಲೆ.

೩೭. ಮರು ಜಿನಗ ಆದದ್ದೇನಾಂದಲೆ: ಅವಕ ಬೆಟ್ಟೊಂದ್ಹೀಗೋನೆ, ಬಲು ಪಜೆ ಅವಂನಿದುರುಗ ಬಂದರು.

೩೮. ಆಗ ಎದಗೇ, ಪಜೆಯೊ ಇದ್ದ ಒಬ್ಬ ಮನಿಚ಼ ಕಿಱಿಚಿ ಹ್ಡೇಗಿದದೇನಾಂದಲೆ: ಗುರುವೇ, ಯೆನ್ನ ಮಾತಿನ ನೋಡ ಬಾಂದು ನಿನ್ನ ಕೆಂಜೆಯುಂಣನೆ; ಯೇಕಾಂದಲೆ ಅವ಼ ಯೆನಗ ಒಬ್ಬ಼ ತಾ಼ ಹುಟ್ಟಿದ಼.

೩೯. ಇನ್ನು ಎದಗೇ, ಬೂತ ಅವ಼ನ ಹಿಡಿತರ; ಆಗತಾನೆ ಅವ಼ ಕಿಱಿಚಿನ; ಇನ್ನು ನೊರೆ ಗ್ಡಬ್ಬುವ ಹೆಂಗೆ ಅದು ಅವ಼ನ ಗುಂಜಿಸಿ, ಅವ಼ನ ನ್ಡಗ್ಗಿಸಿದ ಹಿಂದೆಯೂ ಅವ಼ನ ಬುಟ್ಡೋಪದು ಬಂಬುತಾ಼.

೪೦. ಇದು ಅಲ್ಲದೆ ಅದುನ ಕಡೆಸೋದೂಂದು ನಿನ್ನ ಸಿಸಿಯರ ಕೆಂಜಿಯುಂಣೆ; ಆಲೆ ಅವಕರ ಕೈಲಾಗದ್ಡೋತು, ಎನ್ನ಼.

೪೧. ಅದುಗ ಯೇಸು ಉತ್ತರ ಕೊಟ್ಟು: ಹೋ, ನಂಬಿಗೆಗೆಟ್ಟ ತಾರುಮಾರಾದ ಕೊಲವೇ! ಯೇಚು ಕಾಲ ನಿಂಗ್ಡುವ ಕೋಡ ಇದ್ದು, ನಿಂಗ್ಡುವ ತ್ಡಾಗುವೆ಼? ನಿನ್ನ ಮಾತಿನ ಇಲ್ಲಿಗ ಕೂಟಿಯುಂಡು ಬಾ, ಎನ್ನ಼.

೪೨. ಅವ಼ ಸಾರೆ ಬಪ್ಪನೆತಾನೆ, ಬೂತ ಅವ಼ನ ಕುಲಿಕ್ಕಿ, ಗುಂಜಿಯಾಡಿಸಿತು; ಆಲೆ ಯೇಸು ಅಸುದ್ದ ಆತ್ಮನ ಬೆದರಿಸಿ, ಮಾತಿನ ಓಸೆ ಮಾಡಿ, ಅವ಼ನ ಅಪ್ಪಗ ಕೊಟ್ಟು ಬುಟ್ಟ಼.

೪೩. ಆಗ ದೇವರ ದೊಡ್ಡಿಸ್ತನಗ ಎಲ್ಲಾ ಬ್ಡೆಪ್ಪಾದರು.

೪೪. ಯೇಸು ಮಾಡಿದವೆಲ್ಲಾಗಾಗಿ ಜನ ಎಲ್ಲಾ ಅದಿಸೆಯ ಆಪನೆ, ಅವ಼ ತನ್ನ ಸಿಸಿಯರುಗ ಹ್ಡೇಗಿದದೇನಾಂದಲೆ: ನಿಂಗ ಈ ಮಾತುಗ್ಡುವ ನಿಂಗ ಕಿವಿಗ ಇಕ್ಕಿಯುಳ್ಳಿವಿ; ಯೇಕಾಂದಲೆ ಮನಿಚನ ಮಾತಿ ಮನಿಚರ ಕೈಗ ಒಪ್ಪಿಸಿಯುಂಬದುಗ ಇದ್ದನೆ, ಎನ್ನ಼.

೪೫. ಆಲೆ ಅವಕ ಈ ಮಾತ ಅಱಿಯದೆ ಹೋದರು; ಅವಕಗ ಅದು ಕಿಟ್ಟದ್ಡೆಂಗೆ ಅದು ಅವಕಗ ಮಱಿಯಾಗಿ ಹಟ್ಟ. ಇನ್ನು ಆ ಮಾತ ಕುರಿತು ಅವ಼ನ ಕ್ಡೇಪದುಗ ಅಂಜಿದರು.

೪೬. ಇದು ಅಲ್ಲದೆ ತಂಗೊಳ್ಳೀಗೆ ಏಯವಂ ದೊಡ್ಡವಂ ಎಂಬ ಯೋಚನೆ ಅವಕರೊಳ್ಳೀಗೆ ಹುಟ್ಟಿತು.

೪೭. ಆಲೆ ಯೇಸು ಅವಕರ ಮನಸ್ಸುನೊ ಹಡುವ ಯೋಚನೆಯ ನೋಡಿ, ಒಂದು ಕೂಸ ಎತ್ತಿಯುಂಡು, ತನ್ನ ಸಾರೆ ನಿಲ್ಲಿಸಿ, ಅವಕಗ ಹೇಳಿಗಿದದೇನಾಂದಲೆ:

೪೮. ಏಯವಂ ಈ ಕೂಸ ಯೆನ್ನ ಹೆಸರುನೊ ಸೇತಿಯುಂಣನವೋ, ಅವಂ ಯೆನ್ನ ಸೇತಿಯುಂಣನಂ; ಇನ್ನು ಏಯವಂ ಯೆನ್ನ ಸೇತಿಯುಂಣನವೋ, ಅವಂ ಯೆನ್ನ ಕ್ಹೇಳಿಗಿದವಂನ ಸೇತಿಯುಂಣನಂ; ಯೇಕಾಂದಲೆ ನಿಂಗೆಲ್ಲಾಂದ ಕುನ್ನವಂತಾಂ ದೊಡ್ಡವನಾನಂ ಎನ್ನಂ.

೪೯. ಆಗ ಯೋಹಾನಂ ಉತ್ತರ ಕೊಟ್ಟು: ಐಯಾ, ನಿನ್ನ ಹೆಸರುನೊ ಬೂತವ ಕಡೆಸುವ ಒಬ್ಬನ ಯೆಂಗ ನೋಡಿ, ಅವಂ ಯೆಂಗ್ಳುವ ಕೋಡ ನಿನ್ನ ಹಿಂದಾಡು ಬಾರದದುಗಾಗಿ ಅವಂನ ತಡೆತೆಯೋಂ, ಎಮ್ಮನೆ,

೫೦. ಯೇಸು ಅವಂಗ: ತಡೆಯ ಬೇಡ, ಯೇಕಾಂದಲೆ ನಂಗಗ ಬಿರೋದ ಇಲ್ಲದವಂ ನಂಗ ಬಕ್ಕದವನಾಗಿದ್ದನೆ, ಎನ್ನಂ.

೫೧. ಇದು ಅಲ್ಲದೆ ಅವಂ ಮೇಲೆ ಎತ್ತಿಸಿಯುಂಬದುಗ ಜಿನ ಸಮೆದದೆಮ್ಮನೆ, ಅವಂ ಯೆರೂಸಲೇಮುಗ ಹೋಪದುಗ ತನ್ನ ಮೊಗವ ತಿರ ಮಾಡಿಯುಂಡು, ಜೋಲಿಗಾರರ ತನ್ನ ಮೊಗ ಮುಂದಾಡು ಕ್ಹೇಳಿಗಿದಂ.

೫೨. ಎವಕ ಹೋಗಿ, ಅವಂಗ ಎಡೆ ತಯಾರು ಮಾಡೋದುಗ ಸಮಾರ್ಯದವಕರ ಒಂದು ಊರುಗ ಹುಕ್ಕರು.

೫೩. ಆಲೆ ಅವಕ ಅವಂನ ಸೇತುಲೆ; ಯೇಕಾಂದಲೆ ಅವಂನ ಮೊಗ ಯೆರೂಸಲೇಮುಗ ಹೋಪದೂಂದ್ಹುಟ್ಟ.

೫೪. ಅವಂನ ಸಿಸಿಯರಾಗಿಬ್ಬ ಯಾಕೋಬನೂ ಯೋಹಾನನೂ ಅದುನ ನೋಡಿ: ಕರ್ತಾ, ಎಲೀಯಂ ಮಾಡಿದ್ಹಂಗೆ ನಂಗೂ ಬಾನೂಂದ ಕಿಚ್ಚು ಎರಗಿ ಬಂದು, ಅವಕರ ಹ್ವಾ ಮಾಡೋದೂಂದು ಹ್ಹೇಗೋದುಗ ನಿನಗ ಮನಸ್ಸುಟ್ಟೋ? ಎಂದರು.

೫೫. ಆಲೆ ಅವಁ ತಿರಿಗಿಯುಂಡು, ಅವಕರ ಬೆದರಿಸಿ: ನಿಂಗ ಎತ್ತ್ರವ ಆತ್ಮದವಕಾಂದು ಅಱಿವಿಲ್ಲೆಯಾ?

೫೬. ಯೇಕಾಂದಲೆ ಮನಿಚನ ಮಾತಿ ಮನಿಚರ ಜೀವವ ನಾಸ ಮಾಡೋದುಗಲ್ಲ, ಉಬ್ಬಯಿಸೋದುಗತಾಁ ಬನ್ನಁ, ಎಂದ್ಹೀಗಿದಁ. ಆಗ ಅವಕ ಬೇರೆ ಊರುಗ ಹೋದರು.

೫೭. ಅವಕ ದಾರಿಯೊ ಹೋಪನೆ, ಒಬ್ಬಁ ಅವಁನ ಕೋಡ: ಕರ್ತಾ, ನೀ ಎಲ್ಲಿಗ ಹೋಲೆಯೂ ನಿಂಸ್ಹಿಂದಾಡು ಬನ್ನನೆ, ಎನ್ನಁ.

೫೮. ಆಲೆ ಯೇಸು ಅವಁಗ: ನರಿಗ್ಬೋಗ ಉಟ್ಟಿಯೆಯೂ ಬಾನುನ ಹಕ್ಕಿಲುಗ್ಬೋಗ ಗೂಡೂ ಹಡದೆ; ಆಲೆ ಮನಿಚನ ಮಾತಿಗ ತಲೆ ಬೀಪದುಗ ತಾವಿಲ್ಲೆ, ಎನ್ನಁ.

೫೯. ಇನ್ನೊಬ್ಬಗ ಅವಁ: ಎನ್ನ್ಹಿಂದಾಡು ಬಾ ಎಮ್ಮನೆ, ಅವಁ: ಕರ್ತಾ, ನಾಁ ಮುಂದಾಡು ಹೋಗಿ, ಯೆನ್ನಪ್ಪನ ಹೂಟ್ಟಪ ಹೆಂಗೆ ಯೆನಗ ಅಪ್ಪಣೆ ತಾ, ಎಮ್ಮನೆ,

೬೦. ಯೇಸು ಅವಁಗ: ಸತ್ತ್ರವಕತಾಁ ತಂಗ ಸತ್ತ್ರವಕರ ಹೂಟ್ಟವಲಿ; ಆಲೆ ನೀ ಹೋಗಿ, ದೇವರ ರಾಜ್ಯವ ಸಾಱು, ಎನ್ನಁ.

೬೧. ಇದು ಅಲ್ಲದೆ ಇನ್ನೊಬ್ಬಁ: ಕರ್ತಾ, ನಿಂನ್ಹಿಂದಾಡು ಬನ್ನನೆ; ಆಲೆ ಮುಂದಾಡು ಯೆನ್ನ ಮನೆಯವಕಾಂದ ಉತ್ತ್ರರ ಈಸೋದುಗ ಅಪ್ಪಣೆ ತಾ, ಎನ್ನಁ.

೬೨. ಆಲೆ ಯೇಸು ಅವಁಗ: ತನ್ನ ಕೈಯ ನೇಗಿಲುಗ ಹಾಕಿ, ಹಿಂದಾಡು ನೋಡುವ ಏಯವಁನಾಲೆಯೂ ದೇವರ ರಾಜ್ಯಗ ತಕ್ಕವನಲ್ಲ, ಎನ್ನಁ.

೧೦. ಸಂಧಿ.

೧. ಎವೆ ಆದದುಗ ಹಿಂದೆ ಕರ್ತಁ ಬೇರೆ ಎಡ್ಡವ್ವತ್ತ್ಡಾವ ಗೊತ್ತು ಮಾಡಿ, ಜೋಡು ಜೋಡಾಗಿ ತನ್ನ ಮೊಗ ಮುಂದಾಡು ತಾಁ ಹೋಪದೂಂದಿದ್ದ ಒಂದೊಂದು ಊರು ತಾವುಗ ಅವಕರ ಕ್ಟೇಗಿ,

೨. ಅವಕಗ ಹ್ಟೇಗಿದದೇನಾಂದಲೆ: ಬ್ಡೇ ಅಪ್ಪಱಿ; ಆಲೆ ಗೆಲ

ಸದವಕ ಜೋಚಿ; ಇತ್ತೆ ಹಡುವದುನೆಂದ ಬ್ಟೇಯ ಯೆಜಮಾನ೮ ತನ್ನ ಬ್ಟೇಗ ಗೆಲಸದವಕರ ಕ್ಟೇಗೋದೂಂದು ಅವ೯ನ ಕೆಂಜಿಯುಳ್ಳಿವಿ.

೩. ಹೋಗಿವಿ, ಎದಗೇ, ನಾ೮ ನಿಂಗ್ಟುವ ಕುರಿಮರಿಗ್ಳೊಮಾಕೆ ಕೆನ್ನೆಗ್ಟುವ ನಡುವೆ ಕ್ಟೇಗಿನೆ.

೪. ಕೈಚೀರವವೂ ಹಿಟ್ಟು ಚೀರವವೂ ಕೆರವವೂ ಎತ್ತಿಯುಳ್ಳ ಬೇಡ, ದಾರಿಯೊ ದಾರಗಾಲೆಯೂ ಕುಂಬುಟ್ಟು ಸಲುಮುತ ಮಾಡ ಬೇಡ.

೫. ನಿಂಗ ಏಯ ಮನೆಗ ಹುಕ್ಕಾಟಿಯೋ, ಅಲ್ಲಿ ಮುಂದಾಡು: ಈ ಮನೆಗ ಸಮಾದಾನ! ಎನ್ನಿವಿ.

೬. ಸಮಾದಾನದ ಮಾತಿ ಅಲ್ಲಿ ಇದ್ದಲೆ, ಅವ೯ನ ಮೇಲೆ ನಿಂಗ ಸಮಾದಾನ ನೆಲೆಯಾಗಿ ಹಟ್ಟರ, ಇಲ್ಲದ್ಲೋಲೆ ಅದು ನಿಂಗ ಬಕ್ಕ ತಿರಿಗಿಯುಂಡರ.

೭. ಆ ಮನೆಯೊತಾ೮ ತಂಗಿ, ಅವಕಗ ಹಡುವದುನ ತಿಂದು ಕುಡಿವಿ; ಯೇಕಾಂದಲೆ ಗೆಲಸದವ೮ ತನ್ನ ಸಂಬ್ಳುವ ಹೊಂದೋದುಗ ಯೋಗಿಯಾಗಿದ್ದನೆ. ಮನೆಬ್ಟಾಯಿ ಕೋಗ ಬೇಡ.

೮. ಇನ್ನು ನಿಂಗ ಏಯ ಊರುಗಾಲೆಯೂ ಹುಕ್ಕಲೆ, ಅವಕ ನಿಂಗ್ಟುವ ಸೇತಿಲೆ, ನಿಂಗಗ ಇಕ್ಕುವದುನ ತಿನ್ನಿವಿ.

೯. ಇನ್ನು ಅಲ್ಲಿಬ್ಬ ನೋವುನವಕರ ಒಸೆ ಮಾಡಿಯುಂಡು, ದೇವರ ರಾಜ್ಯ ನಿಂಗಗ ಸಾರೆ ಆತೂಂದು ಅವಕಗ ಕ್ಟೇಗಿವಿ.

೧೦. ಆಲೆ ನಿಂಗ ಏಯ ಊರುಗಾಲೆಯೂ ಹುಕ್ಕಲೆ, ಅವಕ ನಿಂಗ್ಟುವ ಸೇತದೆ ಹೋಲೆ, ಆ ಊರುನ ಬೀದೆಗಡ್ಡ ಕಡೆದು:

೧೧. ನಿಂಗ ಊರೂಂದ ಯೆಂಗ ಕಾಲುಗ ಹತ್ತಿದ ದ್ಬೂವವೂ ನಿಂಗಗ ಒದರಿ ಬುಟ್ಟನೆಯೋ೮; ಆಲೆಯೂ ದೇವರ ರಾಜ್ಯ ನಿಂಗಗ ಸಾರೆ ಆತೂಂದು ನಿಂಗಗ ಗೊತ್ತ್ಹಡಲಿ, ಎಂಬದಾಗಿ ಹ್ಟೇಗಿವಿ.

೧೨. ಆ ಜಿನದೊ ಸೊದೋಮುಗ ಆ ಊರೂಂದವೂ ಕಚ
ಟ ಸುಳುವಾಗಿ ಹಟ್ಟರ, ಎಂದು ನಿಂಗಗ ಹ್ದೇಗಿನೆ.

೧೩. ಕೊರಾಜಿನೇ, ನಿನಗಯ್ಯೋ! ಬೆತ್ಸಾಯಿದವೇ, ನಿನಗ
ಯ್ಯೋ! ಯೇಕಾಂದಲೆ ನಿಂಗ್ಡೋಗೆ ನಡೆದ ಬಲವಾದ ಕಾರ್ಯ
ತೂರ್ ಸಿದೋನಗ್ಡೋಗೆ ನಡೆದ್ದಟ್ಟಲೆ, ಅವಕ ಪೂರುವದೊ ಗೋಣಿ
ತಟ್ಟ ಹಾಕಿಯುಂಡು, ಬೂದಿಯೊ ಕುಳಿದೂಂಡು, ಮನ ತಿರಿಕಿ
ಯುಂಡಿಬ್ಬರು.

೧೪. ಆಲೆಯೂ ನಾಯತೀರುವುನೊ ನಿಂಗೆಂದವೂ ತೂರ್
ಸಿದೋನಗ್ಡೋಗ ಕಚಟ ಸುಳುವಾಗಿ ಹಟ್ಟರ.

೧೫. ಇದು ಅಲ್ಲದೆ ಬಾನುಗಟ್ಟ ಎತ್ತ್ರಿಸಿಯುಂಡ ಕಪೆರ್ನಾ
ಮೇ! ನೀ ಪಾತ್ತಾಗಟ್ಟ ಈಟ್ಕಿಕ್ಕಿಸಿಯುಂಡರೆ.

೧೬. ನಿಂಗ್ಡುವ ಕ್ದೇಪವಂ ಯೆನ್ನವೂ ಕ್ದೇತನಂ; ಇನ್ನು ನಿಂ
ಗ್ಡುವ ಹಾರಿಸುವವಂ ಯೆನ್ನವೂ ಹಾರಿಸಿನಂ; ಆಲೆ ಯೆನ್ನ ಹಾರಿ
ಸುವವಂ ಯೆನ್ನ ಕ್ದೇಗಿದವಂನವೂ ಹಾರಿಸಿನಂ, ಎನ್ನಂ.

೧೭. ಆಗ ಆ ಪ್ದವ್ವತ್ತಾವು ಚಚ್ಕೋಚಾಂದ ತಿರಿಗಿ ಬಂದು:
ಕರ್ತಾ, ನಿನ್ನೆ ಸರುನೊ ಬೂತಗ್ಡೊ ಕೂಡ ಯೆಂಗಗ ಅಡಿಯಾಗಿದ್ದವೆ,
ಎಮ್ಮನೆ,

೧೮. ಅವಂ ಅವಕಗ ಹ್ದೇಗಿದದೇನಾಂದಲೆ: ಪಿಚಾಚಿ ಬಾ
ನೂಂದ ಮಿಚ್ಚುಮಾಕೆ ಬ್ದೊವದುನ ಕಂಡೆಂ.

೧೯. ಎದಗೇ, ಹಾವುಗ್ಡೊ ಮೇಲೆಯೂ ಚೆಳ್ಳುಗ್ಡೊ ಮೇಲೆ
ಯೂ ತ್ದುಯಿಪದುಗೂ, ಬೈರಗಾರನ ಎಲ್ಲಾ ಸತುನ ಮೇಲೆಯೂ,
ನಿಂಗಗ ಅದಿಕಾರ ತನ್ನನೆಂ, ಏಯದೂ ನಿಂಗಗ ಎತ್ತತೆಯೂ
ನಸಟ ಮಾಡ.

೨೦. ಆಲೆಯೂ, ಆತ್ಮಗ್ಡೊ ನಿಂಗಗ ಅಡಿಯಾಗಿದ್ದವೆ, ಎಂದು
ಚಚ್ಕೋಚ ಆಗದೆ, ನಿಂಗ ಹೆಸರುಗ್ಡೊ ಮೇಲೋಕದೊ ಬರೆಸಿ
ಹಡದೇಂದು ಅಪ್ಪಬಿ ಚಚ್ಕೋಚ ಆಗಿವಿ.

೨೧. ಅದೇ ಗ್ಟ್ಟೆಗೆಯೊ ಯೇಸು ಪರಿಸುದ್ಧ ಆತ್ಮದೊ ಕುಸಾಲೆ ಆಗಿ, ಹ್ದೇಗಿದದೇನಾಂದಲೆ: ಮೇಲೋಕಗೂ ಬೂಲೋಕಗೂ ಕರ್ತ೦ ಆಗಿಬ್ಬ ಅಪ್ಪಾ! ನೀ ಎವೆಯ ಗೇನಗಾರರುಗೂ ಬುದ್ಧಿಬತ್ತರುಗೂ ಮಜಿಕಿ ಮಾಡಿ, ಕುನ್ನವೆಗ ತೋಜಿ ಮಾಡಿದದುನೆಂದ ನಿನ್ನ ಕೊಂಡಾಡಿನೆ; ಹಾ೦ ಅಪ್ಪಾ! ಯೇಕಾಂದಲೆ ಇತ್ತೆತಾ೦ ನಿನ್ನ ಮುಂದಾಡು ಒಳ್ಳೆಂಗೆ ತೋಜಿತು.

೨೨. ಎಲ್ಲಾ ಯೆನ್ನಪ್ಪನೆಂದ ಯೆನಗ ಒಪ್ಪಿಸಿ ಹಡದೆ; ಇನ್ನು ಮಾತಿ ದಾರಾಂದು, ಅಪ್ಪನಲ್ಲದೆ ಏಯವ೦ನೂ ಅಜಿಯ೦; ಇನ್ನು ಅಪ್ಪ೦ ದಾರಾಂದು, ಮಾತಿನಲ್ಲದೆ ದಾರೂ ಅಜಿಯರು; ಆಲೆ ದಾರಗ ತೋಜಿ ಮಾಡೋದುಗ ಮಾತಿಗ ಮನಸ್ಸುಟ್ಟೋ, ಅವ೦ ತಾ೦ ಅಜಿತಿದ್ದನೆ.

೨೩. ಆಗ ಅವ೦ನ ಸಿಸಿಯರ ಬಕ್ಕ ತಿರಿಗಿಯುುಂಡು, ತೆರಂದು ಹ್ದೇಗಿದದೇನಾಂದಲೆ: ನಿಂಗ ನೋಡುವವೆಯ ನೋಡುವ ಕಂಣು ಗ್ಟೊ ಬಾಗೆಯಉಳ್ಳವೆತಾ೦.

೨೪. ಯೇಕಾಂದಲೆ ಬಲು ಪ್ರವಾದಿಗ್ಟೊವೂ ಅರಸರೂ ನಿಂಗ ನೋಡುವವೆಯ ನೋಡೋದುಗ ಆಸೆ ಮಾಡಿದೆಗೂ ನೋಡುಲೆ; ನಿಂಗ ಕ್ಟೇಪವೆಯ ಕ್ದೇಪದುಗ ಆಸೆ ಮಾಡಿದೆಗೂ ಕ್ದೇಪಿಲೆ, ಎಂದು ನಿಂಗಗ ಹ್ಟೇಗಿನೆ ಎನ್ನ೦.

೨೫. ಆಗ, ಎದಗೇ, ಒಬ್ಬ ನಾಯಗಾರ೦ ಯ್ದೆದ್ದು, ಅವ೦ನ ಸೋದಿಸಿ: ಗುರುವೇ! ತಿರದ ಜೇವವ ಕೂಜಾಗಿ ದಕ್ಕಿಸುವದುಗ ನಾ೦ ಏನ ಮಾಡುವೆ೦, ಎಮ್ಮನೆ,

೨೬. ಅವ೦ಗ: ನಾಯಸಾತ್ರದೊ ಬರೆದದ್ದೇನ? ಎತ್ತತೆ ಓದಿರೆ? ಎಮ್ಮನೆ,

೨೭. ಅವ೦ ಅದುಗ: ನಿನ್ನ ದೇವರಾಗಿಬ್ಬ ಕರ್ತನ ನಿನ್ನ ಪೂರಾ ಮನಸ್ಸೂಂದವೂ ನಿನ್ನ ಪೂರಾ ಜೇವಾಂದವೂ ನಿನ್ನ ಪೂರಾ ಸತೂಂದವೂ ನಿನ್ನ ಪೂರಾ ಬುದ್ಧೀಂದವೂ, ಇನ್ನು ನಿನ್ನ ನೆರೆಯ

೧೨. ಆ ಜಿನದೊ ಸೊದೋಮುಗ ಆ ಊರೂಂದವೂ ಕಚಟ ಸುಳುವಾಗಿ ಹಟ್ಟರ, ಎಂದು ನಿಂಗಗ ಹ್ಟೇಗಿನೆ.

೧೩. ಕೊರಾಜಿನೇ, ನಿನಗಯ್ಯೋ! ಬೆತ್ಸಾಯಿದವೇ, ನಿನಗಯ್ಯೋ! ಯೇಕಾಂದಲೆ ನಿಂಗ್ಟೋಗೆ ನಡೆದ ಬಲವಾದ ಕಾರ್ಯ ತೂರ್ ಸಿದೋನಗ್ಟೋಗೆ ನಡೆದ್ದಟ್ಟಲೆ, ಅವಕ ಪೂರುವದೊ ಗೋಣಿ ತಟ್ಟ ಹಾಕಿಯುಂಡು, ಬೂದಿಯೊ ಕುಳಿದೂಂಡು, ಮನ ತಿರಿಕಿಯುಂಡಿಬ್ಬರು.

೧೪. ಆಲೆಯೂ ನಾಯತೀರುವುನೊ ನಿಂಗೆಂದವೂ ತೂರ್ ಸಿದೋನಗ್ಟೋಗ ಕಚಟ ಸುಳುವಾಗಿ ಹಟ್ಟರ.

೧೫. ಇದು ಅಲ್ಲದೆ ಬಾನುಗಟ್ಟ ಎತ್ತಿಸಿಯುಂಡ ಕಪೆರ್ನಾಮೇ! ನೀ ಪಾತ್ಟಾಗಟ್ಟ ಈಟ್ಕಿಸಿಯುಂಡರೆ.

೧೬. ನಿಂಗ್ಟುವ ಕ್ಟೇಪವು ಯೆನ್ನವೂ ಕ್ಟೇತನು; ಇನ್ನು ನಿಂಗ್ಟುವ ಹಾರಿಸುವವು ಯೆನ್ನವೂ ಹಾರಿಸಿನು; ಆಲೆ ಯೆನ್ನ ಹಾರಿಸುವವು ಯೆನ್ನ ಕ್ಟೇಗಿದವುನವೂ ಹಾರಿಸಿನು, ಎನ್ನು.

೧೭. ಆಗ ಆ ಪ್ಟವ್ವತ್ಟಾವು ಚಚ್ಟೋಚಾಂದ ತಿರಿಗಿ ಬಂದು: ಕರ್ತಾ, ನಿನ್ನೆಸರುನೊ ಬೂತಗ್ಟೊ ಕೂಡ ಯೆಂಗಗ ಅಡಿಯಾಗಿದ್ದವೆ, ಎಮ್ಮನೆ,

೧೮. ಅವು ಅವಕಗ ಹ್ಟೇಗಿದದೇನಾಂದಲೆ: ಪಿಚಾಚಿ ಬಾನೂಂದ ಮಿಚ್ಟುಮಾಕೆ ಬ್ಟೊವದುನ ಕಂಡೆು.

೧೯. ಎದಗೇ, ಹಾವುಗ್ಟೊ ಮೇಲೆಯೂ ಚೆಳ್ಳುಗ್ಟೊ ಮೇಲೆಯೂ ತ್ಟುಯಿಪದುಗೂ, ಬೈರಗಾರನ ಎಲ್ಲಾ ಸತುನ ಮೇಲೆಯೂ, ನಿಂಗಗ ಅದಿಕಾರ ತನ್ನನೆು, ಏಯದೂ ನಿಂಗಗ ಎತ್ತತೆಯೂ ನಸಟ ಮಾಡ.

೨೦. ಆಲೆಯೂ, ಆತ್ಮಗ್ಟೊ ನಿಂಗಗ ಅಡಿಯಾಗಿದ್ದವೆ, ಎಂದು ಚಚ್ಟೋಚ ಆಗದೆ, ನಿಂಗ ಹೆಸರುಗ್ಟೊ ಮೋಲೋಕದೊ ಬರೆಸಿ ಹಡದೇಂದು ಅಪ್ಪಟಿ ಚಚ್ಟೋಚ ಆಗಿವಿ.

೨೧. ಅದೇ ಗ್ಟ್ಯಗೆಯೊ ಯೇಸು ಪರಿಸುದ್ದ ಆತ್ಮದೊ ಕುಸಾಲೆ ಆಗಿ, ಹ್ಟೀಗಿದದೇನಾಂದಲೆ: ಮೇಲೋಕಗೂ ಬೂಲೋಕಗೂ ಕರ್ತಂ ಆಗಿಬ್ಬ ಅಪ್ಪಾ! ನೀ ಎವೆಯ ಗೇನಗಾರರುಗೂ ಬುದ್ದಿಬತ್ತ್ರರುಗೂ ಮಱಿಕಿ ಮಾಡಿ, ಕುನ್ನವೆಗ ತೋಱಿ ಮಾಡಿದದುನೆಂದ ನಿನ್ನ ಕೊಂಡಾಡಿನೆ; ಹಾಂ ಅಪ್ಪಾ! ಯೇಕಾಂದಲೆ ಇತ್ತೆತಾಂ ನಿನ್ನ ಮುಂದಾಡು ಒಳ್ಳೆಂಗೆ ತೋಱೀತು.

೨೨. ಎಲ್ಲಾ ಯೆನ್ನಪ್ಪನೆಂದ ಯೆನಗ ಒಪ್ಪಿಸಿ ಹಡದೆ; ಇನ್ನು ಮಾತಿ ದಾರಾಂದು, ಅಪ್ಪನಲ್ಲದೆ ಏಯವಂನೂ ಅಱಿಯಂ; ಇನ್ನು ಅಪ್ಪಂ ದಾರಾಂದು, ಮಾತಿನಲ್ಲದೆ ದಾರೂ ಅಱಿಯರು; ಆಲೆ ದಾರಗ ತೋಱಿ ಮಾಡೋದುಗ ಮಾತಿಗ ಮನಸ್ಸುಟ್ಟೋ, ಅವಂ ತಾಂ ಅಱೀತಿದ್ದನೆ.

೨೩. ಆಗ ಅವಂನ ಸಿಸಿಯರ ಬಕ್ಕ ತಿರಿಗಿಯುಂಡು, ತೆರಂದು ಹ್ಟೀಗಿದದೇನಾಂದಲೆ: ನಿಂಗ ನೋಡುವವೆಯ ನೋಡುವ ಕಂಣುಗ್ಟೊ ಬಾಗೆಯಉಳ್ಳವೆತಾಂ.

೨೪. ಯೇಕಾಂದಲೆ ಬಲು ಪ್ರವಾದಿಗ್ಟೊವೂ ಅರಸರೂ ನಿಂಗ ನೋಡುವವೆಯ ನೋಡೋದುಗ ಆಸೆ ಮಾಡಿದೆಗೂ ನೋಡುಲೆ; ನಿಂಗ ಕ್ಟೇಪವೆಯ ಕ್ಟೇಪದುಗ ಆಸೆ ಮಾಡಿದೆಗೂ ಕ್ಟೇಪಿಲೆ, ಎಂದು ನಿಂಗಗ ಹ್ಟೀಗಿನೆ ಎನ್ನಂ.

೨೫. ಆಗ, ಎದಗೇ, ಒಬ್ಬ ನಾಯಗಾರಂ ಯ್ಟೆದ್ದು, ಅವಂನ ಸೋದಿಸಿ: ಗುರುವೇ! ತಿರದ ಜೀವವ ಕೂಱಾಗಿ ದಕ್ಕಿಸುವದುಗ ನಾಂ ಏನ ಮಾಡುವೆಂ, ಎಮ್ಮನೆ,

೨೬. ಅವಂಗ: ನಾಯಸಾತ್ರದೊ ಬರೆದದ್ದೇನ? ಎತ್ತಾತೆ ಓದಿರೆ? ಎಮ್ಮನೆ,

೨೭. ಅವಂ ಅದುಗ: ನಿನ್ನ ದೇವರಾಗಿಬ್ಬ ಕರ್ತನ ನಿನ್ನ ಪೂರಾ ಮನಸ್ಸೊಂದವೂ ನಿನ್ನ ಪೂರಾ ಜೀವಾಂದವೂ ನಿನ್ನ ಪೂರಾ ಸತೂಂದವೂ ನಿನ್ನ ಪೂರಾ ಬುದ್ದೀಂದವೂ, ಇನ್ನು ನಿನ್ನ ನೆರೆಯ

ವೢನ ನಿನ್ನಮಾಕೆಯೂ ಪಿರಿಯ ಮಾಡೋದೂಂದು ಮರುತ್ತರ ಕೊಟ್ಟೢ.

೨೮. ಅವೢ ಅವೢಗ: ಸರಿಯಾಗಿ ಉತ್ತರ ಕೊಟ್ಟೆ; ಇದುನ ಮಾಡಿಲೆ ಬದಿಕಿರೆ, ಎನ್ನೢ.

೨೯. ಆಲೆ ಅವೢ ತನ್ನ ನೀತಿಬತ್ತಾಂದು ತೋಱಿಯುಂಬದುಗ ಮನಸ್ಸು ಮಾಡಿ, ಯೇಸುಗ: ಅತ್ತೆ ಆಲೆ, ಯೆನ್ನ ನೆರೆಯವೢ ದಾರ? ಎನ್ನೢ

೩೦. ಅದುಗ ಯೇಸು ಹ್ದೇಗಿದದೇನಾಂದಲೆ: ಒಬ್ಬ ಮನಿಚೢ ಯೆರೂಸಲೇಮೂಂದ ಯೆರಿಕೋಗ ಈಟ್ಗಿ ಹೋಪನೆ, ಕಳ್ಳರ ಕೈಗ ಸಿಕ್ಕಿದೢ. ಎವಕ ಅವೢನ ಚೀಲೆಯ ಕ್ಟಿತ್ತು, ಪೆಟ್ಟಾಕಿ, ಅವೢನ ಅರೆಜೇವ ಮಾಡಿ ಬುಟ್ಟು ಹೋದರು.

೩೧. ಆಗತಾನೆ ದೇವರ ದಾಯಾಂದ ಆ ದಾರಿಯೊ ಪೂಜಾರಿ ಒಬ್ಬೢ ಈಟ್ಗಿ ಬಪ್ಪನೆ, ಅವೢನ ನೋಡಿ, ತೆಲಗಿ ಹೋದೢ.

೩೨. ಅತ್ತೆತಾೢ ಲೇವಿಯ ಒಬ್ಬೢ ಆ ತಾವುಗ ಸೇದು, ಬಂದು, ನೋಡಿ, ತೆಲಗಿ ಹೋದೢ.

೩೩. ಆಲೆ ಒಬ್ಬ ಸಮಾರ್ಯದವೢ ಪಯಣ ಹೋಪನೆ, ಅವೢನ ಸಾರೆ ಬಂದು, ಅವೢನ ನೋಡೋನೆಗ ಅವೢಗ ಮನನೊಂದ;

೩೪. ಅವೢ ಸಾರೆ ಹೋಗಿ, ಅವೢನ ಗಾಯಯೆಲ್ಲಾಗ ಯೆಣ್ಣೆಯವೂ, ಕುಡಿವಮುಂದಿರಿರಸವವೂ ಅಟ್ಟಿ, ಕಟ್ಟಿಯುಟ್ಟು, ಅವೢನ ಸೊತ್ತ ಕಾಲ್ನಡೆ ಒದಗ ಹತ್ತಿಸಿ, ಸತ್ರೆಗ ಅವೢನ ಕೂಟಿಯುಂಡು ಹೋಗಿ, ಅವೢನ ಜೋಪಾನ ಮಾಡಿದೢ.

೩೫. ಮರುಜಿನಗ ಅವೢ ಕಡೆದ್ಹೋಪನೆ, ಯೆರಡು ಹಣವ ಎತ್ತಿಯುಂಡು, ಸತ್ರೆಗಾರಗ ಕೊಟ್ಟು, ಅವೢಗ: ಎವೢನ ಜೋಪಾನ ಮಾಡು; ಇನ್ನು ನೀ ಏನಾಲೆಯೂ ಹೆಚ್ಚು ಬೆಚ್ಚ ಮಾಡಿಲೆ, ನಾೢ ತಿರಿಗಿ ಬಪ್ಪನೆ ನಿನಗ ತನ್ನನೆ ಎಂದು ಹ್ದೇಗಿದೢ.

೩೬. ಆದದುನೆಂದ ಕಳ್ಳರ ಕೈಗ ಸಿಕ್ಕಿದವೢಗ ಈ ಮೂರ್ರಾದ್ಹೋಗೆ ಏಯವೢ ನೆರೆಯವೢನಾಗಿದ್ದಾಂದು ನಿನಗ ತೋಱಿರ?

೩೭. ಎವಂ: ಗವ ಅವಂಗ ತೋಱಿದವಂತಾಂ ಎನ್ನಂ. ಆಗ ಯೇಸು ಅವಂಗ: ನೀ ಹೋಗಿ, ಅದುಮಾಕೇ ಮಾಡು, ಎನ್ನಂ.

೩೮. ಇನ್ನು ಅವಕ ಹೋಪನೆ, ಅವಂ ಒಂದು ಊರುಗ ಹುಕ್ಕಂ. ಅಲ್ಲಿ ಮಾರ್ತಾಂಬ ಹೆಸರುಳ್ಳ ಒಂದು ಹೆಮ್ಮಾತಿ ಅವಂನ ತನ್ನ ಮನೆಗ ಸೇತಿಯುಂಡ್ಡ.

೩೯. ಅವ್ವಗ ಮರೀಯಾಂಬ ಒಬ್ಬ ಅಂಮೆ ಇದ್ದ. ಎವ್ವ ಯೇಸುನ ಕಾಲು ಸಾರೆ ಕುಳಿದೂಂಡು, ಅವಂನ ಮಾತ ಕ್ಟೇತ್ತ.

೪೦. ಆಲೆ ಮಾರ್ತ ಮನೆಗೆಲಸದೊ ಬಲು ಕಚಟಾಗಿ, ಸಾರೆ ಬಂದು ನಿದ್ದು; ಕರ್ತಾ! ಯೆನ್ನಮ್ಮ ಗೀವದುಗ ಯೆನ್ನ ಒಬ್ಬುವ ಬುಟ್ಟಿದ್ದವ್ವೇಂದು ನಿನಗ ಚಿತ್ತೆ ಇಲ್ಲೆಯಾ? ಆಲೆ ಯೆನಗ ಸಕೆಯ ಮಾಡೋದೂಂದು ಅವ್ವಗ ಹ್ಟೇಗು, ಎಮ್ಮನೆ,

೪೧. ಯೇಸು ಅವ್ವಗ ಮರುತ್ತರಾಗಿ: ಮಾರ್ತಾ, ಮಾರ್ತಾ, ಅಪ್ಪಱಿಗಾಗಿ ಚಿತ್ತೆ ತೊಂದಾರ ಆರೆ;

೪೨. ಆಲೆ ಬೇಕಾದದು ಒಂದುತಾಂ; ಮರೀಯ ಒಳ್ಳೇಯ ಪಾಲವ ತಿರಿದೂಂಡಿದ್ದವ್ವೆ; ಅದು ಅವ್ವಾಂದ ಕ್ಟಿತ್ತೋಗ.

೧೧. ಸಂಧಿ.

೧. ಹಿಂದೆ ಆದದ್ದೇನಾಂದಲೆ: ಅವಂ ಒಂದೆಡೆಯೊ ಜಪ ಮಾಡಿ, ಸಮೆದದೆಮ್ಮನೆ, ಅವಂನ ಸಿಸಿಯರ್ಬ್ಬೋಗೆ ಒಬ್ಬಂ ಅವಂನ ಕೋಡ: ಕರ್ತಾ, ಯೋಹಾನಂ ತನ್ನ ಸಿಸಿಯರುಗ ಕಲಿಸಿದ್ದಂಗೆ ನೀನೂ ಯೆಂಗಗ ಜಪ ಮಾಡೋದುಗ ಕಲಿಸಿತಾ, ಎಮ್ಮನೆ,

೨. ಅವಂ ಅವಕಗ ಹ್ಟೇಗಿದದೇನಾಂದಲೆ: ನಿಂಗ ಜಪ ಮಾಡೋನೆ: ಮೇಲೋಕದೊ ಇಬ್ಬ ಯೆಂಗಪ್ಪಾ, ನಿನ್ನ ಹೆಸರು ಪರಿ

ಸುದ್ದವಾದದಾಗಲಿ; ನಿನ್ನ ರಾಜಿಯ ಬರಲಿ; ನಿನ್ನ ಚಿತ್ತ ಮೇಲೋಕದೊ ಆಪ ಹೆಂಗೆ ಬೂಮಿಬದಗವೂ ಆಗಲಿ;

೩. ಬೇಕಾದ ಯೆಂಗ ಹಿಟ್ಟ ಜಿನಜಿನಗ ಯೆಂಗಗ ತಾ;

೪. ಇದು ಅಲ್ಲದೆ ಯೆಂಗ ಪಾಪವ ಯೆಂಗಗ ಪರಿಹಾರ ಮಾಡು, ಯೇಕಾಂದಲೆ ಯೆಂಗೂ ಯೆಂಗ ತಪ್ಪುಗಾರರುಗ ಬುಟ್ಟನೆಯೋಁ; ಇನ್ನು ಎಂಗ್ಟುವ ಸೋದನೆಗ ಸೇತದೆ ಕೇಡೂಂದ ತಪ್ಪಿಸು, ಎಂದು ಹ್ಟೇಗಿವಿ ಎನ್ನಁ.

೫. ಇನ್ನು ಅವಕಗ ಹ್ಟೇಗಿದದೇನಾಂದಲೆ: ನಿಂಗ್ದೊೀಗೆ ಒಬ್ಬಗ ಒಬ್ಬಸಂಗಾತಿಗಾರಁ ಇದ್ದಲೆ, ಅವಁ ನಡುಜಾಮದೊ ಅವಁನ ಸಾರೆ ಹೋಗಿ, ಅವಁಗ: ಸಂಗಾತಿಗಾರಾ, ಯೆನಗ ಮೂರು ದೊಟ್ಟೆಯ ಕುಱಿಯಪೆ ತಾ,

೬. ಯೇಕಾಂದಲೆ ಯೆನ್ನ ಸಂಗಾತಿಗಾರಁ ದಾರಿಪಯಣಾಗಿ ಯೆನ್ನ ಸಾರೆ ಬಂದಿದ್ದನೆ, ಇನ್ನು ಅವಁನ ಮುಂದಾಡು ಬೀಪದುಗ ಯೆನಗ ಏನೂ ಇಲ್ಲೇಂದು ಹ್ಟೇಗುವನೆ,

೭. ಅವಁ ಒಳಗಾಂದ ಉತ್ತರ ಕೊಟ್ಟು: ಯೆನ್ನ ತೊಂದಾರ ಮಾಡ ಬೇಡ, ಹಡಿ ಇಕ್ಕಿ ಆತು, ಇದು ಅಲ್ಲದೆ ಯೆನ್ನ ಮಕ್ಕಟ ಯೆನ್ನ ಕೋಡ ಹಡಿದೂಂಡಿದ್ದಾಱಿ, ನಾಁ ಯ್ಟೆದ್ದು ನಿನಗ ತರಾಱೇಂದು ಹ್ಟೇಗಿನವಾ?

೮. ಎವಁ ಅವಁಗ ಸಂಗಾತಿಗಾರನಾಗಿಬ್ಬದುನೆಂದ ಯ್ಟೆದ್ದು, ಅವಁಗ ಕೊಡದೆ ಹೋಲೆಯೂ, ಅವಁ ಸಿಗ್ಗಿಲ್ಲದವಁನಾಗಿಬ್ಬದುನೆಂದ ಎವಁ ಯ್ಟೆದ್ದು ಅವಁಗ ಬೇಕಾದಾಸಗ ಕೊಟ್ಟನಾಂದು ನಿಂಗಗ ಹ್ಟೇಗಿನೆ.

೯. ಇನ್ನು ನಾಁ ನಿಂಗಗ ಹ್ಟೇಗುವದೇನಾಂದಲೆ: ಕೆಂಜಿಯುಳ್ಳಿವಿ, ಆಗ ನಿಂಗಗ ಸಿಕ್ಕಿರ; ಅರಸಿವಿ, ಆಗ ನಿಂಗಗ ಕಿಟ್ಟಿರ; ತಟ್ಟಿವಿ, ಆಗ ನಿಂಗಗ ತಱಿದರ.

೧೦. ಯೇಕಾಂದಲೆ ಕೆಂಜಿಯುಂಬ ಒಬ್ಬೊಬ್ಬ ಮನಿಚಁ ಸಿಕ್ಕಿಸಿಯುಂಣಾನಁ; ಅರಸುವವಁ ಕಂಡೆತ್ತಿಯುಂಣಾನಁ; ತಟ್ಟುವವಁಗ ತಱಿದರ.

೧೧. ಆಲೆ ನಿಂಗ್ಳೊೞೇಗೆ ಅಪ್ಪನಾಗಿಬ್ಬ ಏಯವ೦ನ ಸಾರೆ ಮಾತಿ ದೊಟ್ಟಿಯ ಕೆಂಜಿಯುಂಡಲೆ, ಅವ೦ಗ ಕಲ್ಲ ಕೊಟ್ಟನವಾ? ಇಲ್ಲದ್ದೊೞೇಲೆ ಮಿಾನ ಕೆಂಜಿಯುಂಡಲೆ ಮಿಾನುಗ ಬದಲಾಗಿ ಅವ೦ಗ ಹಾವ ಕೊಟ್ಟನವಾ?

೧೨. ಇಲ್ಲದ್ದೊೞೇಲೆ ಪೊಟ್ಟೆಯ ಕೆಂಜಿಯುಂಡಲೆ, ಅವ೦ಗ ಚೆಳ್ಳ ಕೊಟ್ಟನವಾ?

೧೩. ಅತ್ತೆಯಾಲೆ ಕೆಟ್ಟವಕರಾಗಿಬ್ಬ ನಿಂಗ ನಿಂಗ ಮಕ್ಕ್ಳಗ ಒಳ್ಳೆಯ ಒಡವೆಗ್ಳೊವ ಕೊಡೋದುಗ ಅಱಿೀದಲೆ, ಯೇಸಗ ಹೆಚ್ಚಾಗಿ ಮೇಲೋಕದ ಅಪ್ಪ೦ ತನ್ನ ಕೆಂಜಿಯುಂಬವಕಗ ಪರಿಸುದ್ದ ಆತ್ಮವ ಕೊಟ್ಟನ೦, ಎನ್ನ೦.

೧೪. ಇದುಅಲ್ಲದೆ ಅವ೦ ಒಂದು ಬೂತವ ಕಡೆಸಿದ೦; ಅದು ಮೂಂಗಾಗಿದ್ದ. ಆಗ ಆದದೇನಾಂದಲೆ: ಆ ಬೂತ ಕಡೆದದೆಮ್ಮನೆ, ಮೂಂಗ೦ ಮಾತಾಡಿದ೦; ಇನ್ನು ಪಜೆ ಅದಿಸೆಯ ಪಟ್ಟರು.

೧೫. ಆಲೆ ಅವಕರ್‍ಳೊೞೇಗೆ ಜೋಚಿ ಜನ: ಬೂತಗ್ಳೊೞೇಗ ಯೆಜಮಾನ೦ ಆದ ಬೆಳ್ಜೆಬೂಲೂಂದ ಬೂತಗ್ಳೊವ ಕಡೆಸಿನ೦, ಎಂದರು.

೧೬. ಇನ್ನು ಜೋಚಿ ಜನ ಅವ೦ನ ಸೋದಿಸಿ, ಬಾನೂಂದ ಗುಱುತ ಅವ೦ನ ಸಾರೆ ಕ್ಟೇತರು.

೧೭. ಆಲೆ ಅವ೦ ಅವಕರುನುಪ ಅಱಿೀದು, ಅವಕಗ ಹ್ಟೇಗಿದದೇನಾಂದಲೆ: ತನ್ನೊೞೇಗೆ ಬಿರೋದಾಗಿ ಬೇರೆ ಬೇರೆ ಆದ ಏಯದೊಂದು ರಾಜ್ಯ ಹ್ಟಾಆರ, ಮನೆಯ ಮೇಲೆ ಮನೆ ಬ್ಟುದ್ದರ.

೧೮. ಆಲೆ ಪಿಚಾಚಿಯು ಕೂಡ ತನ್ನೊೞೇಗೆ ಬಿರೋದಾಗಿ ಬೇರೆ ಬೇರೆ ಆಲೆ, ಅವ೦ನ ರಾಜೆಯ ನಿಬ್ಬದೆತ್ತತೆ? ಯೇಕಾಂದಲೆ ಬೆಳ್ಜೆಬೂಲೂಂದ ನಾ೦ ಬೂತಗ್ಳೊವ ಕಡೆಸಿನೇಂದು ನಿಂಗ ಹ್ಟೇಗಿಯಾಱಿ,

೧೯. ಆಲೆ ನಾ೦ ಬೆಳ್ಜೆಬೂಲೂಂದ ಬೂತಗ್ಳೊವ ಕಡೆಸಿಲೆ,

ನಿಂಗ ಮಕ್ಕ್ಟ ದಾರಾಂದ ಕಡೆಸಿಯಾರ? ಆದದುನೆಂದ ಅವಕ ನಿಂಗಗ ನಾಯ ತೀರಿಸುವವಕಾದಾರ.

೨೦. ಆಲೆ ನಾಂ ದೇವರ ಬೆರಳೊಂದ ಬೂತಗ್ಳೊವ ಕಡೆಸಿಲೆ, ದೇವರ ರಾಜಿಯ ನಿಂಗ್ಳೊೀಗೆ ಬಂದ್ಹಡದೆ, ಇಲ್ಲೆಯೋ?

೨೧. ಸತುಗಾರಂ ಆಯಿದವ ಹೊತ್ತೊಂಡು, ತನ್ನ ಅರಮನೆಯ ಕಾಪಾಡಿಯುಂಡಿಬ್ಬನೆ, ಅವಂಗ ಹಟ್ಟದ್ದು ಬದ್ದುರಾಗಿ ಹಟ್ಟರ;

೨೨. ಆಲೆ ಅವಂನೆಂದ ಸತುಗಾರಂ ಅವಂನ ಮೇಲೆ ಬಂದು, ಅವಂನ ಗೆದ್ದಲೆ, ಅವಂ ನಂಬಿಯುಂಡಿದ್ದ ಅವಂನ ಎಲ್ಲಾ ಆಯಿದವ ಎತ್ತಿಯುಂಡು, ಅವಂನೆಂದ ಕ್ಟಿತ್ತೊಂಡದುನ ಹಚ್ಚಿಯುಂಣನಂ.

೨೩. ಯೆನ್ನ ಕೋಡ ಇರದವಂ ಯೆನಗ ಬಿರೋದಾಗಿದ್ದನೆ; ಯೆನ್ನ ಕೋಡ ಸೇಕದವಂ ಬೀಱಿನಂ.

೨೪. ಅಸುದ್ದ ಆತ್ಮ ಮನಿಚನ ಬುಟ್ಟು ಕಡೆದದೆಮ್ಮನೆ, ನೀರಿಲ್ಲದ ಎಡೆಗಡ್ಡ ತಿರಿಗಿಯಾಡಿಯುಂಡು, ಆಱುವಾರಿಸೋದುಗ ಅರಸಿರ. ಅದು ಸಿಕ್ಕದದುನೆಂದ: ನಾಂ ಕಡೆದ ಯೆನ್ನ ಮನೆಗ ತಿರಿಗಿಯುಣ್ಣಸೇಂದು ಹ್ಟೇಗಿ,

೨೫. ಬಂದು, ಅದು ಬ್ಹಾಕಿ ಹಡದೇಂದೂ ಸಿಂಗರ ಮಾಡಿ ಹಡದೇಂದೂ ಕಂಡೂಂಡರ.

೨೬. ಆಗ ಅದು ಹೋಗಿ, ತನ್ನೆಂದ ಕೆಟ್ಟ ಬೇರೆ ಇ್ಹಲು ಆತ್ಮಗ್ಳೊವ ಕೂಟಿಯುಂಡು ಬಂದರ; ಅವೆ ಹುಕ್ಕು, ಅಲ್ಲಿ ಒಕ್ಕಲಿದ್ದರೊ; ಇನ್ನು ಆ ಮನಿಚನ ಬಾಳು ಮುಂದಾಡುನದುನೆಂದ ಕಡೆಯದು ಕೆಟ್ಟದಾರ ಎನ್ನಂ.

೨೭. ಅವಂ ಎವೆಯ ಹ್ಟೇಗಿಯುಂಡಿಬ್ಬನೆ ಆದದೇನಾಂದಲೆ: ಪಜಿಯ್ಳೊೀಗೆ ಒಬ್ಬ ಹೆಮ್ಮಾತಿ ತನ್ನ ದನಿಯ ಎತ್ತಿ ಅವಂಗ: ನಿನ್ನ ಹೊತ್ತ ಬಸುಱೂ ನೀ ಕುಡಿತ ಮೊಲೆಯೂ ಬಾಗೆಯವುಳ್ಳವೇ, ಎಂದು ಹ್ಟೇಗಿದ್ದ.

೨೮. ಆಲೆ ಅವ್: ದೇವರ ಮಾತ ಕ್ಟೇತು, ಅದುನ ಕೈಕೊಂಬವಕತಾ್ ಬಾಗೆಯಬತ್ತರು, ಎನ್ನ್.

೨೯. ಇನ್ನು ಪಜೆ ಇಱಿಂಗಿ ಕೂಡಿಯುಮ್ಮನೆ, ಅವ್ ಕ್ಟೇಗೋದುಗ ಎಸಕಿದದೇನಾಂದಲೆ: ಈ ಕೊಲ ಕೆಟ್ಟ ಕೊಲತಾ್ ಅದು ಗುಱುತ ಆರಸಿರ. ಆಲೆ ಯೋನನ ಗುಱುತಲ್ಲದೆ, ಅದುಗ ಗುಱುತು ಸಿಕ್ಕಾಱಿ.

೩೦. ಯೇಕಾಂದಲೆ ಯೋನ್ ನಿನುವೆಯವಕಗ ಎತ್ತತೆ ಗುಱುತಾಗಿದ್ದನೋ, ಅತ್ತೆತಾ್ ಮನಿಜನ ಮಾತಿ ಈ ಕೊಲಗ ಗುಱುತಾನ್.

೩೧. ತೆಕ್ಕೆ ದಿಕ್ಕುನ ರಾಣಿ ನಾಯತೀರುಪುನೊ ಈ ಕೊಲದ ಜನವ ಕೋಡ ಯ್ಟೆದ್ದು, ಅವಕಗ ತಪ್ಪು ಹೊಱಿಸ್ಟಿಯ. ಯೇಕಾಂದಲೆ ಅವ್ವ ಸೊಲೊಮೋನನ ಗೇನವ ಕ್ಟೇಪದುಗ ಬೂಮಿಯ ಕರೇಂದ ಬಂದ್ದ; ಆಲೆಯೂ ಎದಗೇ, ಇಲ್ಲಿ ಸೊಲೊಮೋನನೆಂದ ದೊಡ್ಡವ್ ಇದ್ದನೆ.

೩೨. ನಿನುವೆಯ ಜನ ಸಾಯತೀರುಪುನೊ ಈ ಕೊಲವ ಕೋಡ ಯ್ಟೆದ್ದು, ಅದುಗ ತಪ್ಪು ಹೊಱಿಸಿಯಾರ; ಯೇಕಾಂದಲೆ ಅವಕ ಯೋನನ ಪರಸಂಗಗಾಗಿ ಮನ ತಿರಿಕಿದರು; ಆಲೆಯೂ ಎದಗೇ, ಇಲ್ಲಿ ಯೋನನೆಂದ ದೊಡ್ಡವ್ ಇದ್ದನೆ.

೩೩. ಇದು ಅಲ್ಲದೆ ಏಯವನಾಲೆಯೂ ದೀವಿಗೆಯ ಕತ್ತಿಸಿ, ಅದುನ ಮಱಿಯೊ ಆಲೆಯೂ, ಬಳ್ಳದ ಕ್ಟೀಯೆಆಲೆಯೂ ಬೀಪದಿಲ್ಲೆ; ಆಲೆ ಟ್ಟಗೆ ಬಪ್ಪವಕಗ ಬ್ಟೀಸಲು ಕ್ಟಾಂಬ ಹೆಂಗೆ ದೀವಿಗೆ ಕಂಬೊದಗತಾ್ ಬೀತನ್.

೩೪. ಸರೀರದ ಬ್ಟೀಸಲು ನಿನ್ನ ಕಣ್ಣುತಾ್; ಅತ್ತೆಆಲೆ ನಿನ್ನ ಕಣ್ಣು ಯೆುರಡೆತ್ತದೆ ಹಟ್ಟಲೆ, ನಿನ್ನ ಸರೀರ ಎಲ್ಲಾ ಬ್ಟೀಸಲಾಗಿ ಹಟ್ಟರ; ಆಲೆ ಅದು ಕೆಟ್ಟದ್ದಾಗಿ ಹಟ್ಟಲೆ, ನಿನ್ನ ಸರೀರ ಕೂಡ ಕ್ಟತ್ತಲೆಯಾಗಿ ಹಟ್ಟರ.

೩೫. ಇತ್ತೆ ಹಡೋದುನೆಂದ ನಿಂನ್ಹೊಬ್ಬೀಗೆ ಹಡುವ ಬ್ಬೀಸಲು ಕ್ಟತ್ತಲಾಗದ್ದೆಂಗೆ ನೋಡಿಯುಳ್ಳೋ;

೩೬. ಆದದುನೆಂದ ನಿನ್ನ ಸರೀರದೊ ಏಯ ಪಾಲಾಲೆಯೂ ಕ್ಟತ್ತಲೆಯಾಗದೆ, ಅದು ಎಲ್ಲಾ ಬ್ಬೀಸಲಾಗಿ ಹಟ್ಟಲೆ, ದೀವಿಗೆ ಯೆರೆಯಲೂಂದ ನಿನಗ ಬ್ಬೀಸಲು ತಪ್ಪ ಹೆಂಗೆ, ಅದು ಎಲ್ಲಾ ಬ್ಬೀಸಲಾಗಿ ಹಟ್ಟರ.

೩೭. ಅವಂ ಮಾತಾಡಿಯುಂಡಿಬ್ಬನೆ, ಒಬ್ಬ ಪರಿಸಾಯಂ, ತನ್ನ ಕೋಡ ಮದ್ದೇನದ ತೀನಿ ತಿಂಬದೂಂದು, ಅವಂನ ಕ್ಟೇತಂ. ಅವಂ ಒಡ್ಡಿಗೆ ಹೋಗಿ, ಕುಳಿದೂಣ್ಣಂ.

೩೮. ಆಲೆ ಅವಂ ತೀನಿಗ ಮುಂದಾಡು ಮಿಂಬಿಲೇಂದು ಪರಿಸಾಯಂ ನೋಡಿ, ಅದಿಸೆಯ ಪಟ್ಟಂ.

೩೯. ಆಗ ಕರ್ತಂ ಅವಂಗ ಹೇಳಿಗಿದದೇನಾಂದಲೆ: ಎದಗೇ, ಪರಿಸಾಯರಾದ ನಿಂಗ ಬೋಗಣಿಯ ಬಟ್ಟಲ ಹೊರಾಚು ಸುದ್ದ ಮಾಡಿಯಾಲಿ; ಆಲೆ ನಿಂಗ ಒಡ್ಡಿಗಾಚು ಕಳ್ಳತನಾಂದವೂ ಕೆಟ್ಟತನಾಂದವೂ ತುಂಬಿ ಹಡದೆ;

೪೦. ಬುದ್ದಿಗೆಟ್ಟವಕರೇ! ಹೊರಾಚುನದುನ ಮಾಡಿದವಂ ಒಡ್ಡಿಗನದುನವೂ ಮಾಡುಲೆಯಾ?

೪೧. ಆಲೆಯೂ ಒಡ್ಡಿಗೆ ಹಡುವದುನತಾಂ ದರುಮ ಕೊಡಿವಿ; ಆಗ ಎದಗೇ, ನಿಂಗಗ ಎಲ್ಲಾ ಸುದ್ದಾಗಿ ಹಡದೆ.

೪೨. ಆಲೆ, ಪರಿಸಾಯರೇ, ನಿಂಗಗ ಅಯ್ಯೋ! ಯೇಕಾಂದಲೆ ಮರುಗೆಲೆ, ಜೀರಂಗೆ, ಬೈಯ ಸೊಪ್ಪೆಲ್ಲಾಂದ ಹತ್ತಗೊಂದು ಕೊಟ್ಟು, ನಾಯವವೂ ದೇವರ ಪಿರಿಯವವೂ ಬುಟ್ಟು ಹೋದಾಲಿ. ಎವೆಯ ಮಾಡಿ, ಅವೆಯ ಬುಡದೆ ಇಬ್ಬದಾಗಿ ಹಟ್ಟ.

೪೩. ಪರಿಸಾಯರೇ, ನಿಂಗಗ ಅಯ್ಯೋ! ಯೇಕಾಂದಲೆ ಸಬೆ ಮನೆಯೊ ಮುಂದಾಡುನ ಪೀಟವವೂ ಅಂಗಡಿಬೀದೆಯೊ ಕುಂಬುಡಿಗೆಯುವೂ ಪಿರಿಯ ಮಾಡಿಯಾಲಿ.

೪೪. ನಿಂಗಗ ಅಯ್ಯೋ! ಯೇಕಾಂದಲೆ ಮಱಿಯಾಗಿ ಹಡುವ ಸಮಾದಿಗ್ಳೊ ಮಾಕೆ ಇದ್ದೀ; ಅವೆಯೊದಗ ತಿರಿಗಿಯಾಡುವ ಮನಿಚರು ಅವೆಯ ಅಱಿಯರು.

೪೫. ಆಗ ನಾಯಗಾರರ್ಳೋಗೆ ಒಬ್ಬಂ ಮರುತ್ತರ ಕೊಟ್ಟು, ಅವಂಗ: ಗುರುವೇ, ಎವೆಯ ಹ್ಡೇಗುವದುನೆಂದ ಯೆಂಗ್ಳುವವೂ ಯೇಡಿಸಿರೇ, ಎಮ್ಮನೆ,

೪೬. ಅವಂ ಹ್ಡೇಗಿದದೇನಾಂದಲೆ: ನಾಯಗಾರರೇ, ನಿಂಗಗೂ ಅಯ್ಯೋ! ಯೇಕಾಂದಲೆ ನಿಂಗ ಹೊಱಾಱಿದ ಹೊಱೆಗ್ಳೋವ ಮನಿಚರೊದಗ ಹೊಱಿಸಿ, ನಿಂಗತಾಂ ಆ ಹೊಱೆಗ್ಳೊವ ನಿಂಗಗ್ಳಡುವ ಒಂದು ಬೆರಲುನೊ ಆಲೆಯೂ ತೊಡುವದಿಲ್ಲೆ.

೪೭. ನಿಂಗಗ ಅಯ್ಯೋ! ಯೇಕಾಂದಲೆ ಪ್ರವಾದಿಗ್ಳುವ ಸಮಾದಿಗ್ಳೋವ ಕಟ್ಟಿಯಾಱಿ, ಆಲೆ ನಿಂಗ ತಾತಪೂತರು ಅವಕರ ಕೊದ್ದರು.

೪೮. ಇತ್ತೆ ಹಡೋದುನೆಂದ ನಿಂಗ ನಿಂಗ ತಾತಪೂತರ ಮಾಟಗ ಸಾಕಿಚಿ ಕೊಟ್ಟು, ಒಪ್ಪಿಯಾಱಿ; ಯೇಕಾಂದಲೆ ಅವಕ ಅವಕರ ಕೊದ್ದಾಕಿದರು; ಆಲೆ ನಿಂಗ ಅವಕರ ಸಮಾದಿಗ್ಳೋವ ಕಟ್ಟಿಯಾಱಿ.

೪೯. ಆದದುನೆಂದ ದೇವರ ಗೇನ ಹ್ಡೇಗಿದದೇನಾಂದಲೆ: ನಾಂ ಅವಕಗ ಪ್ರವಾದಿಗ್ಳೊವವೂ ಅಪೋಸ್ತಲರವೂ ಕ್ಡೇಗಿನೆ; ಅವಕರ್ಳೋಗೆ ಜೋಚಿಯ್ಳಾವ ಕೊದ್ದು ಹಾಕಿಯಾರ; ಪಾಡು ಪಡಿಸಿಯಾರ.

೫೦. ಹೇಬೆಲನ ನೆತ್ತರೂಂದ ಹಿಡಿತು, ಹಲಿಪೀಟಗೂ ಗುಡಿಗೂ ನಡುವೆ ನಾಸ ಮಾಡಿಸಿದ ಜಕರೀಯನ ನೆತ್ತರುಗಟ್ಟ, ಲೋಕ ಉಟ್ಬಾಪನೇಂದ ಹಿಡಿತು, ಚೂಚಿದ ಎಲ್ಲಾ ಪ್ರವಾದಿಗ್ಳೊವ ನೆತ್ತರು ಈ ಕೊಲಾಂದ ಕ್ಡೇಪ ಹೆಂಗಾರ.

೫೧. ಹಾಂ, ಅದು ಈ ಕೊಲಾಂದ ಕ್ಡೇತ್ಳಟ್ಟರ, ಎಂದು ನಿಂಗಗ ಹ್ಡೇಗಿನೆ.

೫೨. ನಾಯಗಾರರೇ, ನಿಂಗಗ ಅಯ್ಯೋ! ಯೇಕಾಂದಲೆ ಅಱಿವುನ ಬೀಗದ ಕೈಯ ಎತ್ತಿಯುಂಡೀ; ನಿಂಗ್ಳುವೇ ಒಳಗೆ ಸೇಬಿಲೆ, ಇನ್ನು ಒಳಗೆ ಸೇಬವಕರ ಅಡ್ಡಗಟ್ಟಿದೀ, ಎನ್ನ಼.

೫೩. ಅವ಼ ಅಲ್ಲಿಂದ ಕಡೆದದೆಮ್ಮನೆ, ಕಲುವೆಗಾರರೂ ಪರಿಸಾಯರೂ ಅವ಼ನ ಅಪ್ಪಱಿ ತೊಂದಾರ ಪಡಿಸೋದುಗೂ ಹೆಚ್ಚು ಜೋಲಿಯ ಕುರಿತು ನುಡಿಸೋದುಗೂ ಎಸಕಿ,

೫೪. ಅವ಼ನ ಬೇಯೆಂದ ಏನಾಲೆಯೂ ಹಿಡಿಪದುಗ ಅವ಼ಗಾಗಿ ಬೇವಿದ್ದರು.

೧೨. ಸಂಧಿ.

೧. ಅದುಗ್ಳೋಗೆ ಸಾವಿರ ಸಾವಿರ ಪಜೆ ಒಬ್ಬನ ಒಬ್ಬ಼ ಮೆಟ್ಟುವ ಹೆಂಗೆ ಕೂಡಿ ಬಂದಿಬ್ಬನೆ, ಅವ಼ ತನ್ನ ಸಿಸಿಯರುಗ ಹ್ದೇಗೋದುಗ ಎಸಕಿದದೇನಾಂದಲೆ: ನಿಂಗ ಮುಂದಾಡು ಪರಿಸಾಯರ ಹ್ಬುಯಿಹಿಟ್ಟುಗ ಎಚ್ಚರಿಕೆಯಾಗಿರಿವಿ; ಅದೇನಾಂದಲೆ: ಕವಡು.

೨. ಆಲೆ ಕಾಣಾಱಿದ ಮುಚ್ಚಿದದು ಒಂದೂ ಇಲ್ಲೆ, ಅಱಿಯಾಱಿದ ಮಱಿಯಾದದು ಒಂದೂ ಇಲ್ಲೆ.

೩. ಆದದುನೆಂದ ನಿಂಗ ಕ್ಟತ್ತಲೆಯೊ ಏನ ಹ್ದೇಗಿದಿರೋ, ಅದು ಬ್ಬೀಚಲುನೊ ಕ್ಟೇತರ; ಇನ್ನು ನಿಂಗ ಕೋಣೆಯೊ ಕಿವಿಗ ಏನ ನುಡಿದಿರೋ, ಅದು ಮಂದದೊ ಸಾಱಿರ.

೪. ಆಲೆ ನಾ಼ ಯೆನ್ನ ಸಂಗಾತಿಗಾರರಾಗಿಬ್ಬ ನಿಂಗಗ ಹ್ದೇಗೋದೇನಾಂದಲೆ: ಸರೀರವ ಕೊದ್ದು, ಅದುಗ್ಳಿಂದೆ ಹೆಚ್ಚಾದದೇನಾಲೆಯೂ ಮಾಡಾಱಿದವಕಗ ಅಂಜ ಬೇಡ.

೫. ಆಲೆ ದಾರಗ ಅಂಜೋದೂಂದು ನಿಂಗಗ ತೋಱಿನೆ: ಕೊದ್ದು ಹಾಕಿದ ಮೇಲೆ, ಕಿಚ್ಚುನ ಮನೆಗ ಹಾಕೋದುಗ ಅದಿಕಾರವುಳ್ಳವ಼ಗ ಅಂಜಿವಿ; ಹಾ಼, ಅವ಼ಗತಾ಼ ಅಂಜಿವಿ, ಎಂದು ನಿಂಗಗ ಹ್ದೇಗಿನೆ.

೬. ಐದು ಗುಬ್ಬಿಚಿಯ ಎರಡು ಕಾಸುಗ ಮಾರುವದಿಲ್ಲೆಯಾ? ಆಲೆಯೂ ಅವೆಯ್ಡೋಗೆ ಒಂದಾಲೆಯೂ ದೇವರ ಮುಂದಾಡು ನೆನೆವಜಿ಼ಯದ್ಡೋದದಲ್ಲ.

೭. ಇದು ಅಲ್ಲದೆ ನಿಂಗ ಮಂಡೆಯ ಮೈಲೆಲ್ಲಾ ಕೂಡ ಯೆಕ್ಕ ಮಾಡಿ ಹಡದೆ. ಇತ್ತೆ ಹಡೋದುನೆಂದ ಅಂಜ ಬೇಡ, ನಿಂಗ ಅಪ್ಪಜಿ ಗುಬ್ಬಿಚಿಯೆಂದ ಹೆಚ್ಚಾದವಕಾಗಿದ್ದೀ.

೮. ಆಲೆ ನಿಂಗಗ ಹ್ಟೇಗಿನೆ: ಮನಿಚರ ಮುಂದಾಡು ಯೆನ್ನ ಅಜಿ಼ಕೆ ಮಾಡುವ ಏಯವನಾಲೆಯೂ, ಅವ಼ನ ಮನಿಚನ ಮಾತಿನೂ ದೇವರ ಜಮಗಾರರ ಮುಂದಾಡು ಅಜಿ಼ಕೆ ಮಾಡಿನ಼.

೯. ಆಲೆ ಮನಿಚರ ಮುಂದಾಡು ಯೆನ್ನ ಹೊಜಿತಟ್ಟುವವ಼ ದೇವರ ಜಮಗಾರರ ಮುಂದಾಡು ಹೊಜಿತಟ್ಟಸಿಯುಣ್ಣನ಼.

೧೦. ಇನ್ನು ಮನಿಚನ ಮಾತಿಗ ಬಿರೋದಾಗಿ ಮಾತಾಡುವವ಼ ಏಯವನೋ, ಅವ಼ಗ ಪರಿಹಾರ ಆರ; ಆಲೆ ಪರಿಸುದ್ಧ ಆತ್ಮಗ ಬಿರೋದಾಗಿ ಜೋಚದ ಮಾತು ನುಡಿದವ಼ಗ ಪರಿಹಾರ ಆಗ.

೧೧. ಆಲೆ ಅವಕ ಸಬೆಮನೆಗ್ಡೋಗೂ ಗೊತ್ತುಗಾರರ ಸಾರೆಯೂ ಅದಿಕಾರಗಾರರ ಸಾರೆಯೂ ನಿಂಗ್ಡುವ ಕೂಟಿಯುಂಡು ಹೋಪನೆ, ಎತ್ತತೆ ಬೈಯ ಏನ ಉತ್ತರ ಕೊಡೋದು, ಇಲ್ಲದ್ಡೋಲೆ ಏನ ಹ್ಟೇಗೋದೂಂದು, ಚಿತ್ತೆ ಮಾಡ ಬೇಡ.

೧೨. ಯೇಕಾಂದಲೆ ನಿಂಗ ಹ್ಟೇಗ ಬೇಕಾದವೆಯ ಪರಿಸುದ್ಧ ಆತ್ಮ ಆ ಗ್ಡೈಗೆಯೊ ನಿಂಗಗ ಕಲಿಸಿ ತಂದರ.

೧೩. ಆಗ ಪಜಿಯೊ ಒಬ್ಬ಼ ಅವ಼ಗ: ಗುರುವೇ, ಯೆನ್ನ ಅಣ್ಣ಼ ಯೆನಗೂ ತನಗೂ ಕೂಡಿಜಿ ಬಾಗೆಯ ಹಚ್ಡೋದೂಂದು ಅವ಼ಗ ಹ್ಡೇಗು, ಎಮ್ಮನೆ,

೧೪. ಅವ಼ ಅವ಼ಗ: ಮನಿಚಾ, ಯೆನ್ನ ನಿಂಗಗ ನಾಯತೀರಿಸುವವ಼ನಾಗಿ, ಇಲ್ಲದ್ಡೋಲೆ ಪಾಲ ಹಚ್ಚುವವ಼ನಾಗಿ ಬೀತವ಼ ಏಯವ಼? ಎನ್ನ಼.

೧೫. ಇನ್ನು ಅವಕಗ: ಏಯದೊಂದು ಲೋಬದ ಮನಸ್ಸುಗ ಎಚ್ಚರಿಕೆಯಾಗಿದ್ದು, ನಿಂಗ್ಡುವ ಕಾತುಳ್ಳಿವಿ; ಯೇಕಾಂದಲೆ ಒಬ್ಬಗ ಬದುಕು ಹೆಚ್ಚು ಹಟ್ಟಲೆಯೂ, ಅದುನ್ನೋಗೆ ಅವಂನ ಜೀವ ಹಡೋದಿಲ್ಲೆ, ಎಂದು ಹ್ಟೇಗಿದಂ.

೧೬. ಇನ್ನು ಅವಕಗ ಒಂದು ಒಗಟು ಹ್ಟೇಗಿದಂ, ಏನಾಂದಲೆ: ಒಬ್ಬ ಆಸ್ತಿಗಾರ ಮನಿಚನ ಬೂಮಿ ಒಳ್ಳೆಂಗೆ ಬ್ಟೇದ.

೧೭. ಆಗ ಅವಂ ತನ್ನೋಗೆ ಉನಿಚೊಂಡದೇನಾಂದಲೆ: ನಾಂ ಏನ ಮಾಡುವೆಂ? ಯೇಕಾಂದಲೆ ಯೆನ್ನ ಬ್ಟೇಯ ಸೇತಿ ಬೀಪದುಗ ಯೆನಗ ಎಡೆ ಇಲ್ಲೆ;

೧೮. ಇತ್ತೆ ಮಾಡಿನೆ: ಯೆನ್ನ ಕ್ಟೇಂಜಲೆಲ್ಲಾವ ಹಿಟಿತು, ಅವೇಂದ ದೊಡ್ಡವೆಯ ಕಟ್ಟಸಿ, ಯೆನ್ನ ಬ್ಟೇಯೆಲ್ಲಾವವೂ ಯೆನ್ನ ಬದುಕೆಲ್ಲಾವವೂ ಅಲ್ಲಿ ಸೇತಿಬೀತನೆ;

೧೯. ಆಗ ಯೆನ್ನ ಪೆರಣಗ: ಪೆರಣಾ! ಅಪ್ಪಟಿ ಬರಿಚಗಟ್ಟ ನಿನಗ ಅಪ್ಪಟಿ ಬದುಕು ಬೀತ್ಹಡದೆ, ನೊಸೇನ ಇರು, ತಿನ್ನು, ಕುಡಿ, ಕುಸಾಲೆಆಗಿರು, ಎಂದು ಹ್ಟೇಗಿನೆ, ಎನ್ನಂ.

೨೦. ಆಲೆ ದೇವರು ಅವಂಗ: ಬುದ್ದಿಗೆಟ್ಟವಂನೇ! ಇಂದು ಸಂದೆಗ ನಿನ್ನ ಪೆರಣವ ನಿನ್ನೆಂದ ಕ್ಟೇತಾರ, ಆಗ ನೀ ಒದಕಿ ಬೀತದ್ದು ದಾರಗಾರ? ಎನ್ನಂ.

೨೧. ದೇವರ ಬಕ್ಕ ಗನಗಾರನಾಗದೆ ತನಗ ತಾಂ ಬದುಕ ಸೇತಿ ಬೀಪವಂ ಇತ್ತೆತಾಂ ಇದ್ದನೇಂದು ಹ್ಟೇಗಿದಂ.

೨೨. ಇನ್ನು ಅವಂ ತನ್ನ ಸಿಸಿಯರುಗ ಹ್ಟೇಗಿದದೇನಾಂದಲೆ: ಇದುಗಾಗಿ ನಿಂಗ: ಏನವ ತಿಮ್ಮೋಂ? ಎಂದು ನಿಂಗ ಜೀವಗಾಗಿಯೂ, ಏನವ ಹೊಟಿಗೋಂ? ಎಂದು ನಿಂಗ ಸರೀರಗಾಗಿಯೂ ಚಿತ್ತೆ ಮಾಡ ಬೇಡ ಎಂದು ನಿಂಗಗ ಹ್ಟೇಗಿನೆ.

೨೩. ಯೇಕಾಂದಲೆ ಜೀವ ಅನ್ನಾಂದವೂ, ಸರೀರ ಬಟ್ಟೇಂದವೂ, ಹೆಚ್ಚಾಗಿ ಹಡದೆ.

೨೪. ಕಾಕೆಗ್ಳೋವ ನೋಡಿ ಉನಿಚುಳ್ಳಿ; ಯೇಕಾಂದಲೆ

ಅವೆ ಬಿತ್ತೋದಿಲ್ಲೆ, ಕುಯಿವದಿಲ್ಲೆ, ಅವೆಗ ಉಗ್ರಾಣವು ಇಲ್ಲೆ, ಕ್ಟೇಂಜಲೂ ಇಲ್ಲೆ; ಆಲೆಯೂ ದೇವರು ಅವೆಯ ಸಾಕಿನೞ. ಹಕ್ಕಿಲೂಂದವೂ ನಿಂಗ ಏಸಗೊ ದೊಡ್ಡವಕಾಗಿದ್ದೀ!

೨೫. ಇದು ಅಲ್ಲದೆ ನಿಂಗ್ಗೊಟ್ಟೀಗೆ ಏಯ್ಯವೞ ಚಿತ್ತೆ ಮಾಡುವದುನೆಂದ ತನ್ನುದ್ದಗ ಒಂದು ಮ್ಟಾ ಹೆಚ್ಚು ಮಾಡ ಬಲ್ಲೞ?

೨೬. ಅತ್ತೆಆಲೆ ಅಪ್ಪಱಿ ಕುನ್ನದುನವೂ ನಿಂಗ ಮಾಡಾಱದ್ಟೋಲೆ, ಮಿಕ್ಕವೆಗಾಗಿ ನಿಂಗ ಚಿತ್ತೆ ಆಪದೇನ?

೨೭. ಅಟ್ಟುಹೂ ಎತ್ತತೆ ಬ್ಟೇದರಾಂದು ಉನಿಚೂಳ್ಳಿ. ಅವೆ ನೂಪದೂ ಇಲ್ಲೆ, ನೀವದೂ ಇಲ್ಲೆ; ಆಲೆಯೂ ಸೊಲೊಮೋನನೂ ಕೂಡಾ ತನ್ನ ವೈಮೆಯೆಲ್ಲಾದುನೊ ಎವೆ ಒಂದು ಮಾಕೆ ಹೊತ್ತೂಂಬಿಲ್ಲೇಂದು, ನಿಂಗಗ ಹ್ಟೇಗಿನೆ.

೨೮. ಅತ್ತೆಯಾಲೆ ಇಂದಿದ್ದು, ನ್ಟಾಯೆ ಒಲೆಗ ಹಾಕುವ ಹೊಲದ ಹುಲ್ಲ ದೇವರು ಇತ್ತೆ ಸಿಂಗರಿಸಿ ಉಡಿಸಿಲೆ, ನಿಂಗ್ಟುವ ಏಸಗ ಅಪ್ಪಱಾಗಿ ಉಡಿಸಿನೞ, ಅಲ್ಪ ನಮ್ಮಣಿಗೆಯುವಕರೇ!

೨೯. ನಿಂಗೂ ಏನವ ತಿಮ್ಮೋೞ? ಏನವ ಕುಡಿಪೋೞ? ಎಂದು ಅರಸದೆ, ಅದುನ ದೊಡ್ಡಿತು ಮಾಡದೆ ಇರಿವಿ.

೩೦. ಯೇಕಾಂದಲೆ ಎವೆ ಎಲ್ಲಾವ ಲೋಕದವಕ ಆವಲಾಗಿ ಅರಸಿಯಾರ; ಆಲೆ ಅವೆ ನಿಂಗಗ ಬೇಕೂಂದು ನಿಂಗಪ್ಪೞ ಅಱಿದ್ದನೆ.

೩೧. ಆಲೆ ದೇವರ ರಾಜ್ಯವತಾೞ ಅರಸಿವಿ; ಆಗ ಎವೆಲ್ಲಾವೂ ನಿಂಗಗ ಕೂಡಾ ಸಿಕ್ಕಿರ.

೩೨. ಕುನ್ನ ಹಿಂಡೇ! ಅಂಜ ಬೇಡ; ಯೇಕಾಂದಲೆ ರಾಜ್ಯವ ನಿಂಗಗ ತಪ್ಪದುಗ ನಿಂಗಪ್ಪಗ ಪಿರಿಯ ತೋಱಿತು.

೩೩. ನಿಂಗಗ ಹಡುವವೆಯ ಮಾರಿಯುಟ್ಟು, ದರುಮ ಕೊಡಿವಿ. ಹ್ಟಯೆಯದಾಗದ ಕೈಚೀರವವೂ ಸಮೆದ್ಟೋಗದ ಬದುಕವೂ ಮೇಲೋಕದೊ ನಿಂಗಗ ಉಟ್ಟುಮಾಡಿಯುಳ್ಳಿವಿ; ಅಲ್ಲಿ ಕಳ್ಳೞ ಸಾರೆ ಬಪ್ಪದಿಲ್ಲೆ, ಹ್ಟೂ ಕೆಡಿಸುವದಿಲ್ಲೆ.

೩೪. ಯೇಕಾಂದಲೆ ನಿಂಗ ಬದುಕು ಎಲ್ಲಿಯೋ, ಅಲ್ಲಿತಾಂ ನಿಂಗ ಮನಸ್ಸೂ ಹಟ್ಟರ.

೩೫. ನಿಂಗ ನಡು ಕಟ್ಟಿಯುಂಡೇ ಹಡಲಿ; ನಿಂಗ ದೀವಿಗೆ ಕತ್ತಿಯುಂಡೇ ಹಡಲಿ;

೩೬. ಇದು ಅಲ್ಲದೆ ತಂಗ ಕರ್ತಂ ಮದುವೇಂದ ಯೆದ್ದೇಗುವ ಮರಿಚಿ ಬನ್ನನಾಂದು, ಅವಂ ಬಂದು ತಟ್ಟೋನೆ ಅವಂಗ ಬೇಗನ ತಱಿವ ಹೆಂಗೆ ಕಾತೂಂಡಿಬ್ಬ ಮನಿಚರುಗ ನಿಂಗ ಸರಿಯಾಗಿರಿವಿ.

೩೭. ಕರ್ತಂ ಬಪ್ಪನೆಗ ಯೆಚ್ಚರಿಕೆಯಾಗಿಬ್ಬವಕಾಗಿ ಕಂಡೂಂಡ ಅತ್ತ್ರವ ಜೇವಿತಿಗಾರರುತಾಂ ಬಾಗೆಯಬತ್ತ್ರರು; ನಿಜಾಗಿ ನಿಂಗಗ ಹ್ಡೇಗಿನೆ: ಅವಂ ನಡು ಕಟ್ಟಿಯುಂಡು, ಅವಕರ ಹತ್ತ್ರಿಗ ಕುಳಿಸಿ, ತಾಂ ಸಾರೆ ಬಂದು, ಅವಕಗ ತಂಡಿನಂ.

೩೮. ಇನ್ನು ಅವಂ ನಡು ಜಾಮದೊ ಬಂದು, ತಲೆಕ್ಕೋಡೇಯಿ ಜಾಮದೊವೂ ಬಂದು, ಅತ್ತ್ರೆತಾಂ ಕಂಡೂಂಡಲೆ, ಆ ಜೇವಿತಿಗಾರರು ಬಾಗೆಯಬತ್ತ್ರರು.

೩೯. ಆಲೆ ಇದುನ ನಿಂಗ ಅಱಿದಿರಿವಿ: ಕಳ್ಳಂ ಏಯ ಗ್ಡೈಗೆಯೊ ಬನ್ನನಂ ಎಂದು ಮನೆಯ ಯೆಜಮಾನಂ ಅಱಿದಿದ್ದಲೆ, ಅವಂ ಯೆಚ್ಚರಿತು, ತನ್ನ ಮನೆಗೋಡೆಯ ಕೊಱಿಪದುಗ ಬುಡಂ.

೪೦. ಅತ್ತ್ರೆಆಲೆ ನಿಂಗೂ ಒದಗಿದ್ದೆಂಗಿರಿವೊ; ಯೇಕಾಂದಲೆ ನಿಂಗ ನೆನೆಯದ ಗ್ಡೈಗೆಯೊ ಮನಿಚನ ಮಾತಿ ಬನ್ನನಂ, ಎನ್ನಂ.

೪೧. ಆಲೆ ಪೇತ್ರಂ ಅವಂಗ: ಕರ್ತಾ, ಈ ಒಗಟ ಯೆಂಗಗ ಹ್ಡೇಗಿರೆಯೋ? ಬೈಯ ಎಲ್ಲಾಗೂ ಹ್ಡೇಗಿರೆಯೋ? ಎಮ್ಮನೆ,

೪೨. ಕರ್ತಂ ಹ್ಡೇಗಿದದೇನಾಂದಲೆ: ಅತ್ತ್ರೆಯಾಲೆ ತಕ್ಕ ಸಮೆಯದೊ ಅನ್ನದ ಪಡಿಯ ಕೊಡುವ ಹೆಂಗೆ, ಕರ್ತಂ ತನ್ನ ಜೇವಿತಿಗಾರರ ಮೇಲೆ ಬೀಪ ನಂಬಿಗೆಯೂ ಬುದ್ದಿಯೂ ಉಳ್ಳ ಉಗ್ರಾಣದವಂ ಏಯವಂ?

೪೩. ಅವಂನ ಕರ್ತಂ ಬಪ್ಪನೆ, ಇತ್ತ್ರೆ ಮಾಡಿನಾಂದು ಕ್ಡಾಂಬ ಜೇವಿತಿಗಾರಂ ಬಾಗೆಯಬತ್ತ್ರಂ.

೪೪. ನಿಜಾಗಿ ನಿಂಗಗ ಹ್ಟೇಗಿನೆ: ಅವು ತನ್ನ ಎಲ್ಲಾ ಆಸ್ತಿಯ ಮೇಲೆ ಅವುನ ಬೀತನು.

೪೫. ಆಲೆ ಆ ಜೀವಿತಿಗಾರು: ಯೆನ್ನ ಕರ್ತು ಬಪ್ಪದುಗ ತಡೆ ಮಾಡಿನಾಂದು ತನ್ನ ಮನಸ್ಸುನೊ ಉನಿಜೂಂಡು, ಜೀವಿತಿಗಾರರವೂ ಜೀವಿತಿಗಾತಿಯರವೂ ಹುಯಿವದುಗೂ, ತಾು ತಿಂದು ಕುಡಿತು ಅಮಲೇರೊದುಗೂ ಹೊರವಟ್ಟಲೆ,

೪೬. ಆ ಜೀವಿತಿಗಾರನ ಕರ್ತು, ಅವು ಕಾತೂಂಡಿರದ ಜಿನದೊವೂ ಅವು ಅಱಿಯದ ಗ್ಟಿಗೆಯೊವೂ ಬಂದು, ಅವುನ ತುಂಡಿಸಿ, ನಂಬಿಕೆಯಿಲ್ಲದವಕರ ಕೋಡ ಅವುಗ ಪಾಲ ಹಾಕಿನು.

೪೭. ಇದುಅಲ್ಲದೆ ತನ್ನ ಕರ್ತನ ಮನಸ್ಸ ಅಱಿದು, ತಾು ಒದಕಿಯುಳ್ಳದೆ, ಅವುನ ಮನಸ್ಸುನ ಪರಕಾರ ಮಾಡದೆ ಇಪ್ಪ ಜೀವಿತಿಗಾರು ಅಪ್ಪಡಿ ಹುಯಿಲು ದಿನ್ನನು.

೪೮. ಆಲೆ ಅಱಿಯದವುನಾಗಿದ್ದು, ಹುಯಿಲುಗ ತಕ್ಕವೆಯ ಮಾಡಿದವು ಜೋಚಿ ಹುಯಿಲು ದಿನ್ನನು. ಇದುಅಲ್ಲದೆ ದಾರಾರಗ ಅಪ್ಪಡಿ ಕೊಟ್ಟಡದೆಯೋ, ಅವುನೆಂದ ಅಪ್ಪಡಿ ಅರಸಿಯಾರ; ಇನ್ನು ದಾರ ಕೈಗ ಅಪ್ಪಡಿ ಒಪ್ಪಿದರೋ, ಅವುನೆಂದ ಹೆಚ್ಚಾದದುನ ಕ್ಟೇತಾರ.

೪೯. ಬೂಮಿಒದಗ ಒಂದು ಕಿಚ್ಚ ಹಾಕ ಬನ್ನೆು; ಇನ್ನೇನ ಯೆನಗ ಬೇಕು? ಅದು ಕತ್ತಿಹಟ್ಟಲೆ, ಗನ.

೫೦. ಆಲೆ ನಾು ಮ್ಹೂಡಗಿಯುಂಬ ಒಂದು ಸ್ನಾನ ಹಡದೆ; ಅದು ತೀರೋನೆಗಟ್ಟ ಯೆನಗ ಎತ್ತವ ಅರುಕಲ್ಹಡದೆ!

೫೧. ನಾು ಬೂಮಿಯೊದಗ ಸಮಾದಾನ ತಪ್ಪದುಗ ಬನ್ನೇಂದು ನೆನೆತಾಱಿಯಾ? ಅಲ್ಲ, ಹಿರಿಪದುಗತಾು ಎಂದು ನಿಂಗಗ ಹ್ಟೇಗಿನೆ.

೫೨. ಯೇಕಾಂದಲೆ ಇಂದೂಂದ ಒಂದು ಮನೆಯೊ ಐದ್ಹಾಹಿರಿದವಕಾಗಿದ್ದಾರ, ಎತ್ತತೇಂದಲೆ: ಎರಡ್ಹಾಗ ಬೈರಾಗಿ ಮೂರ್ಹಾವೂ, ಮೂರ್ಹಾಗ ಬೈರಾಗಿ ಎರಡ್ಹಾವೂ ತಾು.

೫೩. ಮಾತಿಗ ಬೈರಾಗಿ ಅಪ್ಪಂ, ಅಪ್ಪಂಗ ಬೈರಾಗಿ ಮಾತಿ, ಹೆಣ್ಣುಗ ಬೈರಾಗಿ ಅವ್ವೆ, ಅವ್ವೆಗ ಬೈರಾಗಿ ಹೆಣ್ಣು, ತನ್ನ ಸೊಸೆಗ ಬೈರಾಗಿ ಮಮ್ಮಿ, ತನ್ನ ಮಮ್ಮಿಗ ಬೈರಾಗಿ ಸೊಸೆ, ಹಿರಿದಾರ, ಎನ್ನಂ,

೫೪. ಇನ್ನು ಅವಂ ಪಜೆಗ ಹ್ಟೇಗಿದದು: ನಿಂಗ ಬೂವೆ ದಿಕ್ಕುನೊ ಮಂಜು ಯೆ್ಟಬ್ಬದುನ ನೋಡೋನೆ, ಮ್ಟೇ ಬಂದರ, ಎಂದು ಕದಕನ ಹ್ಟೇಗಿಯಾಲಿ; ಅದು ಅತ್ತೆತಾಂ ಆರ.

೫೫. ತೆಕ್ಕೆಗ್ಗಾಯಿ ಬೀಸುವದುನ ನೋಡೋನೆ, ಸೆಗೆ ಆರ, ಎಂದಾಲಿ; ಅದು ಆರ.

೫೬. ಕವಡುಗಾರರೆ! ಬೂಮಿಯ ಮೊಗವವೂ ಬಾನುನ ಮೊಗವವೂ ನಿಂಗ ಸೋದಿಸೋದುಗ ಅಲಿದೀ, ಆಲೆ ಈ ಸಮೆಯವ ಸೋದಿಸದೆ ಇಬ್ಬದೇನ?

೫೭. ಇದು ಅಲ್ಲದೆ ನಾಯವಾದದುನ ನಿಂಗ ನಿಂಗ್ಟುವೆ ತೀರಿಸಿಯುಳ್ಳದೆ ಇಬ್ಬದೇನ?

೫೮. ಏನಾಂದಲೆ ನೀ ನಿನ್ನ ಇದುರಾಳಿಯ ಕೋಡ ಗಾಡಸಾರೆ ಹೋಪನೆ, ಯೆಡದಾರಿಯೊತಾನೆ ಅವಂನ ಕೋಡ ಒಂದಾಪದುಗ ಒದ್ದಾಡು; ಇಲ್ಲದ್ಹೋಲೆ ಅವಂ ನಿನ್ನ ನಾಯಗಾರಂ ಸಾರೆ ಈ್ಟಪಾಂ, ನಾಯಗಾರಂ ಗೆಲಸದವಂಗ ನಿನ್ನ ಒಪ್ಪಿಸಿನಂ, ಗೆಲಸದವಂ ನಿನ್ನ ಸೆಲಿಗ್ಹಾಕಿನಂ;

೫೯. ನೀ ಕಡೇ ಕಾಸ ಸಲ್ಲಿಸೋನೆಗಟ್ಟ ಅಲ್ಲಿಂದ ಹೊರಾಚು ಬಪ್ಪದಿಲ್ಲೇಂದು ನಿನಗ ಹ್ಟೇಗಿನೆ ಎನ್ನಂ.

೧೩. ಸಂಧಿ.

೧. ಆ ಕಾಲದೊ ಜೋಚಿ ಜನ ಅಲ್ಲಿ ಇದ್ದು, ಪಿಲಾತಂ ಜೋಚಿ ಗಲಿಲಾಯದವಕರ ನೆತ್ತರ ಅವಕರ ಹಲಿಯ ಕೋಡ ಕಲಕಿದಾಂದು ಹ್ಟೇಗಿದರು.

೨. ಯೇಸು ಅವಕಗ ಉತ್ತರಾಗಿ ಹೇಗಿದದು: ಈ ಗಲಿಲಾದವಕಗ ಇತ್ತ್ರವ ಚೇದ ಬಂದದುನೆಂದ ಅವಕ ಗಲಿಲಾಯದವಕ್ಕೆಲ್ಲಾಂದ ಪಾಪಗಾರರಾಗಿದ್ದರೂಂದು ನೆನೆತಾಬಿಯಾ?

೩. ಇಲ್ಲೇಂದು ನಿಂಗಗ ಹ್ದೇಗಿನೆ. ಆಲೆ ನಿಂಗ ಮನತಿರುಕದ್ದೋಲೆ, ಎಲ್ಲಾ ಅತ್ತೆತಾಂ ನಾಸಾಗಿ ಹೋದಾಬಿ.

೪. ಇಲ್ಲದ್ದೋಲೆ, ಸಿಲೋವಮಿನೊ ಗೋಪುರ ಬ್ದುದ್ದು ಕೊದ್ದಾಕಿದ ಆ ಹದಿರೆಟ್ಟ್ಬಾ ಯೆರೂಸಲೇಮುನೊ ಒಕ್ಕಲಿಬ್ಬ ಮನಿಚರೆಲ್ಲಾಂದವು.ತಪ್ಪುಗಾರರಾಗಿದ್ದರೂಂದು ನೆನೆತಾಬಿಯಾ?

೫. ಇಲ್ಲೇಂದು ನಿಂಗಗ ಹ್ದೇಗಿನೆ; ಆಲೆ ನಿಂಗ ಮನತಿರುಕದ್ದೋಲೆ, ಎಲ್ಲಾ ಅತ್ತೆತಾಂ ನಾಸಾಗಿ ಹೋದಾಬಿ.

೬. ಇನ್ನು ಅವಕಗ ಹ್ದೇಗಿದ ಒಗಟೇನಾಂದಲೆ: ಒಬ್ಬಂಗ ತನ್ನ ಕುಡಿಮುಂದಿರಿ ತೋಟದೊ ನಟ್ಟ ಸೀಮೆ ಅತ್ತಿಮೊರ ಹಟ್ಟ; ಅವಂ ಬಂದು, ಅದುನ್ದೋಗೆ ಹಣ್ಣು ಅರಸೋನೆ, ಸಿಕ್ಕದ್ದೋತು.

೭. ಆಗ ತೋಟಗಾರಗ: ಎದಗೇ, ಮೂರು ಬರಿಚಾಂದ ನಾಂ ಬಂದು, ಈ ಸೀಮೆ ಅತ್ತಿಮೊರದೊ ಹಣ್ಣು ಅರಸಿನೆ, ಆಲೆ ಕಂಡ ಇಲ್ಲೆ; ಅದುನ ಬೆಟ್ಟೆ ಬುಡು, ಅದು ಬೂಮಿಯವೂ ಕೆಡಿಸುವದೇಕ? ಎನ್ನಂ.

೮. ಆಲೆ ಎವಂ ಅವಂಗ ಮರುತ್ತರಾಗಿ: ಐಯಾ, ನಾಂ ಅದುನ ನಾಕಾಸು ಬ್ಬಗೆದು, ಗೊಬ್ಬರ ಹಾಕೋನೆಗಟ್ಟ ಅದುನ ಈ ಬರಿಚಗೂ ಬುಡು.

೯. ಒಂದು ವೇಳೆ ಇನ್ನು ಮೇಲೆ ಹಣ್ಣು ಕೊಟ್ಟರ; ಇಲ್ಲದ್ದೋಲೆ ಅದುನ ಬೆಟ್ಟೆ ಹಾಕಾಕು, ಎಂದು ಹ್ದೇಗಿದಂ.

೧೦. ಇದು ಅಲ್ಲದೆ ಅವಂ ಸಬ್ಬತ್ತುನೊ ಸಬೆಮನೆ ಒಂದುನೊ ಒಳ್ಳೆಯ ಬೋದನೆ ಹ್ದೇಗಿಯುಂಡಿದ್ದಂ.

೧೧. ಆಗ ಎದಗೇ, ಹದಿರೆಟ್ಟು ಬರಿಚಾಂದ ನೋ ಕಾಡಿದ ಆತ್ಮವುಳ್ಳ ಒಂದು ಹೆಮ್ಮಾತಿ ಅಲ್ಲಿ ಇದ್ದ. ಅವ್ವ ಬ್ಬಗ್ಗಿಯುಂಡು, ಚಿಟಗಾಲೆಯೂ ಮೈಯ ತಿದ್ದಾಲಿದೆ ಇದ್ದ.

೧೨. ಆಲೆ ಯೇಸು ಅವ್ದವ ನೋಡಿ, ಸಾರೆ ಕೊರಚಿ, ಅವ್ದಗ: ಹೆಮ್ಮಾತೀ, ನಿನ್ನ ನೋಂದ ಬುಡುಗಡೆ ಆದೇಂದು ಹ್ದೇಗಿ,

೧೩. ಅವ್ಟ ಮೇಲೆ ಕೈಗ್ಟೊವ ಬೀತೝ. ಆಗತಾನೆ ಅವ್ಟ ನೆಟ್ಟೇನ ಆಗಿ, ದೇವರ ಕೊಂಡಾಡಿದ್ದ.

೧೪. ಆಲೆ ಯೇಸು ಸಬ್ಬತ್ತುನೊ ಓಸೆ ಮಾಡಿದದುಗ ಸಬೆಮನೆಯ ಗೊತ್ತುಗಾರೝ ಚೆನ ಆಗಿ ಪಜೆಗ: ಗೀವದುಗ ಬೇಕಾದ ಆರು ಜಿನ ಹಡದೆ, ಆದದುನೆಂದ ಅವೆಯ್ದೋಗೆ ಬಂದು, ಓಸೆ ಮಾಡಿಸಿಯುಳ್ಳಿವಿ; ಅಲೆ ಸಬ್ಬತ್ತು ಜಿನದೊ-ಬೇಡ ಎಂದು ಹ್ಟೇಗಿದೝ.

೧೫. ಆಗ ಕರ್ತೝ ಅವೝಗ ಉತ್ತರ ಕೊಟ್ಟು ಹ್ಟೇಗಿದದೇ ನಾಂದಲೆ: ಕವಡುಗಾರಾ! ನಿಂಗ್ಟೋಗೆ ಒಬ್ಬೊಬ್ಬೝ ಸಬ್ಬತ್ತುನೊ ತನ್ನ ಯ್ಟತ್ತ ಅಲೆಯೂ ಕ್ಟತ್ತೆಯ ಆಲೆಯೂ ಕೊಟ್ಟಗೇಂದ ಬುಟ್ಟು, ನೀರು ಕುಡಿಸೋದುಗ ಹುಯಿವದಿಲ್ಲೆಯಾ?

೧೬. ಆಲೆ ಎದಗೇ, ಪಿಶಾಚಿ ಹದಿರೆಟ್ಟು ಬರಿಶ ಕಟ್ಟಿದ ಅಬ್ರಹಾಮುನ ಹೆಣ್ಣಾಗಿಬ್ಬ ಎವ್ದವ ಈ ಕಟ್ಟೊಂದ ಸಬ್ಬತ್ತು ಜಿನದೊ ಬುಡಿಸ ಬಾರದೆ ಹಟ್ಟದಾ? ಎನ್ನೝ.

೧೭. ಅವೝ ಎವೆಯ ಹ್ಟೇಗೋನೆ, ಅವೝಗ ಬಿರೋದಾಗಿ ಇದ್ದವಕೆಲ್ಲಾ ಚಿಗ್ಗಾದರು; ಆಲೆ ಪಜೆಯೆಲ್ಲಾ ಅವೝನೆಂದ ಆದ ಮೈಮೆಯುಳ್ಳ ಕಾರ್ಯ ಎಲ್ಲಾಗ ಚಚ್ಚೋಚ ಆದರು.

೧೮. ಹಿಂದೆ ಅವೝ ಹ್ಟೇಗಿದದು: ದೇವರ ರಾಜ್ಯ ಏಯದುಗ ಸವಾಗಿ ಹಡದೆ? ನಾೝ ಅದುನ ಏಯದುಗ ಸಮ ಮಾಡುವೆೝ?

೧೯. ಅದು ಕಡುಗು ಬಿತ್ತುಗ ಸವಾಗಿ ಹಡದೆ; ಅದುನ ಒಬ್ಬ ಮನಿಚೝ ಎತ್ತಿ, ತನ್ನ ತೋಟಗ ಹಾಕಿದೝ; ಅದು ಬ್ಟೇದು, ದೊಡ್ಡ ಮೊರ ಆತು; ಇನ್ನು ಬಾನುನ ಹಕ್ಕಿಲುಗ್ಟೊ ಅದುನ ಕೊಂಬುಗಡ್ಡ ಗೂಡು ಕಟ್ಟಯುಂಡಿದ್ದೋ, ಎನ್ನೝ.'

೨೦. ಇನ್ನು ಅವೝ: ನಾೝ ದೇವರ ರಾಜ್ಯವ ಏಯದುಗ ಸಮ ಮಾಡುವೆೝ?

೨೧. ಅದು ಹುಡಿಯಿಹಿಟ್ಟುಗ ಸಮ ಆಗಿ ಹಡದೆ; ಅದುನ ಒಬ್ಬ ಹೆಮ್ಮಾತಿ ಎತ್ತಿಯುಂಡು, ಮೂರು ಕೊಳಗ ಹಿಟ್ಟುನೊ, ಅದೆಲ್ಲಾ ಹುಡಿಯಿ ಆಪನೆಗಟ್ಟ ಉಣೆಸಿದ್ದ ಎನ್ನು.

೨೨. ಅದುಗ್ಗಿಂದೆ ಅವು ಯೆರೂಸಲೇಮುಗ ಪಯಣ ಮಾಡಿ, ಊರೂರುಗಡ್ಡವೂ ಹಟ್ಟಹಟ್ಟಗಡ್ಡವೂ ಒಳ್ಳೆಯ ಬೋದನೆ ಹೇಗಿಯುಂಡು, ಕಡೆದು ಹೋದು.

೨೩. ಆಗ ಒಬ್ಬು ಅವುಗೆ: ಕರ್ತಾ, ರಟ್ಚಸಿಯುಂಬವಕ ಜೋಚಿ ಜನವಾ? ಎಮ್ಮನೆ, ಅವು ಅವಕಗ ಹೇಗಿದದು:

೨೪. ಇರುಂಗಲು ಬಾಗಿಲಃದಾರಿ ಹುಗೋದುಗ ಹೋರಾಡಿವಿ. ಯೇಕಾಂದಲೆ ಅನೇಕ ಜನ ಹುಗೋದುಗ ಅರಸಿಯಾರ, ಆಲೆಯೂ ಅವಕಾಂದ ತೀರದ್ದೋರಾಂದು ನಿಂಗಗ ಹೇಗಿನೆ.

೨೫. ಮನೆಯ ಯೆಜಮಾನು ಯೆದ್ದು, ಹಡಿ ಇಕ್ಕಿದ ಹೊತ್ತೂಂದ ನಿಂಗ ಹೊಱಾಚು ನಿದ್ದು: ಕರ್ತಾ! ಕರ್ತಾ! ಯೆಂಗಗ ತಱಿ ಎಂದು ಹೇಗಿ, ಹಡಿಯ ತಟ್ಟೋದುಗ ಹೊಱಿವಟ್ಟಾಱಿ; ಆಲೆ ಅವು ನಿಂಗಗ ಮರುತ್ತರಾಗಿ: ನಿಂಗ ಎಲ್ಲಿಯವಕಾಂದು, ನಿಂಗ್ಗುವ ಅಱಿಯೇಂದು, ಹೇಗಿನು.

೨೬. ಆಗ ನಿಂಗ: ನಿನ್ನ ಮೊಗ ಮುಂದಾಡು ಯೆಂಗ ತಿಂದು ಕುಡಿತೆಯೊು; ಇದು ಅಲ್ಲದೆ, ಯೆಂಗ ಬೀದೆಗಡ್ಡ ನೀ ಒಳ್ಳೆಯ ಬೋದನೆ ಹೇಗಿದೆ ಎಂದು ಕ್ಹೇಗೋದುಗ್ಗೊರವಟ್ಟಾಱಿ.

೨೭. ಆಲೆ ಅವು: ನಿಂಗ ಎಲ್ಲಿಯುವಕಾಂದು, ಸಿಂಗ್ಗುವ ಅಱಿಯೇಂದು, ನಿಂಗಗ ಹೇಗಿನೆ; ಅನ್ನೆಯ ಮಾಡುವ ನಿಂಗೆಲಾ ಯೆನ್ನ ಬುಟ್ಟು ಹೋಗಿವಿ, ಎಂದು ಹೇಗಿನು.

೨೮. ನಿಂಗ ಆಬ್ರಹಾಮುನವೂ ಇಸಾಕನವೂ ಯಾಕೋಬನವೂ ಪ್ರವಾದಿಗ್ಗೊ ಎಲ್ಲಾವವೂ ದೇವರ ರಾಜ್ಯದೊ ಇಬ್ಬದುನವೂ, ಆಲೆ ನಿಂಗತಾು ಹೊಱಾಚು ಹಾಕಿಸಿಬ್ಬದುನವೂ, ನೋಡೋನೆ, ಅಲ್ಲಿ ಅೞುವುವದೂ ಹಲ್ಲಗಿವದೂ ಹಟ್ಟರ.

೨೯. ಇದು ಅಲ್ಲದೆ, ಮೂಡೆ ಬೂವೆ ತೆಕ್ಕೆ ಬಡಗೆಯೆಂದ ಬಂದು, ದೇವರ ರಾಜ್ಯದೊ ಹತ್ತೆಯೊ ಕುಳಿದೂಂಬವಕ ಇದ್ದಾಱಿ.

೩೦. ಆಗ ಎದಗೇ, ಮುಂದನವಕಾಪ ಹಿಂದನವಕರೂ, ಹಿಂನವಕಾಪ ಮುಂದನವಕರೂ ಇದ್ದಾಱಿ.

೩೧. ಆ ಜಿನದೊತಾ಼ ಪರಿಸಾಯರ್ದ್ಳೋಗೆ ಜೋಱಿ ಜನಸಾರೆ ಬಂದು, ಅವ಼ಗ: ನೀ ಇಲ್ಲಿಂದ ಕಡೆದು ಹೋಗು; ಯೇಕಾಂದಲೆ ಹೆರೋದ಼ ನಿನ್ನ ಕೊಬ್ಬದುಗ ನಿಚ್ಚೆಯ ಮಾಡಿದ್ದನೇಂದು ಹ್ದೇಗಿದರು.

೩೨. ಅವ಼ ಅವಕಗ ಹ್ದೇಗಿದದೇನಾಂದಲೆ: ನಿಂಗ ಹೋಗಿ, ಆ ನರಿಗ ಇತ್ತೆ ಹ್ದೇಗಿವಿ: ಎದಗೇ, ಇಂದು ನ್ದಾಯೆ ನಾ಼ ಬೂತವ ಕಡೆಸಿ, ನೋವಾಳಿಗ್ದುವ ಓಸೆ ಮಾಡೋದುನ ತೀರಿಸಿನೆ; ಮೂರನೇ ಜಿನದೊ ತೀರಿಸಿದವ಼ ಆಗಿದ್ದನೆ.

೩೩. ಆಲೆಯೂ ಇಂದು ನ್ದಾಯೆ ನಂಗಿ ನಾ಼ ಸುತ್ತಿಯಾಡೋದು; ಯೇಕಾಂದಲೆ ಯೆರೂಸಲೇಮುಗ ಹೊಱಾಚು ಪ್ರವಾದಿ ನಾಸ ಆಪದುಗ ಆಗ.

೩೪. ಯೆರೂಸಲೇಮೇ! ಯೆರೂಸಲೇಮೇ! ಪ್ರವಾದಿಗ್ದುವ ಕೊಬ್ಬುವ್ದವೇ! ನಿನ್ನ ಸಾರೆ ಕ್ದೇಗಿಸಿದವಕರ ಕಲ್ಲಿಡುವ್ದವ್ದೇ! ಕ್ದೋಯಿ ತನ್ನ ಮಱಿಗ್ದುವ ಪೆಕ್ಕೆಗ್ಳೋಗೆ ಇಕ್ಕಿ ಮುಚ್ಚುವ ಹೆಂಗೆತಾ಼ ನಿನ್ನ ಮಕ್ಕುವ ಯೇಚೋ ಹುಟ್ಟು ಕೂಟ ಮುಚ್ಚೋದೂಂದಿದ್ದೆ಼; ಆಲೆ ಕೊಳ್ಳಾಂದು ಬುಟ್ಟೆ.

೩೫. ಎದಗೇ, ನಿಂಗ ಮನೆ ನಿಂಗಗ ಹ್ದಾ ಆಗಿ ಬುಟ್ಟರ; ಆಲೆ ಕರ್ತನ ಹೆಸರುನೊ ಬಪ್ಪವ಼ ಹರಸಿಸಿಯುಂಡವಾಂದು, ನಿಂಗ ಹ್ದೇಗುವ ಕಾಲ ಬಪ್ಪನೆಗಟ್ಟ, ಯೆನ್ನ ನೋಡದೆ ಇದ್ದಾಱೀಂದು, ನಿಂಗಗ ಹ್ದೇಗಿನೆ ಎನ್ನ಼.

೧೪. ಸಂಧಿ.

೧. ಇದು ಅಲ್ಲದೆ ಆದದ್ದೇನಾಂದಲೆ: ಅವೆ ದೊಟ್ಟೆ ತಿಂಬದುಗ ಸಬ್ಬತ್ತುನೊ ಪರಿಸಾಯರ ಗೊತ್ತುಗಾರರಳ್ಡೋಗೆ ಒಬ್ಬನ ಮನೆಗ ಹುಕ್ಕದೆಮ್ಮನೆ, ಅವಕ ಅವೆಗಾಗಿ ಬೇವಿದ್ದರು.

೨. ಆಗ ಎದಗೇ, ಊದಲ್ನೋವುಳ್ಳ ಒಬ್ಬ ಮನಿಚೆ ಅವೆನ ಮುಂದಾಡು ಇದ್ದೆ.

೩. ಯೇಸು ನಾಯಗಾರರುಗೂ ಪರಿಸಾಯರುಗೂ ಉತ್ತರ ಕೊಟ್ಟು: ಸಬ್ಬತ್ತುನೊ ಓಸೆ ಮಾಡೋದು ನಾಯವ್ರೋ? ಇಲ್ಲೆಯೋ? ಎಮ್ಮನೆ, ಅವಕ ಸಪೇನಿದ್ದರು.

೪. ಆಗ ಅವೆ ಅವೆನ ಎತ್ತಿಯುಂಡು, ಓಸೆ ಮಾಡಿ ಕ್ಟೇಗಿಯುಟ್ಟು, ಅವಕಗ ಉತ್ತರ ಕೊಟ್ಟು:

೫. ನಿಂಗಳ್ಡೋಗೆ ಒಬ್ಬನ ಕ್ಟತ್ತೆಯಾಲೆಯೂ ಯ್ಟೆತ್ತಾಲೆಯೂ ಗ್ಟುಯಿಗ ಬ್ಟುದ್ದಲೆ, ಅವೆ ಆಗತಾನೆ ಸಬ್ಬತ್ತುನೊ ಅದುನ ಒದಗ ಈ್ಟಯನಾ? ಎಂದು ಹ್ಟೇಗಿದೆ.

೬. ಇದುಗಾಗಿ ಅವಕ ಅವೆಗ ಮರುತ್ತರ ಕೊಡಾಬಿದೆ ಇದ್ದರು.

೭. ಆಲೆ ಕೊರಚಿಬಂದವಕ ಮುಂದಾಡುನ ಹತ್ತೆಯ ತಿರಿದೂಂಬದುನ ನೋಡಿ, ಅವೆ ಅವಕಗ ಒಂದು ಒಗಟು ಹ್ಟೇಗಿದೆ, ಏನಾಂದಲೆ.

೮. ನಿನ್ನ ಒಬ್ಬೆ ಮದುವೆಗ ಕೊರಚಿಲೆ, ಮುಂದಾಡುನ ಹತ್ತೆಯೊ ಕುಳಿದೂಳ್ಳ ಬೇಡ; ಒಂದು ವೇಳೆಗ ಅವೆ ನಿನ್ನೆಂದ ಗನವುಳ್ಳ ಒಬ್ಬನ ಕೊರಚಿದ್ದಲೆ,

೯. ನಿನ್ನವೂ ಅವೆನವೂ ಕೊರಚಿದವೆ ಬಂದು ನಿನಗ: ಎವೆಗ ಎಡೆ ಬುಡು, ಎಂದು ಹ್ಟೇಗೋನೆ, ನೀ ಚಿಗ್ಗಾಗಿ, ಕಡೆ ಎಡೆಯೊ ಕುಳಿದೂಂಬದುಗ್ಲ್ಡೋರವಟ್ಟರೆ.

೧೦. ಆಲೆ ನಿನ್ನ ಕೊರಚೋನೆ, ನೀ ಹೋಗಿ, ಕಡೆ ಎಡೆಯೊ ಕುಳಿದೂಳ್ಳೊ; ಆಗ ನಿನ್ನ ಕೊರಚಿದವೆ ಬಂದು, ನಿನಗ: ಸ್ನೇಚ

ಗಾರಾ! ಮೇಲಗ ಬಾ; ಎಂದು ಹ್ದೇಗಿಲೆ, ನಿನ್ನ ಕೋಡ ಕುಳಿದವಕರ ಮೊಗಮುಂದಾಡು ನಿನಗ ಮಾನ ಉಃಟ್ಟಾರ.

೧೧. ಯೇಕಾಂದಲೆ ತನ್ನ ಹೆಚ್ಚಿಸಿಯುೕಬ ಒಬ್ಬೊಬ್ಬ ಮನಿಚೝ ತ್ದಗ್ಗಿಸಿಯುಂಣನೝ; ಆಲೆ ತನ್ನ ತ್ದಗ್ಗಿಸಿಯುಂಬವೝ ಹೆಚ್ಚಿಸಿಯುಂಣನೝ.

೧೨. ಇದು ಅಲ್ಲದೆ ಅವೝ ತನ್ನ ಕೊರಚಿದವೝಗ ಹ್ದೇಗಿದದೇನಾಂದಲೆ: ನೀ ಮದ್ದೇನಗಾಲೆಯೂ ಚಂದೆಗಾಲೆಯೂ ತೀನಿ ಮಾಡಿಸೋನೆ, ನಿನ್ನ ಸ್ನೇಚಗಾರರವೂ ನಿನ್ನ ಅಣ್ಣಾತಮ್ಮಂದಿಯರವೂ ನಿನ್ನ ನಟ್ಟರವೂ ಗನಗಾರರಾಗಿಬ್ಬ ನಿನ್ನ ನೆರೆಮನೆಯವಕರವೂ, ಅವಕರೂ ಒಂದು ವೇಳೆಗ ನಿನ್ನ ತಿರಿಗಿ ಕೊರಚಿ, ನಿನಗ ಮರೂಪಕಾರ ಮಾಡದ್ದೆಂಗೆ, ಕೊರಚ ಬೇಡ.

೧೩. ಆಲೆ ನೀ ತೀನಿ ಮಾಡಿಸೋನೆ, ಬಡವರವೂ ಊನಹಡುವವಕರವೂ ಕುಟ್ಟರವೂ ಕುರುಡರವೂ ಕೊರಚು.

೧೪. ಆಗ ನೀ ಬಾಗೆಯಬತ್ತನಾಗಿದ್ದರೆ; ಯೇಕಾಂದಲೆ ನಿನಗ ಮರೂಪಕಾರ ಮಾಡೋದುಗ ಅವಕಗಿಲ್ಲೆ; ಆಲೆ ನೀತಿಬತ್ತರು ಸಾವೂಂದ ಯೆದ್ದಬ್ಬನೆಗ ನಿನಗ ಮರೂಪಕಾರ ಆರ, ಎನ್ನೝ.

೧೫. ಬ್ದಬ್ಬಿಗೆ ಕುಳಿದವಕರ್ದ್ದೋಗೆ ಒಬ್ಬೝ ಇದುನ ಕ್ದೇತು, ಅವೝಗ: ದೇವರ ರಾಜ್ಯದೊ ದೊಟ್ಟೆ ತಿಂಬವೝ ಬಾಗೆಯಬತ್ತೝ, ಎನ್ನೝ.

೧೬. ಅವೝ ಅವೝಗ ಹ್ದೇಗಿದದೇನಾಂದಲೆ: ಒಬ್ಬ ಮನಿಚೝ ದೊಡ್ಡ ಸಂದ್ದೊತ್ತ್ತನತೀನಿ ಮಾಡಿಸಿ, ಬಲು ಜನವ ಕೊರಚಿದೝ.

೧೭. ತಿಂಬ ಜಾಮದೊ: ಬಾರಿವ್ರೋ, ಈಗತಾನೆ ಎಲ್ಲಾ ಒದಗಿಹಡದೆ, ಎಂದು ಕೊರಚಿಸಿಯುಂಡವಕಗ ಹ್ದೇಗೋದುಗ ತನ್ನ ಜೇವಿತಿಗಾರನ ಕ್ದೇಗಿದೝ.

೧೮. ಆಗ ಅವಕೆಲ್ಲಾ ಒಂದೇ ಮನಸ್ಸಾಗಿ: ತಪ್ಪಿಸಿ ಬುಡೋಂದು ಹ್ದೇಗೋದುಃಗ ಹೊರವಟ್ಟರು. ಮುಂದಾಡುನವೝ ಅವೝಗ: ಹೊಲವ ಕೊಂಡೂಂಡಿದ್ದೆೝ; ನಾೝ ಅಗತ್ಯವಾಗಿ

ಅದುನ ನೋಡೋದುಗ ಹೋಪದು; ಯೆನ್ನ ತಪ್ಪಿಸೋದೂಂದು ನಿನ್ನ ಕ್ಡೇತುಣ್ಣನೆ, ಎನ್ನಲ.

೧೯. ಇನ್ನೊಬ್ಬಲ: ನಾಲ ಐದೇರ್ಡ್ಡಿತ್ತು ಕೊಂಡೂಂಡಿದ್ದೆಲ, ಅವೆಯ ಸೋದಿಸೋದುಗ ಹೋನೆ, ಯೆನ್ನ ತಪ್ಪಿಸೋದೂಂದು ನಿನ್ನ ಕ್ಡೇತುಣ್ಣನೆ, ಎನ್ನಲ.

೨೦. ಇನ್ನೊಬ್ಬಲ: ಹೆಣ್ಣು ಮದುವೆ ಮಾಡಿಯುಂಡಿದ್ದೆಲ; ಅದುಗಾಗಿ ನಾಲ ಬರಾಜಿಲ, ಎನ್ನಲ.

೨೧. ಆ ಜೀವಿತಿಗಾರಲ ಬಂದು, ತನ್ನ ಕರ್ತಗ ಎವೆಯ ಅಱಿಸಿದಲ. ಆಗ ಮನೆಯ ಯೆಜಮಾನಲ ಕೋಪ ಆಗಿಯುಂಡು, ತನ್ನ ಜೀವಿತಿಗಾರಗ: ನೀ ಬೇಗನ ಪಟ್ಟಣದ ಬೀದೆಗಡ್ಡವೂ ಸಂದು ಗಡ್ಡವೂ ಕಡೆದು ಹೋಗಿ, ಬಡವರವೂ ಊನ ಹಡುವವಕರವೂ ಕುಟ್ಟರವೂ ಕುರುಡರವೂ ಇಲ್ಲಿ ಟ್ಡಗೆ ಕೂಟಿಯುಂಡು ಬಾ, ಎನ್ನಲ.

೨೨. ಪಿಂದೆ ಆ ಜೀವಿತಿಗಾರಲ: ಕರ್ತಾ, ನೀ ಅಪ್ಪಣೆ ಕೊಟ್ಟ ಹೆಂಗೆ ಮಾಡಿ ಆತು; ಆಲೆ ಇನ್ನೂ ಎಡೆ ಹಡದೆ, ಎನ್ನಲ.

೨೩. ಆಗ ಕರ್ತಲ ಜೀವಿತಿಗಾರಗ: ನೀ ಹಾದಿಗಡ್ಡವೂ ಬೇಲಿ ಗಡ್ಡವೂ ಕಡೆದು ಹೋಗಿ, ಯೆನ್ನ ಮನೆ ತುಂಬುವ ಹೆಂಗೆ, ಟ್ಡಗೆ ಬಪ್ಪದುಗ ಅವಕರ ಬಲುಮುತ್ತ ಮಾಡು.

೨೪. ಯೇಕಾಂದಲೆ ನಿಂಗಗ ಹ್ಡೇಗಿನೆ: ಕೊರಚಿಸಿಯುಂಡ ಆ ಜನದೊ ಒಬ್ಬನಾಲೆಯೂ ಯೆನ್ನ ತೀನಿಯ ರುತಿ ನೋಡೋ ದೇ ಇಲ್ಲೆ, ಎನ್ನಲ.

೨೫. ಇದು ಅಲ್ಲದೆ ಬಲು ಪಜೆ ಅವಲನ ಕೋಡ ಪಯಣ ಮಾಡೋನೆ, ಅವಲ ತಿರಿಗಿಯುಂಡು, ಅವಕಗ ಹ್ಡೇಗಿದದೇನಾಂ ದಲೆ:

೨೬. ಒಬ್ಬಲ ಯೆನ್ನ ಸಾರೆ ಬಂದು, ತನ್ನ ಅಪ್ಪನವೂ ಅವ್ವೆ ಯವೂ ಹೆಂಡರವೂ ಮಕ್ಕ್ಕವವೂ ಅಣ್ಣತಮ್ಮಂದಿಯರವೂ ಅಕ್ಕ ತಂಗೆಯರವೂ, ಇನ್ನು ತನ್ನದೆ ಸೊಂದ ಜೀವವವೂ ಕೂಡ ಹಗೆ ಮಾಡಡೆ ಇದ್ದಲೆ, ಅವಲ ಯೆನ್ನ ಸಿಸಿಯನಾಗಿರಾಲಿಲ.

೨೭. ಇನ್ನು ತನ್ನ ಸಿಲುಬೆಯ ಹೊತ್ತೂಂಡು, ಯೆನ್ನಿಂದಾಡು ಬಾರದವ಼ ಯೆನ್ನ ಸಿಸಿಯನಾಗಿರಾಬಿ಼.

೨೮. ಯೇಕಾಂದಲೆ ನಿಂಗ್ಳೊಡ್ಡೀಗೆ ಏಯುವ಼ ಗೋಪುರವ ಕಟ್ಟೋದುಗ ಮನಸ್ಸಾಗಿದ್ದಲೆ, ಮುಂದಾಡು ಕುಳಿದೂಂಡು, ಅದುನ ತೀರಿಸೋದುಗ ತನಗುಟ್ಟೋ, ಇಲ್ಲೆಯೋಂದು, ಬೆಚ್ಚ ಯೆಕ್ಕ ಮಾಡೋದಿಲ್ಲೆಯಾ?

೨೯. ಮಾಡದ್ದೋಲೆ, ಅವ಼ ಮೇಡೆಕಲ್ಲು ಹಾಕಿದದೆಮ್ಮನೆ ತೀರಿಸಾಬಿದ್ದೋಲೆ, ನೋಡುವವಕರೆಲ್ಲ ಅವ಼ನ ಯೇಡಿಸೋದುಗ ಹೊರವಟ್ಟು,

೩೦. ಈ ಮನಿಚ಼ ಮನೆ ಕಟ್ಟೋದುಗ ತೊಡಂಗಿ ತೀರಿಸಾಬಿದ್ದೋದಾಂದು ಹ್ದೇಗೋದಿಲ್ಲೆಯಾ?

೩೧. ಬೈಯ ಏಯ ಅರಸ಼ ಬೇರೆ ಅರಸನ ಕೋಡ ದಂಡಾಡೋದುಗ ಕಡೆದು ಹೋಪದಾಲೆ, ಮುಂದಾಡು ಕುಳಿದೂಂಡು, ತನ್ನ ಮೇಲೆ ಇಪ್ಪತ್ತು ಸಾವಿರ ಜನವ ಕೋಡ ಬಪ್ಪವ಼ನ ತಾ಼ ಹತ್ತು ಸಾವಿರ ಜನಾಂದ ಇದುರಿಸೋದುಗ ಸತುಗಾರನಾ, ಎಂದು ಉನಿಯದೆ ಇದ್ದನವಾ?

೩೨. ಇಲ್ಲದ್ದೋಲೆ ಅವ಼ ಇನ್ನು ದೂರ ಇಬ್ಬನೆ, ಮೊಕ್ಯಸ್ತರ ಕ್ದೇಗಿ, ಸಮಾದಾನಗ ಬೇಡಿಯುಣ್ಣನ಼.

೩೩. ಅತ್ರೆತಾ಼ ನಿಂಗ್ಳೊಡ್ಡೀಗೆ ಏಯುವನಾಲೆಯೂ ತನಗುಟ್ಟಾದವೆಲ್ಲವ ಬುಟ್ಟು ಬುಡದ್ದೋಲೆ, ಯೆನ್ನ ಸಿಸಿಯನಾಗಿರಾಬಿ಼.

೩೪. ಉಪ್ಪು ಒಳ್ಳಿತುತಾ಼; ಆಲೆ ಉಪ್ಪು ಕಾರ ಇಲ್ಲದ್ದೋಲೆ, ಅದುಗ ಏಯದುನೆಂದ ಸಾರ ಆರ?

೩೫. ಅದು ಬೂಮಿಗಾಲೆಯೂ ಗೊಬ್ಬರಗಾಲೆಯೂ ಪ್ರಯೋಜನ ಇಲ್ಲೆ; ಅದುನ ಹೊರಾಚು ಚೂಚಿಯಾರ. ಕ್ದೇಪದುಗ ಕಿವಿಯುಳ್ಳವ಼ ಕ್ದೇಯಲಿ, ಎನ್ನ಼.

೧೫. ಸಂಧಿ.

೧. ಇದು ಅಲ್ಲದೆ ಎಲ್ಲಾ ಸುಕ್ಕದವಕರೂ ಪಾಪಗಾರರೂ ಅವಲನ ಮಾತ ಕ್ಟೇಪದುಗ ಅವಲನ ಸಾರೆ ಬಂದರು.

೨. ಆಗ ಪರಿಸಾಯರೂ ಕಲುವೆಗಾರರೂ: ಎವಲ ಪಾಪಗಾರರ ಸೇತಿಯುಂಡು, ಅವಕರ ಕೋಡ ತಿನ್ನನಾಂದು ಜಟಿದರು.

೩. ಆಲೆ ಅವಲ ಆವಕಗ ಈ ಒಗಟ ಹ್ಟೇಗಿದಲ, ಏನಾಂದಲೆ:

೪. ನಿಂಗ್ಟೋಗೆ ಏಯ ಮನಿಚಗ ನೂರು ಕುಟಿಗ್ಟೊ ಇದ್ದು, ಅವೆಯೊ ಒಂದು ಅರಂದ್ಟೋಲೆ, ಅವಲ ತೊಂಬತೊಂಬತ್ತುನ ಮೇಸುಕಾಡುನೊ ಬುಡದೆ ಇದ್ದನವಾ? ಅರಂದ್ಟೋದದುನ ಕಂಡೂಮ್ಮನೆಗಟ್ಟ ಕಡೆದು, ಅದುನ ಹಿಂದಾಡು ಹೋಗದೆ ಇದ್ದನವಾ?

೫. ಸಿಕ್ಕಿದದೆಮ್ಮನೆ ಅವಲ ಅದುನ ಚಚ್ಟೋಚಾಂದ ತನ್ನ ಹೆಗಲೊದಗ ಹೊತ್ತ್ಟೊಂಡು,

೬. ಮನೆಗ ಬಂದು, ಸ್ನೇಚಗಾರರವೂ ನೆರೆಮನೆಯವಕರವೂ ಬ್ಟಬ್ಬಿಗೆ ಕೊರಚಿ, ಅವಕಗ: ಯೆನ್ನ ಕೋಡ ಚಚ್ಟೋಚ ಆಗಿವಿ; ಯೇಕಾಂದಲೆ ಅರಂದ್ಟೋದ ಯೆನ್ನ ಕುಟಿ ಯೆನಗ ಸಿಕ್ಕಿತೂಂದು ಹ್ಟೇಗಿನಲ.

೭. ಇತ್ತೆತಾಲ ಮನತಿರುಗೋದು ಬೇಕಿಲ್ಲದ ತೊಂಬತೊಂಬತ್ತು ನೀತಿಬತ್ತರೂಂದ ಮನತಿರುಗುವ ಒಬ್ಬ ಪಾಪಿಗಾಗಿ ಮೇಲೋಕದೊ ಚಚ್ಟೋಚ ಆರಾಂದು ನಿಂಗಗ ಹ್ಟೇಗಿನೆ.

೮. ಬೈಯ ಏಯ ಹೆಮ್ಮಾತಿಗ ಹತ್ತು ಹಣ ಹಟ್ಟು, ಒಂದ್ಟಣ ಕೆಟ್ಟೋಲೆ, ಅವ್ಟ ದೀವಿಗೆ ಕತ್ತಿಸಿ, ಮನೆಯ ಬ್ಟಾಕಿ, ಅದು ಸಿಕ್ಕೋನೆಗಟ್ಟ ಜಾಗುರ್ತಿಯಾಗಿ ಅರಸದೆ ಇದ್ದವ್ಟವಾ?

೯. ಸಿಕ್ಕಿದ ಮೇಲೆ ಸ್ನೇಚಗಾತಿಯರವೂ ನೆರೆಮನೆಗಾತಿಯರವೂ ಬ್ಟಬ್ಬಿಗೆ ಕೊರಚಿ, ಅವಕಗ: ಯೆನ್ನ ಕೋಡ ಚಚ್ಟೋಚ ಆಗಿವಿ; ಯೇಕಾಂದಲೆ ನಾಲ ಕಿಡಿಸಿದ ಹಣ ಯೆನಗ ಸಿಕ್ಕಿತೂಂದು ಹ್ಟೇಗಿಯ.

೧೦. ಇತ್ತ್ರೆತಾಂ ಮನತಿರುಗುವ ಒಬ್ಬ ಪಾಪಿಗಾಗಿ ದೇವರ ಜಮಗಾರರ ಮುಂದಾಡು ಚಚ್ಚೋಚ ಆರಾಂದು, ನಿಂಗಗ ಹ್ದೇಗಿನೆ, ಎನ್ನಂ.

೧೧. ಇನ್ನು ಅವಂ ಹ್ದೇಗಿದದೇನಾಂದಲೆ: ಒಬ್ಬ ಮನಿಚಗ ಎರಡು ಮಕ್ಕ್ಟದ್ದರು.

೧೨. ಅವಕರ್ದ್ಠೋಗೆ ಕುನ್ನವಂ ಅಪ್ಪಂಗ: ಅಪ್ಪಾ! ಆಸ್ತಿಯೊ ಯೆನಗ ಬಪ್ಪ ಕೂರ ಯೆನಗ ತಾ ಎಮ್ಮನೆ, ಅವಂ ಅವಕಗ ಬದುಕ ಕೂರ್ಥಚ್ಚಂ.

೧೩. ಜೋಚಿ ಜಿನಗ್ದಿಂಡೆ ಕುನ್ನ ಮಾತಿ ಎಲ್ಲಾವ ಸೇತಿಯುಂಡು, ದೂರ ದೇಚಗ ಕಡೆದು ಹೋಗಿ, ಅಲ್ಲಿ ಕೆಟ್ಟವಂನಾಗಿ ಬದಿಕಿ, ತನ್ನ ಬದುಕೆಲ್ಲಾವ ಬೀಪಿ, ಹ್ದಾವಮಾಡಿ ಬುಟ್ಟಂ.

೧೪. ಆಲೆ ಅವಂ ಎಲ್ಲಾವ ಬೆಚ್ಚ ಮಾಡಿದದೆಮ್ಮನೆ, ಆ ದೇಚ ಬಕ್ಕೆಲ್ಲ ಅನಹಂಜ ಉಟ್ಟಾತು; ಅವಂಗ ತಟವೊಟ ಆಪದುಗಾತು.

೧೫. ಆಗ ಅವಂ ಹೋಗಿ, ಆ ದೇಚದವಕರ್ದ್ಠೋಗೆ ಒಬ್ಬ ಗೆರಸ್ತನ ಸೇದೂಂಣಂ. ಎವಂ ಅವಂನ ಹಂದಿಯ ಮೇಸೋದುಗ ತನ್ನೊಲಗ ಕ್ಟೇಗಿದಂ.

೧೬. ಇತ್ತೆಹಡೋನೆ ಹಂದಿ ತಿಂಬ ತೌಡೂಂಡ ತನ್ನ ಹೊಟ್ಟೆ ತುಂಬಿಸೋದುಗ ಆಸೆ ಪಟ್ಟಂ; ಆಲೆ ದಾರೂ ಅವಂಗ ಕೊಟ್ಟ ಇಲ್ಲೆ.

೧೭. ತನ್ನ ಬುದ್ದಿ ತನಗ ಬಪ್ಪನೆ, ಅವಂ: ಯೆನ್ನಪ್ಪನ ಸಾರೆ ಯೇಚೋ ಕೂಲಿಯವಕಗ ದೊಟ್ಟ ಬೇಕಾದಾಚಗ ಮಿಾಪಿ ಹಡದೆ; ಆಲೆ ನಾಂ ಇಲ್ಲಿ ಹಸೂಂದ ಸತ್ತ್ರನೆ.

೧೮. ನಾಂ ಯ್ದದ್ದು, ಕಡೆದು, ಯೆನ್ನಪ್ಪನ ಸಾರೆ ಹೋಗಿ, ಅವಂಗ: ಅಪ್ಪಾ! ಮೇಲೋಕಗ ಬಿರೋದಾಗಿಯೂ ನಿನ್ನ ಮುಂದಾಡೂ ಪಾಪ ಮಾಡಿದೆಂ.

೧೯. ನಾಂ ಇನ್ನು ನಿನ್ನ ಮಾತೀಂದು ಕೊರಚಿಸಿಯುಂಬದುಗ ತಕ್ಕವಂ ಅಲ್ಲ; ಯೆನ್ನ ನಿನ್ನ ಕೂಲಿಯವಕರ್ದ್ಠೋಗೆ ಒಬ್ಬನ

ಮೂಕೆ ಮೂಡುನ್ನನೆ, ಎಂದು ಹ್ಣೇಗಿ, ಯ್ಣದ್ದು, ತನ್ನಪ್ಪನ ಸಾರೆ ಬನ್ನು.

೨೦. ಆಲೆ ಅವು ಇನ್ನು ದೂರದೊ ಇಬ್ಬನೆ, ಅವುನಪ್ಪು ಅವುನ ನೋಡಿ, ಕರ್ಣ್ಣಕತ್ತಿ, ಓಡಿ ಬಂದು, ಅವುನ ಗ್ಣತ್ತು ಮೇಲೆ ಬ್ಣುದ್ದು, ಅವುನ ಮುತ್ತಿಕ್ಕಿದು.

೨೧. ಆಲೆ ಮೂತಿ ಅವುಗ: ಅಪ್ಪಾ! ಮೇಲೋಕಗ ಬಿರೋದಾಗಿಯೂ ನಿನ್ನ ಮುಂದಾಡೂ ಪಾಪ ಮೂಡಿದೆು. ಇನ್ನು ನಿನ್ನ ಮೂತೀಂದು ಕೊರಚಿಸಿಯುಂಬದುಗ ನಾು ತಕ್ಕದವು ಅಲ್ಲ, ಎನ್ನು.

೨೨. ಆಗ ಅಪ್ಪು ತನ್ನ ಜೀವಿತಿಗಾರರುಗ: ಬೇಗನ ಒಳ್ಳೊಳ್ಳೆಯ ಚೀಲೆ ಹೊತ್ತು ಬಂದು, ಅವುಗ ಹೊಱಿಸಿವಿ; ಅವುನ ಕೈಗ ಉಂಗರವವೂ ಕಾಲುಗ ಕೆರವವೂ ಕೊಡಿವಿ;

೨೩. ಇನ್ನು ಕೊಣ್ಣಬ್ಬಿದ ಕರುವ ಹೊತ್ತು ಬಂದು ಕುಯಿವಿ; ತಿಂದು ಕುಸಾಲೆ ಆಪೋು.

೨೪. ಯೇಕಾಂದಲೆ ಈ ಯೆನ್ನ ಮೂತಿ ಸತ್ತವು ಆಗಿದ್ದು, ತಿರಿಗಿ ಬದಿಕಿದ್ದನೆ; ಅರಂದ್ಣೋದವು ಆಗಿದ್ದು, ಸಿಕ್ಕಿದ್ದನೆ, ಎನ್ನು. ಆಗ ಕುಸಾಲೆ ಆಪದುಗ ಹೊರವಟ್ಟರು.

೨೫. ಆಲೆ ಅವುನ ದೊಡ್ಡ ಮೂತಿ ಹೊಲದೊ ಇದ್ದು. ಅವು ಬಂದು, ಮನೆಗ ಸಾರೆ ಆಪನೆ, ಹರೆಕೋಲವೂ ಆಟವವೂ ಕ್ಣೇತು,

೨೬. ಜೀವಿತಿಗಾರರ್ಣೋಗೆ ಒಬ್ಬನ ಕೊರಚಿ, ಅದೇನಾಂದು ಬಿಚರಣೆ ಮೂಡಿದು.

೨೭. ಅವು ಅವುಗ: ನಿನ್ನ ತಮ್ಮು ಬಂದಿದ್ದನೆ, ಅದುಗಾಗಿ ಅವುನ ತಿರಿಗಿ ಒಸ್ಣಂಗೆ ಕಂಡದುನೆಂದ ನಿನ್ನಪ್ಪು ಕೊಣ್ಣಬ್ಬಿದ ಕರುವ ಕುಯಿಸಿದ್ದನೆ, ಎನ್ನು.

೨೮. ಆಗ ಅವು ಕೋಪ ಆಗಿ, ಒಣಗೆ ಬರ ಕೊಳ್ಳಾಂದು ಇದ್ದು. ಆದದುನೆಂದ ಅವುನಪ್ಪು ಹೊರಾಚುಗ ಬಂದು, ಅವುಗ ತಮರಿಕೆ ಹ್ಣೇಗಿ ಕೊರಚಿದು.

೨೯. ಆಲೆ ಅವು ತನ್ನಪ್ಪುಗ ಮರುತ್ತರಾಗಿ: ಎದಗೇ, ಈಸು

ಬರಿಜ ನಿನಗ ಗೀದೆಽ; ಎಂದಾಲೆಯೂ ನಿನ್ನಪ್ಪಣೆಯ ಮಿೂರುಲೆ; ಆಲೆಯೂ ಯೆನ್ನ ಸ್ನೇಜಗಾರರ ಕೋಡ ಕುಸಾಲೆ ಆಪದುಗ ನೀ ಯೆನಗ ಎಂದಾಲೆಯೂ ಒಂದು ಆಡುಮರಿಯಾಲೆಯೂ ತಪ್ಪಿಲೆ.

೩೦. ಆಲೆ ಸ್ಥೂಯೆಯರ ಕೋಡ ನಿನ್ನ ಬದುಕ ತಿಂದು ಬುಟ್ಟ ಈ ನಿನ್ನ ಮಾತಿ ಬಂದದೆಮ್ಮನೆ, ನೀ ಕ್ಕೊಬ್ಬಿದ ಕರುವ ಅವಽಗಾಗಿ ಕುಯಿಸಿದೆ, ಎನ್ನಽ.

೩೧. ಆಗ ಅವಽಗ: ಮಗನೇ, ನೀ ಯೇಗ್ಡುವವೂ ಯೆನ್ನ ಕೋಡ ಇದ್ದೀ; ಯೆನ್ನದೆಲ್ಲಾ ನಿನ್ನದುತಾಽ;

೩೨. ಆಲೆ ಕುಸಾಲೆಯೂ ಚಚ್ಛೋಜವೂ ಆಪದಾಗಿ ಹಟ್ಟ; ಯೇಕಾಂದಲೆ ಈ ನಿನ್ನ ತಮ್ಮಽ ಸತ್ತವನಾಗಿದ್ದು, ತಿರಿಗಿ ಬದಿಕಿದ್ದನೆ, ಅರಂದ್ಹೋದವನಾಗಿದ್ದು, ಸಿಕ್ಕಿದ್ದನೆ, ಎನ್ನಽ.

೧೬. ಸಂಧಿ.

೧. ಇದು ಅಲ್ಲದೆ ಅವಽ ತನ್ನ ಸಿಸಿಯರುಗ ಹ್ದೇಗಿದದೇಸಾಂದಲೆ: ಗನಗಾರಽ ಒಬ್ಬ ಮನಿಜಽ ಇದ್ದಽ; ಅವಽಗ ಒಬ್ಬ ಉಗುರಾಣದವಽ ಇದ್ದಽ; ಎವಽ ಅವಽಗ್ಡುವದುನ ಹ್ಹಾ ಮಾಡಿನಾಂದು ಅವಽನ ಮೇಲೆ ತಪ್ಪು ಹೊರಿಿಸಿದರು.

೨. ಆಗ ಅವಽನ ಕೊರಚಿ, ಅವಽಗ: ನಿನ್ನ ಕುರಿತು ನಾಽ ಕ್ಡೇಪದು ಇದೇನ? ನಿನ್ನ ಮನೆಯ ಹಾರಹರುಬುನ ಎಕ್ಕವ ಒಪ್ಪಿಸು; ಯೇಕಾಂದಲೆ ನೀ ಇನ್ನು ಉಗುರಾಣದವಽ ಆಗಿರಾರಿೀಂದು ಹ್ದೇಗಿದಽ.

೩. ಆಲೆ ಉಗುರಾಣದವಽ ತನ್ನೊಗೆ: ನಾಽ ಏನ ಮಾಡುವೆಽ? ಯೆನ್ನ ಯೆಜಮಾನಽ ಮನೆಯ ಹಾರಹರುಬ ಯೆನ್ನೆಂದ ಕ್ಡಿತ್ತನಽ; ಅ್ಡಗೆಯಾರಿಽ; ಬೇಡೋದುಗ ಚಿಗ್ಗಾನೆ;

೪. ಮನೆಯ ಹಾರಹರುಬೂಂದ ಹೊರಿಾಚು ಕಡೆದದೆಮ್ಮನೆ, ಅವಕ ಯೆನ್ನ ತಂಗ ಮನೆಗಡ್ಡ ಸೇತಿಯುಂಬ ಹೆಂಗೆ, ಮಾಡಬೇಕಾದದುನ ಬಲ್ಲೆಽ, ಎನ್ನೊಣ್ಣಽ.

೫. ಆಗ ತನ್ನ ಯೆಜಮಾನನ ಸಾಲಗಾರರ್ಹೋಗೆ ಒಬ್ಬೊಬ್ಬನ ಕೊರಚಿ, ಮುಂದಾಡುನವಉಗ: ನೀ ಯೆನ್ನ ಯೆಜಮಾನಗ ಏಸಗ ಕೊಡೋದು? ಎಮ್ಮನೆ,

೬. ನೂರು ಕೊಡ ಎಣ್ಣೆ ಎಮ್ಮನೆ, ಅವಉಗ: ನಿನ್ನ ಚೀಟ ಎತ್ತಿ, ಕುಳಿದೂಂಡು, ಐವತ್ತೊಂದು ಬೇಗನ ಬರೆ, ಎನ್ನಉ.

೭. ಅದುಗ್ಹಿಂದೆ ಬೇರೊಬ್ಬಉಗ: ಇನ್ನು ನೀ ಏಸಗ ಕೊಡೋದು? ಎಮ್ಮನೆ, ಅವಉ ನೂರು ಕಂಡುಗ ಗೋದುಂಬೆ ಎಮ್ಮನೆ, ಅವಉಗ: ನಿನ್ನ ಚೀಟ ಎತ್ತಿಯುಂಡು, ಎಂಬತ್ತೊಂದು ಬರೆ, ಎನ್ನಉ.

೮. ಆಗ ಯೆಜಮಾನಉ ಅನ್ನೆಯದ ಉಗುರಾಣದವಉ ಬುದ್ಧಿಯಾಗಿ ಮಾಡಿದ್ದನೇಂದು, ಅವಉನ ಹೊಗ್ಹೊಯಿದಉ; ಯೇಕಾಂದಲೆ ಬ್ಹೀಚಲುನ ಮಕ್ಕ್ಹಾಂದ ಈ ಲೋಕದ ಮಕ್ಕ್ಹ ತಂಗ ಜಾತಿಯ ಪರಕಾರ ಬುದ್ಧಿಬತ್ತ್ಹರಾಗಿದ್ದಾಬಿ.

೯. ಇನ್ನು ನಾಉ ನಿಂಗಗ ಹ್ಹೇಗಿನೆ: ಅನ್ನೆಯದ ಮಮ್ಮೋನೂಂದ ನಿಂಗಗ ಸ್ನೇಹಗಾರರ ಮಾಡಿಯುಳ್ಳಿವಿ; ಅದು ತೀರಿ ಹೋಪನೆ, ಅವಕ ನಿಂಗ್ಹುವ ತಿರ ಆಗಿ ಹಡುವ ಗುಡಾರಗ್ಹೋೕಗೆ ಸೇತಿಯುಂಬ ಹೆಂಗೆಯೇ.

೧೦. ಎಳ್ಳುಪಾಟಿಗದುನೊ ನಂಬಿಗೆಯುಳ್ಳವಉ ಅಪ್ಪಬಿದುನ್ಹೋೕಗೆಯೂ ನಂಬಿಗೆಯುಳ್ಳವನಾಗಿದ್ದನೆ. ಬೈಯ ಎಳ್ಳುಪಾಟಿಗದುನೊ ಅನ್ನೆಯವುಳ್ಳವಉ ಅಪ್ಪಬಿದುನ್ಹೋೕಗೆಯೂ ಅನ್ನೆಯವುಳ್ಳವನಾಗಿದ್ದನೆ.

೧೧. ಆದದುನೆಂದ ಅನ್ನೆಯದ ಮಮ್ಮೋನುಗ ನಿಂಗ ನಂಬಿಗೆ ಇಲ್ಲದವಕರಾಗಿದ್ದಲೆ, ದಾರ ನಿಂಗ್ಹುವ ನಂಬಿ, ಸತ್ಯವಾದದುನ ಒಪ್ಪಿಸಿಯಾರ?

೧೨. ಇನ್ನು ನಿಂಗ ಬೇರೊಬ್ಬನದುಗ ನಂಬಿಗೆ ಇಲ್ಲದವಕರಾಗಿದ್ದಲೆ, ನಿಂಗದುನ ನಿಂಗಗ ದಾರ ತಂದಾರ?

೧೩. ಏಯ ಊಳಿಯಗಾರನಾಲೆಯೂ ಎರಡು ಯೆಜಮಾನರುಗ ಗೀಯಾಱಿ಼. ಎತ್ತತೇಂದಲೆ: ಒಬ್ಬನ ಹಗೆ ಮಾಡಿ, ಇನ್ನೊಬ್ಬನ ಪಿರಿಯ ಮಾಡಿನ಼; ಬೈಯ ಒಬ್ಬನ ಸೇದೂಂಡು, ಇನ್ನೊಬ್ಬನ ಸಡ್ಡೆ ಮಾಡೋದಿಲ್ಲೆ; ನಿಂಗ ದೇವರುಗೂ ಮಮ್ಮೋನುಗೂ ಗೀಯಾಱಿ, ಎನ್ನ಼.

೧೪. ಎವೆಯೆಲ್ಲಾವ ಹಣದಾಸೆಯುಳ್ಳ ಪರಿಸಾಯರು ಕ್ಟೇತು, ಅವ಼ನ ಯೇಡಿಸಿದರು.

೧೫. ಆಗ ಅವ಼ ಅವಕಗ ಹ್ಟೇಗಿದದೇನಾಂದಲೆ: ಮನಿಚರ ಮುಂದಾಡು ನಿಂಗ ನೀತಿಬತ್ತರೆನ್ನಿಸಿಯುಂಬವಕತಾ಼ ಆಗಿದ್ದಾಱಿ; ಆಲೆ ದೇವರು ನಿಂಗ ಮನಸ್ಸುಗ್ಟೊವ ಅಱಿದಿದ್ದನೆ; ಯೇಕಾಂದಲೆ ಮನಿಚರ ಮುಂದಾಡು ದೊಡ್ಡಿಸ್ತನವಾದದ್ದು ದೇವರ ಮುಂದಾಡು ಚಿಬ್ಬಿತಿ ಆಗಿ ಹಡದೆ.

೧೬. ನಾಯಪ್ರಮಾಣವೂ ಪ್ರವಾದಿಗ್ಟೊವೂ ಯೋಹಾನಗಟ್ಟ ಹಟ್ಟ. ಆಗಾಂದ ದೇವರ ರಾಜ್ಯದ ಒಳ್ಳೇ ಸುದ್ದಿಯ ಸಾರಿಯಾರ. ಇನ್ನು ದಾರಾಲೆಯೂ ಅದುಗ ಬಲ಼ಮುತ್ತಾಂದ ಸೇದಾರ.

೧೭. ಆಲೆ ನಾಯಪ್ರಮಾಣದೊ ಒಂದು ಸೊನ್ನೆ ಬ್ಟುದ್ಡೋಪದುನೆಂದ ಮೇಲೋಕವೂ ಬೂಮಿಯೂ ಕ್ಟೈದ್ಡೋಪದು ಎಳ್ಳಲು.

೧೮. ತನ್ನೆಂಡ್ರ ಬುಟ್ಟುಟ್ಟು, ಇನ್ನೊಬ್ಬುವ ಮದುವೆ ಮಾಡಿಯುಂಬ ಒಬ್ಬೊಬ್ಬ ಮನಿಚ಼ ಸ್ಟೂಯೆತನ ಮಾಡಿನ಼; ಬೈಯ ಗಂಡಾಂದ ಬುಡಿಸಿದವ್ವುವ ಮದುವೆ ಮಾಡಿಯುಂಬವ಼ ಸ್ಟೂಯೆತನ ಮಾಡಿನ಼.

೧೯. ಸಕಲಾತಿ ಬಣ್ಣವವೂ ರೇಸ್ಮೆ ಪಟ್ಟವೂ ಹೊತ್ತೂಂಡು, ಜಿನಗೂ ಸೊಗದೊ ಕುಸಾಲೆ ಆಗಿಬ್ಬ ಗನಗಾರ಼ ಆದ ಒಬ್ಬ ಮನಿಚ಼ ಇದ್ದ಼.

೨೦. ಆಲೆ ಲಾಜರಾಂಬ ಒಬ್ಬ ಬಡವ಼ ಇದ್ದ಼. ಎವ಼ ಅವ಼ನ ಬಾಗಿಲುನೊ ಹುಣ್ಣುತುಂಬಿದವನಾಗಿ ಬ್ಟುದ್ದು,

೨೧. ಆ ಗನಗಾರನ ಮೇಜೂಂದ ಬ್ಡೂವ ಎಚ್ಚಲೂಂದ ಹಸು ಅಡಂಗೋದುಗ ಆಸೆ ಆಗಿದ್ದು; ಇದು ಅಲ್ಲದೆ ನೇಗ್ಡೊವೂ ಬಂದು, ಅವುನ್ನುಣ್ಣ ನಕ್ಕಿದೊ.

೨೨. ಅದುಗ್ಡಿಂದೆ ಆದದ್ದೇನಾಂದಲೆ: ಆ ಬಡವು ಸತ್ತು; ಜಮಗಾರರು ಅವುನ ಆಬ್ರಹಾಮುನ ಎದೆಗ ಎತ್ತಿಯುಂಡ್ಡೋದರು; ಆಲೆ ಗನಗಾರನೂ ಸತ್ತು; ಅವುನ ಹ್ಡೂತರು.

೨೩. ಎವು ಪಾತ್ಡಾದೊ ಇದ್ದು, ಪಾಡು ಪಡೋನೆ, ತನ್ನ ಕಣ್ಣ ಎತ್ತಿ, ದೂರಾಂದ ಆಬ್ರಹಾಮುನವೂ ಅವುನ ಎದೆಯೊ ಇಬ್ಬ ಲಾಜರನವೂ ನೋಡಿ,

೨೪. ಅವು: ಅಪ್ಪಾ ಆಬ್ರಹಾಮೂ!—ಯೆನ್ನ ಮೇಲೆ ಗವಬೀ, ಲಾಜರು ತನ್ನ ಬೆರಳುನ ಬೊಟ್ಟ ನೀರುಗ ಅ್ಡಜ್ಜಿ, ಯೆನ್ನ ನಾಲಂಗೆಯ ತಣ್ಣನ ಮಾಡುವ ಹೆಂಗೆ, ಅವುನ ಕ್ಡೇಗು; ಯೇಕಾಂದಲೆ ಈ ಉರಿಯೊ ಬೇನೆ ದಿನ್ನನೇಂದು ಕೊರಚಿ ಹ್ಡೇಗಿದು.

೨೫. ಆಲೆ ಆಬ್ರಹಾಮು: ಮಾತಿನೇ! ನೀ ಬದುಕೋನೆ, ನಿನ್ನ ಒಳ್ಳೆಯವೆಯ ಅನುಬೋಗಿಸಿದೆ; ಅತ್ತೆತಾಂ ಲಾಜರು ಕೆಟವೆಯ ಅನುಬೋಗಿಸಿದಾಂದು ಗೇಪ ಮಾಡಿಯುಳ್ಳೊ; ಆಲೆ ಈಗ ಅವುಗ ಇಲ್ಲಿ ತಮರಿಕೆಯೂ ನಿನಗ ಬೇನೆಯೂ ಆರ.

೨೬. ಇದು ಎಲ್ಲಾ ಅಲ್ಲದೆ ಇಲ್ಲಿಂದ ನಿಂಗ ಸಾರೆ ದಾಟ ಹೋಪದುಗೂ, ಬೈಯ ಅಲ್ಲಿಂದ ಯೆಂಗ ಸಾರೆ ದಾಟ ಬಪ್ಪದುಗೂ ಮನಸ್ಸಡುವವಕಗ ಆಗದ್ಡೆಂಗೆ, ಯೆಂಗಗೂ ನಿಂಗಗೂ ನಡುವೆ ದೊಡ್ಡ ಅಟ್ಟು ತಿರ ಮಾಡಿ ಹಡದೆ, ಎನ್ನು.

೨೭. ಆಗ ಅವು: ಅತ್ತೆಯಾಲೆ ಅಪ್ಪಾ! ಅವುನ ಯೆನ್ನಪ್ಪನ ಮನೆಗ ಕ್ಡೇಗೋದೂಂದು ನಿನ್ನ ಕೆಂಜಿಯುಣ್ಣನೆ;

೨೮. ಯೇಕಾಂದಲೆ ಯೆನಗ ಐದಣ್ಣತಮ್ಮಂದಿಯರಿದ್ದಾರಿ; ಅವಕರೂ ಈ ಬೇನೆಯ ಎಡೆಗ ಬಾರದ್ಡೆಂಗೆ ಅವು ಅವಕಗ ಸಾಕಿಜಿ ಹ್ಡೇಗಲಿ, ಎಮ್ಮನೆ,

೨೯. ಅಬ್ರಹಾಮು ಅವಂಗ: ಅವಕಗ ಮೋಸೆಯೂ ಪ್ರವಾದಿಗ್ಳೊವೂ ಇದ್ದಾಡಿಬೆ, ಅವಕ ಅವಕರತಾಂ ಕ್ಡೇಯಲಿ, ಎನ್ನಂ.

೩೦. ಇದುಗ ಅವಂ: ಅತ್ತೆ ಅಲ್ಲ, ಅಪ್ಪಾ ಅಬ್ರಹಾಮು! ಆಲೆ ಸತ್ತವಕಾಂದ ಒಬ್ಬಂ ಅವಕರ ಸಾರೆ ಹೋಲೆ, ಮನ ತಿರಿಗಿಯಾರ, ಎನ್ನಂ.

೩೧. ಆಲೆ ಅವಂ ಅವಂಗ: ಅವಕ ಮೋಸೆಯುವೂ ಪ್ರವಾದಿಗ್ಳೊವವೂ ಕ್ಡೇಯದ್ಳೋಲೆ, ಸತ್ತವಕಾಂದ ಒಬ್ಬಂ ಯ್ಡೆದ್ಳೋಲೆಯೂ, ನಂಬರು, ಎಂದು ಹ್ಡೇಗಿದಂ.

೧೭. ಸಂದಿ.

೧. ಇನ್ನು ಅವಂ ತನ್ನ ಸಿಸಿಯರುಗ ಹ್ಡೇಗಿದದು: ಅಡ್ಡಲು ಬಾರದೆ ಹಡುವದು ಆಗದ ಕಾರ್ಯ; ಆಲೆ ಏಯುವಂನೆಂದ ಅವೆ ಬಂದರವೋ, ಅವಂಗ ಅಯ್ಯೋ!

೨. ಅವಂ ಈ ಕುನ್ನವೆಯ್ಳೋಗೆ ಒಂದುನ ಅಡ್ಡಲು ಮಾಡೋದುಗ ಬದಲಾಗಿ ಅವಂನ ಗ್ಡತ್ತುಗ ಬೀಸಗಲ್ಲ ಕೋಚಿ, ಅವಂನ ಸೌಂದರಗ ತಳ್ಳಿಬುಡೋದುತಾಂ ಅವಂಗ ಒಳ್ಳಿತು.

೩. ನಿಂಗಗ ನಿಂಗತಾಂ ನೋಡಿಯುಳ್ಳಿವಿ! ನಿನ್ನಣ್ಣತಮ್ಮ ನಿನಗ ಬಿರೋದಾಗಿ ಪಾಪ ಮಾಡಿಲೆ, ಅವಂನ ಬೆದರಿಸು; ಆಲೆ ಅವಂ ಮನ ತಿರಿಗಿಲೆ, ಅವಂಗ ಬುಟ್ಟು ಬುಡು.

೪. ಇನ್ನು ಅವಂ ಜಿನಗ ಈ್ಡಲು ಹುಟ್ಟು ನಿನಗ ಬಿರೋದಾಗಿ ಪಾಪ ಮಾಡಿ, ಜಿನಗ ಈ್ಡಲು ಹುಟ್ಟು ನಿನ್ನ ಬಕ್ಕ ತಿರಿಗಿಯುಂಡು, ಮನ ತಿರಿಗಿನೆ ಎಂದು ಹ್ಡೇಗಿಲೆ, ಅವಂಗ ಬುಟ್ಟು ಬುಡೋದು, ಎನ್ನಂ.

೫. ಆಗ ಅಪೊಸ್ತಲರು ಕರ್ತಗ: ನಮ್ಮಣಿಗೆಯ ಯೆಂಗಗ ಹೆಚ್ಚು ಮಾಡು ಎಂದರು.

೬. ಆಲೆ ಕರ್ತಂ ಹ್ಡೇಗಿದದೇನಾಂದಲೆ: ಕಡುಗುಬಿತ್ತು ಪಾ

ಟಗ ನಮ್ಮಣಿಗೆ ನಿಂಗಗ ಹಟ್ಟಲೆ, ನಿಂಗ ಈ ಆಲದ ಮೊರಗ: ಬೇರೋಡ ಕ್ಟಿತ್ತೂಂಡು, ಸೌಂದರದೊ ನಟ್ಟಡಲಿ, ಎಂದು ಹ್ಟೇಗೋನೆ, ನಿಂಗಗ ಬ್ಟಗಾರ.

೭. ಆಲೆ ನಿಂಗ್ಡೋಗೆ ಏಯುವ್ಗ ಯೇರ್ಡೂವ, ಇಲ್ಲದ್ಡೋಲೆ ದನಕಾಪ ಜೇವಿತಿಗಾರ್ ಒಬ್ಬ್ ಇದ್ದಲೆ, ಹೊಲಾಂದ ಬ್ಟಗೆ ಬಪ್ಪ ಎವ್ಗ: ಬೇಗನ ಸಾರೆ ಬಂದು, ತೀನಿಗ ಕುಳಿದುಳ್ಳೋಂದು ಹ್ಟೇಗಿನವಾ?

೮. ನಾ್ ತೀನಿ ತಿಂಬ ಹೆಂಗೆ ಏನಾಲೆಯೂ ಒದಕಿ, ನಡು ಕಟ್ಟಿ, ನಾ್ ತಿಂದು ಕುಡಿಪನೆಗಟ್ಟ ಯೆನಗ ಗೀ; ಅದುಗ್ಡಿಂದೆ ನೀ ತಿಂದು ಕುಡಿಯಾಕೂಂದು, ಅವ್ಗ ಹ್ಟೇಗಿನವ್ರೋ ಇಲ್ಲೆಯೋ?

೯. ಅಪ್ಪಣೆ ಕೊಟ್ಟ ಹೆಂಗೆ ಅವ್ ಮಾಡಿದದುನೆಂದ ಆ ಜೇವಿತಿಗಾರಗ ಉಪಕಾರಾಂದು ನೆನೆತನವಾ?

೧೦. ಅತ್ತೆತಾ್ ನಿಂಗೂ, ನಿಂಗಗ ಅಪ್ಪಣೆ ಮಾಡಿದವೆಲ್ಲಾವ ಮಾಡಿದ ಮೇಲೆ. ಪುರೋಜನ ಇಲ್ಲದ ಜೇವಿತಿಗಾರರಾಗಿದ್ದೆಯೋ್, ಯೇಕಾಂದಲೆ ಮಾಡ ಬೇಕಾದದುನ ಮಾತ್ರ. ಮಾಡಿದೆಯೋ್ ಎಂದು ಹ್ಟೇಗಿವ್ರೊ, ಎನ್ನ್.

೧೧. ಹಿಂದೆ ಆದದ್ದೇನಾಂದಲೆ: ಅವ್ ಯೆರೂಸಲೇಮುಗ ಪಯಣ ಮಾಡಿಯುಂಡಿಬ್ಬನೆ, ಅವ್ ಸಮಾರ್ಯ ಗಲಿಲಾಯ ದೇಶಗ್ಡೊವ ಹುಕ್ಕು, ಕಡೆದು ಹೋದ್.

೧೨. ಅವ್ ಒಂದು ಊರುಗ ಹುಗೋನೆ, ಕುಟ್ಟೆನೋ ಹಿಡಿತ ಹತ್ತ್ಡಾ ಅವ್ನಿದುರುಗ ಬಂದು, ದೂರನಿದ್ದು, ದನಿ ಎತ್ತಿ:

೧೩. ಯೇಸು, ಐಯ್ಯಾ! ಯೆಂಗ ಮೇಲೆ ಗವ ಬೀ! ಎಂದರು.

೧೪. ಅವ್ ಅವಕರ ನೋಡಿ, ಅವಕಗ: ನಿಂಗ ಹೋಗಿ, ಪೂಜಾರಿಯರುಗ ನಿಂಗ್ಡುವ ತೋಜಿ಼ಯುಳ್ಳಿವ್ರೊ, ಎನ್ನ್. ಆಗ ಎದಗೇ, ಅವಕ ತೋಗಿಯುಂಡಿಬ್ಬನೆ, ಸುದ್ದ ಆದರು.

೧೫. ಆಲೆ ಅವಕರ್ಡೋಗೆ ಒಬ್ಬ್ ಓಸೆ ಆದೇಂದು ನೋಡಿ, ತಿರಿಗಿಯುಂಡು, ಬಲು ಸದ್ದೂಂದ ದೇವರ ಕೊಂಡಾಡಿ,

೧೬. ಅವೕನ ಕಾಲುಗ ಅಡ್ಡ ಬ್ದುದ್ದು, ಅವೕನ ಹೊಗ್ಟೊಯಿದೕ; ಎವೕತಾೕ ಸಮಾರ್ಯದವೕ ಆಗಿದ್ದೕ.

೧೭. ಆಗ ಯೇಸು ಉತ್ತರ ಕೊಟ್ಟ್ವು: ಹತ್ತಾ್ಬ ಸುದ್ದ ಆಪಿಲೆಯಾ? ಆಲೆ ಆ ಒಂಬತ್ತಾ್ಬ ಎಲ್ಲಿ?

೧೮. ಈ ಪರಕೊಲದವೕನಲ್ಲದೆ ದೇವರುಗ ಮ್ಯೆಮೆ ಕೊಡೋದುಗ ತಿರಿಗಿಯುಂಬವಕ ಸಿಕ್ಕುಲೆಯಾ? ಎಂದು ಹ್ಬೇಗಿ,

೧೯. ಅವೕಗ: ಯ್ಟೆದ್ದು ಹೋಗು, ನಿನ್ನ ನಮ್ಮಣಿಗೆ ನಿನ್ನ ಲ್ಬುಯಿಸಿತು, ಎನ್ನೕ.

೨೦. ಇದು ಅಲ್ಲದೆ ದೇವರ ರಾಜ್ಯ ಯೇಗ್ಟುವ ಬಂದರಾಂದು ಪರಿಸಾಯರು ಅವೕನ ಕ್ಬೇಪನೆ, ಅವಕಗ ಮರುತ್ತರಾಗಿ: ದೇವರ ರಾಜ್ಯ ಬಂದರ, ಆಲೆ ನೋಡಿಯುಂಬ ಹೆಂಗೆ ಅಲ್ಲ.

೨೧. ಇನ್ನು: ಎದಗೇ, ಇಲ್ಲಿ; ಬೈಯ: ಅಲ್ಲಿ, ಎಂದು ಹ್ಬೇಗರು; ಯೇಕಾಂದಲೆ ದೇವರ ರಾಜ್ಯ ನಿಂಗ್ಬೋೕಗೆ ಹಡದೆ ಎನ್ನೕ.

೨೨. ಆಲೆ ತನ್ನ ಸಿಸಿಯರುಗ ಹ್ಬೇಗಿದದೇನಾಂದಲೆ: ಜಿನಗ್ಬೊ ಬಂದರ, ಆಗ ನಿಂಗ ಮನಿಚನ ಮಾತಿನ ಜಿನ ಒಂದುನ ನೋಡೋದುಗ ಆಸೆ ಆಗಿದ್ದಲೆಯೂ ನೋಡದೆ ಇದ್ದಾಲಿ.

೨೩. ಎದಗೇ, ಇಲ್ಲಿ; ಅದಗೇ, ಅಲ್ಲಿ; ಎಂದು ಜನ ನಿಂಗಗ ಹ್ಬೇಗಿಯಾರ; ಆಲೆ ಯ್ಬೆದ್ದು ಹೋಗದೆ ಇರಿವಿ, ಬೆನ್ನು ಹತ್ತದೆ ಇರಿವಿ.

೨೪. ಯೇಕಾಂದಲೆ ಮಿಚ್ಟುವ ಮಿಚ್ಟು ಬಾನುನ ಒಂದು ದಿಕ್ಕೊಂದ ಬಾನುನ ಇನ್ನೊಂದು ದಿಕ್ಕುಗಟ್ಟ್ ಎತ್ತತೆ ಹ್ಬೊಯೆದರವೋ, ಅತ್ತೆತಾೕ ಮನಿಚನ ಮಾತಿ ತನ್ನ ಜಿನದೊ ಇದ್ದನ.

೨೫. ಆಲೆ ಮುಂದಾಡು ಅವೕ ಬಲು ಪಾಡು ಪಟ್ಟ್ವು, ಈ ಕೊಲಾಂದ ತಳ್ಳಿ ಹಾಕಿದವೕ ಆಪದು.

೨೬. ಬೈಯ ನೋಹನ ಜಿನಗ್ಬೋೕಗೆ ಎತ್ತತೆ ಆತೋ, ಅತ್ತೆತಾೕ ಮನಿಚನ ಮಾತಿನ ಜಿನಗ್ಬೋೕಗೆಯೂ ಆರ.

೨೭. ನೋಹೕ ಕಪ್ಪಲುನ್ಬೋೕಗೆ ಹುಕ್ಕ ಜಿನಗಟ್ಟ ಅವಕ

ತಿನ್ನೊಂಡು, ಕುಡಿತ್ತೊಂಡು, ಮದುವೆ ಆಗಿಯುಂಡು, ಮದುವೆ ಮಾಡಿಯುಂಡು ಇದ್ದರು. ಆಗ ಮೂಕ್ಕಡವ ನೀರು ಬಂದು, ಎಲ್ಲಾವ ನಾಸ ಮಾಡಿತು.

೨೮. ಅದೇ ಪರಕಾರ ಲೋತನ ಜಿನಗ್ಳೋಗೆ ಆದ ಹೆಂಗೆ ತಿನ್ನೊಂಡು, ಕುಡಿತೂಂಡು, ಕೊಂಡೂಂಡು, ಮಾಱಿಯುಂಡು, ನಟ್ಟೊಂಡು, ಮನೆ ಕಟ್ಟಿಯುಂಡಿದ್ದರು.

೨೯. ಆಲೆ ಲೋತು ಸೋದೋಮೂಂದ ಕಡೆದು ಹೋದ ಜಿನದೊತಾು ಕಿಚ್ಚೂ ಗಂದಕವೂ ಬಾನೂಂದ ಕಱೆದು, ಯೆಲ್ಲಾವ ನಾಸ ಮಾಡಿತು.

೩೦. ಮನಿಚನ ಮಾತಿ ತೋಱುವ ಜಿನದೊ ಅತ್ತೆತಾು ಹಟ್ಟರ.

೩೧. ಆ ಜಿನದೊ ಹೊದೆಬದಗ ಇಬ್ಬವು ಮನೆಯೊ ಹಡುವ ತನ್ನ ಜೋಡುಗ್ಳೊವ ಎತ್ತಿಯುಂಡ್ಹೋಪದುಗ ಎಱ್ಟಗಿ ಹೋಗದೆ ಇರಲಿ. ಅತ್ತೆತಾು ಹೊಲದೊ ಇಬ್ಬವು ಹಿಂದಾಡು ಹಡುವದುಗ ತಿರುಗದೆ ಇರಲಿ.

೩೨. ಲೋತನ ಹೆಂಡರ ಗೇಪ ಮಾಡಿಯುಳ್ಳಿವಿ.

೩೩. ಒಬ್ಬು ತನ್ನ ಜೀವವ ಉಱಿಯಿಸೋದುಗ ಅರಸಿಲೆ, ಅವುತಾು ಅದುನ ಕಿಡಿಸಿಯುಣ್ಣನು; ಬೈಯ ಒಬ್ಬು ಅದುನ ಕಿಡಿಸಿಯುಂಡಲೆ, ಅವುತಾು ಅದುನ ಬದಿಕಿಸಿನು.

೩೪. ನಿಂಗಗ ಹ್ಟೇಗಿನೆ: ಆ ಇರ್ಬ್ಬನೊ ಯೆರಡ್ಡಾ ಒಂದೇ ಮಞ್ಚಬದಗ ಇದ್ದಾರ, ಒಬ್ಬನ ಎತ್ತಿಯುಂಡಾರ, ಇನ್ನೊಬ್ಬನ ಬುಟ್ಟು ಬುಟ್ಟಾರ.

೩೫. ಯೆರಡು ಹೆಮ್ಮಕ್ಕ ಬ್ಬಬ್ಬಿಗೆ ಬೀಸಿಯಾರ, ಒಬ್ಬ್ಳವವ ಎತ್ತಿಯುಂಡಾರ ಇನ್ನೊಬ್ಬ್ಳವವ ಬುಟ್ಟು ಬುಟ್ಟಾರ.

೩೬. ಯೆರಡ್ಡಾ ಹೊಲದೊ ಇದ್ದಾರ; ಒಬ್ಬನ ಎತ್ತಿಯುಂಡಾರ, ಇನ್ನೊಬ್ಬನ ಬುಟ್ಟು ಬುಟ್ಟಾರ, ಎನ್ನು.

೩೭. ಅವಕ ಉತ್ತರ ಕೊಟ್ಟು, ಅವಂಗ: ಕರ್ತಾ, ಎಲ್ಲಿ? ಎಮ್ಮನೆ, ಅವು ಅವಕಗ: ಹೆಣ ಎಲ್ಲಿಯೋ, ಅಲ್ಲಿ ಹ್ದದ್ದು ಕೂಡಿಯುಂಡರೊ, ಎನ್ನು.

೧೮. ಸಂಧಿ.

೧. ಇದು ಅಲ್ಲದೆ ಅವಕ ದಣಿಯದೆ ಏಗ್ಲೂ ಹರಕೆ ಮಾಡೋದೆಂಬದುಗಾಗಿ ಅವಕಗ ಒಂದು ಒಗಟ ಹ್ದೇಗಿದು.

೨. ಏನಾಂದಲೆ: ದೇವರುಗ ಅಂಜದೆ, ಮನಿಚನ ಯೆಕ್ಕ ಮಾಡದೆ ಇಬ್ಬ ಒಬ್ಬ ನಾಯಗಾರು ಒಂದು ಊರುನೊ ಇದ್ದು.

೩. ಆಲೆ ಆ ಊರುನೊ ಒಬ್ಬ ಮುಂಡೆಗಿಡಿ ಇದ್ದ. ಅವ್ಡ ಅವಂನ ಸಾರೆ ಬಂದು: ಯೆನ್ನಿದುರಾಳಿಯಿಂದ ಯೆನ್ನ ಬುಡಿಸೋದುಗ ಯೆನಗ ನಾಯ ತೀರಿಸು, ಎಂದ್ದ.

೪. ಅವಂಗ ಜೋಚಿ ಕಾಲ ಮನಸ್ಸಿಬ್ಬಿಲೆ. ಆಲೆ ಅದುಗ ಹಿಂದೆ ಅವು: ನಾಂ ದೇವರುಗ ಅಂಜದೆ ಮನಿಚನ ಯೆಕ್ಕ ಮಾಡದೆ ಇದ್ದಲೆಯೂ,

೫. ಈ ಮುಂಡೆಗಿಡಿ ಯೆನ್ನ ತೊಂದಾರ ಮಾಡೋದುನೆಂದ ತಾಂ ಅವ್ಡ ಕಡೆಗಟ್ಟವೂ ಬಂದು, ಯೆನ್ನ ಅಲೆಯಕೊಲೆಯ ಮಾಡದ್ದಿಂಗೆ, ಅವ್ಡಗ ನಾಯ ತೀರಿಸಿನೆ ಎಂದು ತನ್ನೋಡೀಗೆ ಹ್ದೇಗಿಯುಣ್ಣು.

೬. ಆಲೆ ಕರ್ತು ಹ್ದೇಗಿದದು: ಅನ್ನೆಯದ ನಾಯಗಾರು ಹ್ದೇಗೋದುನ ಕ್ಡೇವಿ.

೭. ಆಲೆ ದೇವರು, ಇರ್ಡ್ಲೂ ಹಗಲೂ ತನಗ ಮೊಱೆ ಇಕ್ಕುವವಕಾದ, ತಾಂ ತಿರಿದೂಂಡವಕಗ ಅಪ್ಪಱಿ ಪೊರುಮೆಯುಳ್ಳವು ಆಗಿದ್ದಲೆಯೂ ಅವಕಗ ನಾಯ ತೀರಿಸದೆ ಬುಟ್ಟನವಾ?

೮. ಅವಕಗ ಬೇಗನ ನಾಯ ತೀರಿಸಿನಾಂದು ನಿಂಗಗ ಹ್ದೇಗಿನೆ; ಆಲೆಯೂ ಮನಿಚನ ಮಾತಿ ಬಪ್ಪನೆ, ಬೂಮಿಯೊದಗ ನಮ್ಮಣಿಗೆಯ ಕಂಡೂಣ್ಣನವಾ? ಎನ್ನು.

೯. ಇದು ಅಲ್ಲದೆ ತಂಗ ನಿಜಾಗಿ ನೀತಿಬತ್ತ್ರರೂಂದು ಉನಿಜೊಂಡು, ಮಿಕ್ಕವಕರ ಹೀನ ಮಾಡುವ ಜೋಚಿ ಜನಗ ಈ ಒಗಟ ಹ್ಟೇಗಿದಂ;

೧೦. ಏನಾಂದಲೆ: ಏರಡ್ಟಾ ಹರಕೆ ಮಾಡೋದುಗ ಗುಡಿಗ ಯೇರಿ ಹೋದರು; ಒಬ್ಬಂ ಪರಿಸಾಯಂ, ಇನ್ನೊಬ್ಬಂ ಸುಕ್ಕದವಂ.

೧೧. ಪರಿಸಾಯಂ ನಿದ್ದೊಂಡು, ತನ್ನ ಬಕ್ಕ ಹರಕೆ ಮಾಡಿದದೇನಾಂದಲೆ: ದೇವರೇ! ಕ್ಟಿತ್ತು ತಿಂಬವಕ, ಅನ್ನೆಯದವಕ, ಸ್ಟೂಯೆತನ ಮಾಡುವವಕ ಆಗಿಬ್ಬ ಮಿಕ್ಕ ಮನಿಚರ ಮಾಕೆಯೂ ಬೈಯ ಈ ಸುಕ್ಕದವಂನ ಮಾಕೆಯೂ ನಾಂ ಅಲ್ಲದದುನೆಂದ ನಿನ್ನ ಕೊಂಡಾಡಿನೆ.

೧೨. ನಾಂ ಓರಗ ಎರಡ್ಟುಟ್ಟು ಉಪಾಸ ಇದ್ದನೆ. ನಾಂ ಸಪ್ಪಾರಿಸಿಬ್ಬದುನೆಲ್ಲಾಂದ ಹತ್ತುಗೊಂದು ಕೊಟ್ಟನೆ, ಎನ್ನಂ.

೧೩. ಆಲೆ ಸುಕ್ಕದವಂ ದೂರಗ ನಿದ್ದು, ಕಣ್ಣ ಆಲೆಯೂ ಬಾನುಗ ಎತ್ತಿಯುಳ್ಳಾಬಿದೆ, ತನ್ನ ಮಾರ ಚಚ್ಚಿಯುಂಡು: ದೇವರೇ! ಪಾಪಿ ಆದ ಯೆನ್ನ ಮೇಲೆ ಗವ ಬೀ, ಎನ್ನಂ.

೧೪. ನಿಂಗಗ ಹ್ಟೇಗಿನೆ: ಅವಂಗೂ ಎವಂ ನೀದಿತೀರುಪಾದವಂನಾಗಿ ತನ್ನ ಮನೆಗ ಈಟಿಗಿ ಹೋದಂ; ಯೇಕಾಂದಲೆ ತನ್ನ ಹೆಚ್ಚಿಸಿಯುಂಬ ಒಬ್ಬೊಬ್ಬಂ ತ್ಟಗ್ಗಿಹೋನಂ; ಆಲೆ ತನ್ನ ತ್ಟಗ್ಗಿಸಿಯುಂಬವಂ ಹೆಚ್ಚಾನಂ ಎನ್ನಂ.

೧೫. ಇದು ಅಲ್ಲದೆ ಕುನ್ನವೆಯವೂ ಅವಂ ಅವೆಯ ಮುಟ್ಟುವ ಹೆಂಗೆ, ಅವಂನ ಸಾರೆ ಹೊತ್ತು ಬಂದರು. ಆಲೆ ಸಿಸಿಯರು ಅದುನ ನೋಡಿ, ಅವಕರ ಬೆದರಿಸಿದರು.

೧೬. ಆಲೆ ಯೇಸು ಅವೆಯ ಸಾರೆ ಕೊರಚಿ, ಹ್ಟೇಗಿದದೇನಾಂದಲೆ: ಕುನ್ನವೆಯ ಯೆನ್ನ ಸಾರೆ ಬಪ್ಪದುಗ ಬುಡಿವಿ, ಅವೆಯ ತಡೆಯ ಬೇಡ; ಯೇಕಾಂದಲೆ ದೇವರ ರಾಜ್ಯ ಅತ್ತ್ರವಕರದುತಾಂ.

೧೭. ನಿಜಾಗಿ ನಿಂಗಗ ಹ್ಟೇಗಿನೆ: ದಾರಾಲೆಯೂ ಕೂಸು ಮಾಕೆ ದೇವರ ರಾಜ್ಯವ ಸಿಕ್ಕಿಸದ್ಟೋಲೆ, ಅವಂ ಅದುನ್ಟೋಗೆ ಹುಗೋದೇ ಇಲ್ಲೆ.

೧೮. ಆಗ ಗೊತ್ತುಗಾರಲ ಒಬ್ಬಲ ಅವಲನ ಸಾರೆ: ಒಳ್ಳೆಯ ಗುರುವೇ! ನಾಲ ಏನ ಮಾಡಿ, ತಿರದ ಜೀವವ ಬಾದೆಯಾಗಿ ಹೊಂದಿನೆ? ಎಂದು ಕ್ಡೇಪನೆ,

೧೯. ಯೇಸು ಅವಲಗ: ನೀ ಯೆನ್ನ ಒಳ್ಳೆಯವಾಂದು ಹ್ಡೇಗಿರೇಕ? ದೇವರೊಬ್ಬಲತಾಲ ಅಲ್ಲದೆ ಒಳ್ಳೆಯವಲ ಏಯುವಲನೂ ಇಲ್ಲೆ.

೨೦. ಸ್ಡೂಯೆತನ ಮಾಡ ಬೇಡ, ಕೊಲ್ಲ ಬೇಡ, ಕ್ಡಲ್ಲ ಬೇಡ, ಪುಯಿಸಾಕಿ ಹ್ಡೇಗ ಬೇಡ, ನಿನ್ನ ಅಪ್ಪಲ ಅವ್ವೆಯ ದೊಡ್ಡಿಸ್ತನ ಮಾಡು, ಎಂಬ ಕಟ್ಟಳೆಗ್ಡೊವ ನೀ ಅಱಿದೆ ಎಂದು ಹ್ಡೇಗಿದಲ.

೨೧. ಅದುಗವಲ: ಎವೆಯೆಲ್ಲಾವ ಯೆನ್ನ ಕುನ್ನಪೆಟ್ಡೊಂದ ಹಿಡಿತೂಂಡಿದ್ದೆಲ, ಎನ್ನಲ.

೨೨. ಆಲೆ ಯೇಸು ಅದುನ ಕ್ಡೇತು, ಅವಲಗ: ಇನ್ನು ಒಂದು ನಿನಗ ಕಮ್ಮಿ; ನಿನಗ್ಡುವವೆಲ್ಲಾವ ಮಾರಿ, ಬಡವರುಗ ಹಚ್ಚಿ ಕೊಡು; ಆಗ ಮೇಲೋಕದೊ ನಿನಗ ಬದುಕ್ಡಟ್ಟರ; ಇನ್ನು ಇತ್ತು ಬಂದು, ಯೆನ್ನ ಹಿಂದಾಡು ಬಾಂದು ಹ್ಡೇಗಿದಲ.

೨೩. ಅವಲ ಇದುನ ಕ್ಡೇತು, ಅಪ್ಪಡಿ ದುಕ್ಕವುಳ್ಳವಲ ಆದಲ; ಯೇಕಾಂದಲೆ ಅವಲ ಬಲು ಗನಗಾರನಾಗಿದ್ದಲ.

೨೪. ಆಲೆ ಅವಲ ಅಪ್ಪಡಿ ದುಕ್ಕ ಆದದುನ ಯೇಸು ನೋಡಿ: ಬದುಕು ಹಟ್ಟವಕ ದೇವರ ರಾಜ್ಯದ್ಡೋಗೆ ಸೇಬದು ಯೇಸಗವೋ ಕಚಟ!

೨೫. ಎತ್ತ್ರತೇಂದಲೆ ಗನಗಾರಲ ದೇವರ ರಾಜ್ಯದ್ಡೋಗೆ ಸೇಬದುನೆಂದ ಒಟ್ಟೆ ಸೂಂಜಿಯ ತ್ಡೊಯೆದಾರಿ ಕಡೆವದು ಎಳ್ಳಲು, ಎನ್ನಲ.

೨೬. ಇದುನ ಕ್ಡೇತವಕ: ಅತ್ತೆಯಾಲೆ ದಾರ ರಟ್ಟೆಸಿಯು ಳ್ಳಾಕು? ಎಮ್ಮನೆ,

೨೭. ಅವಲ: ಮನಿಚರ ಸಾರೆ ಆಗದದು ದೇವರ ಸಾರೆ ಆರ, ಎನ್ನಲ.

೨೮. ಇದುಗ ಪೇತ್ರೆ: ಎದಗೇ, ಯೆಂಗ ಎಲ್ಲಾವ ಬುಟ್ಟು, ನಿನ್ನ ಹಿಂದಾಡು ಬನ್ನೆಯೊಂ, ಎಮ್ಮನೆ,

೨೯. ಅವೆ ಅವಕಗ: ನಿಜಾಗಿ ನಿಂಗಗ ಹ್ಡೇಗಿನೆ: ದಾರ ದೇವರ ರಾಜ್ಯಗಾಗಿ ಮನೆಯ ಆಲೆಯೂ, ಹೆತ್ತವಕರ ಆಲೆಯೂ, ಅಣ್ಣತಮ್ಮನ ಆಲೆಯೂ, ಹೆಂಡರ ಆಲೆಯೂ, ಮಕ್ಕುವ ಆಲೆಯೂ, ಬುಟ್ಟನವ್ರೋ,

೩೦. ಅವೆ ಈ ಕಾಲದೊ ಹೆಚ್ಚೆಚ್ಚಾದವೆಯವ್ರೊ, ಬಪ್ಪ ಲೋಕದೊ ತಿರದ ಜೀವವವ್ರೂ ಹೊಂದದೆ ಇಬ್ಬದೇ ಇ.ಲ್ಲೆ, ಎನ್ನೆ.

೩೧. ಆಲೆ ಅವೆ ಹನ್ನೆರಡ್ಡಾವ ಸಾರೆ ಕೂಟಿಯುಂಡು, ಅವಕಗ ಹ್ಡೇಗಿದದೇನಾಂದಲೆ: ಎದಗೇ, ಯೆರೂಸಲೇಮುಗ ಯೇರಿ ಹೋನೋಂ; ಮನಿಚನ ಮಾತಿನ ಕುರಿತು ಪ್ರವಾದಿಗ್ಡೋಂದ ಬರೆದ್ಡಡುವದೆಲ್ಲ ಅಲ್ಲಿ ನೆರೆದರ.

೩೨. ಎತ್ತತೇಂದಲೆ, ಹೊರಾಚುನ ಜನಗ ಅವೆನ ಒಪ್ಪಿಸಿ, ಯೇಡಿಸಿ, ಹಂಗಿಸಿ, ಅವೆನ ಮೇಲೆ ತೂ ಹಾಕಿಯಾರ.

೩೩. ಇನ್ನು ಅವೆನ ಬಾರುನೊ ಹುಯಿದು, ಅವೆನ ಕೊದ್ಡಾಕಿಯಾರ; ಆಲೆ ಮೂರು ಜಿನಗ ಯೆಟ್ಟದ್ದನೆ ಎನ್ನೆ.

೩೪. ಆಲೆ ಅವಕ ಎವೆ ಒಂದನವ್ರೂ ಅಱಿದ ಇಲ್ಲೆ; ಆ ಮಾತು ಅವಕಗ ಮಱೆಯಾಗಿ ಹಟ್ಟದುನೆಂದ ಹ್ಡೇಗಿದದುನ ಅಱಿಯದ್ಡೋದರು.

೩೫. ಅದುಗ್ಡಿಂದೆ ಆದದೇನಾಂದಲೆ: ಅವೆ ಯೆರಿಕೋಗ ಸಾರೆ ಬಪ್ಪನೆ, ಒಬ್ಬ ಕುರುಡೆ ದಾರಿಗಡ್ಡ ಕುಳಿದೂಂಡು, ಬಿಕ್ಕಿಚ ಬೇಡಿಯುಂಡಿದ್ದೆ.

೩೬. ಅವೆ ಪಜೆ ಕಡೆದೂಂಡ್ಡೋಪದುನ ಕ್ಡೇತು, ಅದೇನಾಂದು ಬಿಚರಣೆ ಮಾಡಿದೆ.

೩೭. ಅವಕ: ನಜರೇತುನ ಯೇಸು ಕಡೆದು ಹೋನಾಂದು ಅವೆಗ ಅಱಿಸಿದರು.

೩೮. ಆಗ ಅವಂ: ಯೇಸುವೇ! ದಾವೀದನ ಮಾತಿನೇ, ಯೆನ್ನ ಮೇಲೆ ಗವ ಬೀ! ಎಂದು ಕೊರಚಿದಂ.

೩೯. ಮುಂದಾಡು ಹೋಪವಕ, ಸಪ್ಪೇನಿರೂಂದು ಅವಂನ ಬೆದರಿಸೋನೆ, ಅವಂ ಅಪ್ಪಱಿ ಹೆಚ್ಚಾಗಿ: ದಾವೀದನ ಮಾತಿನೇ! ಯೆನಗ ಗವ ಮಾಡು, ಎಂದು ಕಿಱಿಸಿದಂ.

೪೦. ಆಗ ಯೇಸು ನಿದ್ದು, ಅವಂನ ತನ್ನ ಸಾರೆ ಕೂಟಿಯುಂಡು ಬಾಂದು ಅಪ್ಪಣೆ ಮಾಡಿದಂ.

೪೧. ಎವಂ ಸಾರೆ ಬಪ್ಪನೆ ಅವಂ: ನಾಂ ನಿನಗ ಏನ ಮಾಡೋದೂಂಬ ಮನಸ್ಸು ನಿನಗ ಹಡದೆ ಎಂದು ಅವಂನ ಕ್ಟೇತಂ. ಅದುಗ ಅವಂ: ಕರ್ತಾ, ಯೆನ್ನ ಕಣ್ಣು ಕ್ಟಾಂಬ ಹೆಂಗೆ ಮಾಡೋದು ಎನ್ನಂ.

೪೨. ಯೇಸು ಅವಂಗ: ನಿನಗ ಕಣ್ಣು ಕಾಣಲಿ; ನಿನ್ನ ನಮ್ಮಣಿಗೆ ನಿನ್ನ ರಟ್ಟಸಿತು, ಎನ್ನಂ.

೪೩. ಆ ಗ್ಟೈಗೆಯೊ ಅವಂಗ ಕಣ್ಣು ಕಂಡು, ದೇವರ ವ್ಯೈಮೆ ಮಾಡಿಯುಂಡು, ಅವಂನ್ಹಿಂದಾಡ್ಹೋದಂ. ಜನವೆಲ್ಲಾ ಅದುನ ನೋಡಿ, ದೇವರ ಕೊಂಡಾಡಿದರು.

೧೯. ಸಂಧಿ.

೧. ಹಿಂದೆ ಅವಂ ಯೆರಿಕೋಗ ಹುಕ್ಕು, ಕಡೆದ್ಹೋದಂ.

೨. ಆಗ ಎದಗೇ, ಜಕ್ಕಾಯಾಂಬ ಹೆಸರುಳ್ಳ ಒಬ್ಬಂ ಮನಿಚಂ ಇದ್ದಂ. ಅವಂ ಸುಕ್ಕದವಕರ ಗೊತ್ತುಗಾರನೂ ಗನಗಾರನೂ ಆಗಿದ್ದಂ.

೩. ಅವಂ ಯೇಸು ದಾರಾಂದು, ಅವಂನ ನೋಡೋದುಗ ಅರಸಿಯುಣ್ಣಾಂ; ಆಲೆ ಅವಂ ಪಜೆಯ್ಹೋಗೆ ನೋಡಾಱಿದೆ ಹೋದಂ; ಯೇಕಾಂದಲೆ ಮೊಣ್ಣೆಯಾಗಿದ್ದಂ.

೪. ಆಗ ಅವಂ ಮುಂದಾಡು ಓಡಿ ಹೋಗಿ, ಅವಂನ ನೋಡುವ ಹೆಂಗೆ, ಒಂದು ಅತ್ತಿಮೊರ ಒದಗ ಹತ್ತಿದಂ; ಯೇಕಾಂದಲೆ ಆ ದಾರಿಬ್ಹಾಯಿ ಅವಂ ಕಡೆದು ಬಪ್ಪದಾಗಿ ಹಟ್ಟ.

೫. ಹಿಂದೆ ಯೇಸು ಆ ಎಡೆಗ ಬಪ್ಪನೆ, ಮೇಲೆ ಕಣ್ಣೆಟ್ಟು, ಅವ಼ನ ನೋಡಿ, ಅವ಼ಗ: ಜಕ್ಕಾಯಾ! ಬೇಗನ ಈಟ್ಗಿ ಬಾ, ಯೇಕಾಂದಲೆ ನಾ಼ ಇಂದು ನಿನ್ನ ಮನೆಯೊ ತಂಗೋದು, ಎನ್ನ಼.

೬. ಆಗ ಅವ಼ ಬೇಗನ ಈಟ್ಗಿ ಬಂದು, ಜಚ್ಚೋಟ್ಜಾಗಿ ಅವ಼ನ ಸೇತಿಯುಣ್ಣ಼.

೭. ಅದುನ ನೋಡಿದವಕೆಲ್ಲಾ ಜಬಿದು: ಅವ಼ ಪಾಪಗಾರ ಮನಿಚನ ಕೋಡ ಇಬ್ಬದುಗ ಸೇದಿದ್ದನೆ, ಎಂದರು.

೮. ಆಲೆ ಜಕ್ಕಾಯ಼ ನಿದ್ದೂಂಡು, ಕರ್ತಗ: ಎದಗೇ, ಕರ್ತಾ! ಯೆನ್ನ ಬದುಕುನೊ, ಅರೆವಾಸೆಯ ಬಡವರುಗ ಕೊಟ್ಟನೆ; ನಾ಼ ಒಬ್ಬನೆಂದ ಏನಾಲೆಯೂ ಮೋಸ ಮಾಡಿ ಎತ್ತಿದ್ದಲೆ, ನಾಕಾಸಗ ಬದಲು ಕೊಟ್ಟನೆ, ಎನ್ನ಼.

೯. ಆಗ ಯೇಸು ಅವ಼ಗ: ಇಂದು ಈ ಮನೆಗ ರಟ್ಚಣೆ ಉಟ್ಟಾತು, ಯೇಕಾಂದಲೆ ಅವ಼ನೂ ಕೂಡ ಅಬ್ರಹಾಮುನ ಮಾತಿ ಆಗಿದ್ದನೆ.

೧೦. ಯೇಕಾಂದಲೆ ಮನಿಚನ ಮಾತಿ ಕೆಟ್ಟು ಹೋದದುನ ಅರಸೋದುಗೂ ರಟ್ಚಸೋದುಗೂ ಬನ್ನ಼ ಎಂದು ಹೇಟ್ಗಿದ಼.

೧೧. ಅವಕ ಎವೆಯ ಕೇಟ್ತ ಹೊಟ್ತುನೊ ಅವ಼ ಮರಿಚಿ ಮಾತಾಡಿ, ತಾ಼ ಯೆರೂಸಲೇಮುಗ ಸಾರೆ ಆಗಿದ್ದದುನೆಂದವೂ, ದೇವರ ರಾಜ್ಯ ಆಗತಾನೆ ತೋಱೋದೂಂದು ಅವಕ ನೆನೆತದುನೆಂದವೂ, ಒಂದು ಒಗಟ ಹೇಟ್ಗಿದ಼

೧೨. ಏನಾಂದಲೆ: ಉತ್ತಮ ಕೊಲದ ಒಬ್ಬ಼ ಮನಿಚ಼ ತನಗ ಒಂದು ರಾಜ್ಯವ ಹೊಂದಿಯುಂಡು, ಮರಿಚಿ ಬಪ್ಪದುಗ ಒಂದು ದೂರ ದೇಚಗ ಕಡೆದ಼.

೧೩. ಹೋಪನೆ, ಅವ಼ ತನ್ನ ಹತ್ತಾಟ ಜೀವಿತಿಗಾರರ ಕೊರಚಿ, ಅವಕಗ ಹತ್ತು ಮಿನ ಎಂಬ ಹಣವ ಕೊಟ್ಟು, ನಾ಼ ಬಪ್ಪನೆಗಟ್ಟ ಬೇಪಾರ ಮಾಡಿವೋಂದು ಅವಕಗ ಹೇಟ್ಗಿದ಼.

೧೪. ಆಲೆ ಅವಂನ ಪಟ್ಟಣದವಕ ಅವಂನ ಹಗೆ ಮಾಡಿ, ಎವಂ ಅರಸಾಗಿ ಯೆಂಗ್ಡು ವಳ್ಡಂಬದುಗ ಯೆಂಗಗ ಮನಸ್ಸಿಲ್ಲೇಂದು, ಅವಂನ್ಡಿಂದಾಡು ಮೊಕ್ಯಸ್ತರ ಕ್ಡೇಗಿದರು.

೧೫. ಹಿಂದೆ ಆದದೇನಾಂದಲೆ: ಅವಂ ರಾಜ್ಯವ ಹೊಂದಿ ಯುಂಡು, ತಿರಿಗಿ ಬಪ್ಪನೆ, ತಾಂ ಹಣ ಕೊಟ್ಟ ಆ ಜೇವಿತಿಗಾರರ, ಬೇಪಾರಾಂದ ಒಬ್ಬೊಬ್ಬಂ ಏಚೇಚಗ ಲಾಬ ಮಾಡಿದಾಂದು ಅಱಿವ ಹೆಂಗೆ, ಅವಕರ ತನ್ನ ಸಾರೆ ಕೊರಚೋದುಗ ಹ್ಡೇಗಿದಂ.

೧೬. ಆಗ ಮುಂದಾಡುನವಂ ಸಾರೆ ಬಂದು: ಯೆಜಮಾನಾ, ನಿನ್ನ್ಡಣ ಬೇರೆ ಹತ್ತ್ಡಣವ ಸಪ್ಪಾರಿಸಿತು ಎಮ್ಮನೆ,

೧೭. ಅವಂ ಅವಂಗ: ಒಳ್ಳಿತು, ಒಳ್ಳೆಯ ಜೇವಿತಿಗಾರಾ, ನೀ ಚಿಟೇಗುಟ್ಟುಗ ನಮ್ಮಣಿಗೆಯುಳ್ಳವಂ ಆಗಿದ್ದೆ; ನೀ ಹತ್ತು ಊರುಗ್ಳೊಡ್ವ ಮೇಲೆ ಅದಿಕಾರವುಳ್ಳವಂ ಆಗಿರು, ಎನ್ನಂ.

೧೮. ಹಿಂದೆ ಎರಡನೆಯವಂ ಬಂದು: ಯೆಜಮಾನಾ, ನಿನ್ನ ಹಣ ಬೇರೆ ಐದ್ಡಣವ ಉಟ್ಟು ಮಾಡಿತು, ಎಮ್ಮನೆ,

೧೯. ಅವಂ ಎವಂಗೂ: ನೀನೂ ಐದು ಊರುಗ್ಳೊಡ್ವ ಮೇಲೆ ಅದಿಕಾರವುಳ್ಳವಂ ಆಗಿರು, ಎನ್ನಂ.

೨೦. ಆಗ ಇನ್ನೊಬ್ಬಂ ಬಂದು: ಯೆಜಮಾನಾ, ಎದಗೇ, ನಿನ್ನ ಹಣ! ಅದುನ ಪಟ್ಟುನೊ ಕಟ್ಟಿ ಬೀತೂಂಡಿದ್ದೆ;

೨೧. ಯೇಕಾಂದಲೆ ನೀ ಕಡೂರ ಮನಿಚಾಂದು ನಿನಗ ಅಂಜಿದೆಂ; ನೀ ಬೀಯದೆ ಇಬ್ಬದುನ ಎತ್ತಿ, ಬಿತ್ತದೆ ಇಬ್ಬದುನ ಕುಯಿದರೆ, ಎನ್ನಂ.

೨೨. ಆಲೆ ಅವಂ ಎವಂಗ: ಕೆಟ್ಟ ಜೇವಿತಿಗಾರಾ, ನಿನ್ನ ಬೇಂದವೇ ನಿನಗ ನಾಯ ತೀರಿಸಿನೆ; ನಾಂ ಬೀಯದೆ ಇಬ್ಬದುನ ಎತ್ತಿ, ಬಿತ್ತದೆ ಇಬ್ಬದುನ ಕುಯಿವ ಕಡೂರ ಮನಿಚಾಂದು ಅಱಿದಿದ್ದಿಯಾ?

೨೩. ಅತ್ತೆಯಾಲೆ ಯೇಕ ಯೆನ್ನ್ಡಣವ ಚಿಲ್ಲಾರಗಾರರುಗ

ಕೊಡುಲೆ? ಆಗ ನಾಂ ಬಂದು, ಅದುನ ಬಡ್ಡಿಯ ಕೋಡ ಎತ್ತಿಯುಂಬದಾಗಿದ್ದೆಂ ಎಂದು ಹ್ದೇಗಿದಂ.

೨೪. ಆಗ ಸಾರೆ ನಿದ್ದವಕಗ ಅವಂ: ಆ ಹಣವ ಅವಂನೆಂದ ಎತ್ತಿ, ಹತ್ತು ಹಣ ಹಟ್ಟವಂಗ ಕೊಡಿವಿ, ಎನ್ನಂ.

೨೫. ಅವಕ ಅವಂಗ: ಯೆಜಮಾನಾ, ಅವಂಗ ಹತ್ತ್ಹಣ ಹಡದೆತವ, ಎಂದರು.

೨೬. ಯೇಕಾಂದಲೆ ಹಡುವ ಒಬ್ಬೊಬ್ಬ ಮನಿಚಗ ಕೊಟ್ಟರ, ಆಲೆ ಇಲ್ಲದವಂನೆಂದ ಅವಂಗ್ಹಟ್ಟದೂ ಕೂಡ ಕ್ದಿತ್ತ್ಹೋರಾಂದು, ನಿಂಗಗ ಹ್ದೇಗಿನೆ.

೨೭. ಆಲೆ ನಾಂ ಅರಸಾಗಿ ತಂಗ್ದುವ ಅ್ದಂಬದುಗ ಮನಸ್ಸಿಲ್ಲದೆ ಇದ್ದ ಆ ಯೆನ್ನಗೆಗಾರರ ಇಲ್ಲಿಗ ಕೂಟಿ ಬಂದು, ಯೆನ್ನ ಮುಂದಾಡು ಬೆಟ್ಟ ಹಾಕಿವಿ, ಎನ್ನಂ.

೨೮. ಅವಂ ಎವೆಯ ಹ್ದೇಗಿ, ಯೆರೂಸಲೇಮುಗ ಯೇರ್ಹೋಪ ದಾರಿಯೊ ಮುಂದಾಡು ಹೋದಂ.

೨೯. ಆಗ ಆದದೇನಾಂದಲೆ: ಅವಂ ಇಪ್ಪೆ ಮೊರಾಂದು ಹೆಸರಾದ ಬೆಟ್ಟುನ ಬಕ್ಕ ಹಟ್ಟ ಬೇತ್ಪಗೆಗೂ ಬೆತಾನ್ಯಗೂ ಸಾರೆ ಬಂದದೆಮ್ಮನೆ, ಅವಂ ತನ್ನ ಸಿಸಿಯರ್ಹೋಗೆ ಎರಡ್ದಾವ ಕ್ದೇಗಿ ಹ್ದೇಗಿದದೇನಾಂದಲೆ:

೩೦. ಇದುರುಗ್ಹಡುವ ಊರುಗ ಹೋಗಿವಿ; ಅಲ್ಲಿಗ ಹುಗೋನೆ, ಮನಿಚರ್ಹೋಗೆ ದಾರಾಲೆಯೂ ಎಂದಾಲೆಯೂ ಕುಳಿಯದ ಕ್ದತ್ತ್ರಿಮರಿ ಕಟ್ಟಬ್ಬದುನ ಕಂಡಾಲಿ; ಅದುನ ಬುಟ್ಟು ಹಿಡಿತೂಂಡು ಬಾರಿವಿ.

೩೧. ಅದುನ ಯೇಕ ಬುಟ್ಟಾಲೀಂದು, ದಾರಾಲೆಯೂ ನಿಂಗ್ದುವ ಕ್ದೇತಲೆ, ಅದು ಕರ್ತಗ ಬೇಕಾಗಿ ಹಡದೆ ಎಂದು ಅದೇತಾಂ ಹ್ದೇಗಿವಿ, ಎನ್ನಂ.

೩೨. ಕ್ದೇಗಿದವಕ ಹೋಗಿ, ಅವಂ ತಂಗಗ ಹ್ದೇಗಿದ್ಹಂಗೆ ಕಂಡೂಂಡರು.

೩೩. ಅವಕ ಕ್ಟತ್ತೆಮರಿಯ ಬುಡೋನೆ, ಅದುನ ಆಂಡವಕ ಅವಕಗ: ಕ್ಟತ್ತೆಮರಿಯ ನಿಂಗ ಯೇಕ ಬುಟ್ಬಾಟಿ? ಎಂದರು.

೩೪. ಆಲೆ ಅವಕ, ಅದು ಕರ್ತಗ ಬೇಕು ಎಂದ್ಟೆಗಿ,

೩೫. ಅದುನ ಯೇಸು ಸಾರೆ ಹಿಡಿತು ಬಂದು, ತಂಗ ಬಟ್ಟೆಯ ಮರಿಯ ಮೇಲೆ ಹಾಕಿ, ಯೇಸುವ ಒದಗ ಹತ್ತಿಸಿದರು.

೩೬. ಅವಂ ಹೋಗಿಯುಂಡಿಬ್ಬನೆ, ತಂಗ ಬಟ್ಟೆಗ್ಳೊವ ದಾರಿ ಗಡ್ಡ ಹಾಸಿದರು.

೩೭. ಇದು ಅಲ್ಲದೆ ಅವಂ ಇಪ್ಪೆ ಬೆಟ್ಟೊಂದ ಇಟ್ಟಗುವ ಎಡೆಗ ಸಾರೆ ಬಪ್ಪನೆ, ಸಿಸಿಯರ ಪಜೆಯೆಲ್ಲಾ ತಂಗ ನೋಡಿದ ಬಲವಾದ ಕಾರ್ಯ ಎಲ್ಲಾಗಾಗಿ ಚಚ್ಚೋಚ ಉಳ್ಳವಕಾಗಿ ಬಲು ಸದ್ದೊಂದ ದೇವರ ಹೊಗ್ಳೋದುಗ ಎಸಕಿ,

೩೮. ಕರ್ತನ ಹೆಸರುನೊ ಬಪ್ಪ ಅರಸಂತಾಂ ಹರಸಿಸಿಯುಂಡವಂ! ಮೇಲೋಕದೊ ಸಮಾದಾನ! ಎಲ್ಲಾಗು ಮೇಲಾದವೆಯೊ ಮೈಮೆ! ಎಂದು ಹ್ಟೇಗಿದರು.

೩೯. ಆಗ ಪಜೆಯೊ ಇಬ್ಬ ಜೋಚಿ ಪರಿಸಾಯರು ಅವಂಗ: ಗುರುವೇ, ನಿನ್ನ ಸಿಸಿಯರ ಬೆದರಿಸು, ಎಮ್ಮನೆ,

೪೦. ಅವಂ ಮರುತ್ತರಾಗಿ ಅವಕಗ: ಎವಕ ಸಪ್ಪೇನಿದ್ದಲೆ, ಕಲ್ಲುಗ್ಳೊ ಕಿರಿಸಿರೋಂದು ನಿಂಗಗ ಹ್ಟೇಗಿನೆ, ಎನ್ನಂ.

೪೧. ಹಿಂದೆ ಅವಂ ಸಾರೆ ಬಪ್ಪನೆ, ಪಟ್ಟಣವ ನೋಡಿ, ಅದುಗಾಗಿ ಅ್ಟತ್ತು ಹ್ಟೇಗಿದದೇನಾಂದಲೆ:

೪೨. ನೀ ಈ ನಿನ್ನ ಜಿನದೊ ಆಲೆಯೂ ನಿನ್ನ ಸಮಾದಾನಗ ಬೇಕಾದವೆಯ ಅಟಿದಿದ್ದಲೆ, ನಿನಗ ಒಳ್ಳಿತಾಗಿ ಹಟ್ಟರ; ಆಲೆ ಈಗ ಅವೆ ನಿನ್ನ ಕಣ್ಣುಗ ಮಜಿಯಾಗಿ ಹಡದೆ.

೪೩. ಯೇಕಾಂದಲೆ ನಿನ್ನ ನೋಡಿ ಬಂದ ಸಮೆಯವ ನೀ ಅಟಿಯದೆ ಹೋದದುನೆಂದ ನಿನ್ನ ಹಗೆಗಾರರು ನಿನ್ನ ಸುತ್ತು ಅಡ್ಡಗಟ್ಟಿ, ನಿನ್ನ ಬ್ಬಾಟಚಿಯುಂಡು, ನಾಕಾಸು ನಿನ್ನ ಇಟಿಕಿಸಿ,

೪೪. ನಿನ್ನವೂ ನಿನ್ನೊದ್ದೀಗೆ ಇಬ್ಬ ನಿನ್ನ ಮಕ್ಕ್ಳವವೂ ನೆಲಗ ನೇವಣ ಮಾಡಿ, ನಿನ್ನೊದ್ದೀಗೆ ಕಲ್ಲು ಮೇಲೆಕಲ್ಲ ಬುಡದ ಜಿನಗೊದ್ದಿ ನಿನ್ನ ಮೇಲೆ ಬಂದರ ಎನ್ನ೦.

೪೫. ಹಿಂದೆ ಅವ೦ ಗುಡಿಗ ಹುಕ್ಕ್, ಅಲ್ಲಿ ಮಾರುವವಕರ ಕಡೆಸೋದುಗ ಹೊರವಟ್ಟ್,

೪೬. ಅವಕಗ: ಯೆನ್ನ ಮನೆ ಹರಕೆಯ ಮನೆ ಆಗಿ ಹಡ ದೇಂದು ಬರೆದ್ದಡದೆ; ಆಲೆ ನಿಂಗ ಅದುನ ಕಳ್ಳರ ಅಯ್ಟಿ ಮಾಡಿದ್ದೀ, ಎನ್ನ೦.

೪೭. ಇನ್ನು ಅವ೦ ಜಿನಗೂ ಗುಡಿಯೊ ಒಳ್ಳೆಯ ಬೋದ ನೆಯ ಹ್ಟೇಗಿಯುಂಡಿದ್ದ೦. ಆಲೆ ದೊಡ್ಡ ಪೂಜಾರಿಯರೂ ಕಲು ವೇಗಾರರೂ ಪಜೆಯ ಮೊಕ್ಕ್ಯಸ್ತರೂ ಅವ೦ನ ನಾಸ ಮಾಡೋ ದುಗ ಅರಸಿದರು.

೪೮. ಆಲೆಯೂ ಏನ ಮಾಡೋದೂಂದು, ಕಂಡುಳ್ಳಾಟಿ ದ್ದೋದರು; ಯೇಕಾಂದಲೆ ಜನವೆಲ್ಲಾ ಅವ೦ನ ಮಾತ ಕ್ಟೇತು ಪೋದಿಯುಂಡಿದ್ದರು.

೨೦. ಸಂದಿ.

೧. ಆ ಜಿನಗೊದ್ದೀಗೆ ಒಂದುನೊ ಆದದೇನಾಂದಲೆ: ಅವ೦ ಗು ಡಿಯೊ ಜನಗ ಒಳ್ಳೇ ಬೋದನೆಯ ಹ್ಟೇಗಿಯುಂಡು, ಒಳ್ಳೆ ಸುದ್ದಿಯ ಸಾಟಿಯುಂಡಿಬ್ಬನೆ, ದೊಡ್ಡ ಪೂಜಾರಿಯರೂ ಕಲುವೇಗಾರರೂ ಮೊಕ್ಕ್ಯಸ್ತರ ಕೋಡ ಅವ೦ನಿದುರುಗ ನಿದ್ದು,

೨. ಅವ೦ಗ: ನೀ ಎವೆಯ ಎತ್ತ್ರವ ಅದಿಕಾರದೊ ಮಾಡಿರೆ? ಬೈಯ ಈ ಅದಿಕಾರವ ನಿನಗ ತಂದವ೦ ದಾರಾಂದು ಯೆಂಗಗ ಹ್ಟೇಗು ಎಂದರು.

೩. ಅದುಗ ಅವ೦ ಉತ್ತರ ಕೊಟ್ಟ್, ಅವಕಗ: ನಾನೂ ನಿಂಗ ಸಾರೆ ಒಂದು ಮಾತ ಕ್ಟೇತನೆ; ಅದುನ ಯೆನಗ ಹ್ಟೇಗಿವಿ:

೪. ಯೋಹಾನನ ಸ್ನಾನ ಮೇಲೋಕಾಂದಾತೋ? ಇಲ್ಲ ದ್ದೋಲೆ ಮನಿಚರೂಂದಾತೋ? ಎನ್ನ೧.

೫. ಆಲೆ ಅವಕ ತಂಗ್ದೋಗೆ ಯೇಚನೆ ಮಾಡಿಯುಂಡು, ನಂಗ: ಮೇಲೋಕಾಂದ ಎಂದಲೆ; ಅವ೧: ಅತ್ತೆಯಾಲೆ ನಿಂಗ ಅವ೧ನ ಯೇಕ ನಂಬುಲೆ, ಎಂದು ಹ್ದೇಗುವ೧.

೬. ಆಲೆ ನಂಗ: ಮನಿಚರೂಂದ ಎಂದಲೆ, ಜನ ಎಲ್ಲಾ ನಂಗ್ದುವ ಕಲ್ಲಿಟ್ವಾರ; ಯೇಕಾಂದಲೆ ಯೋಹಾನ೧ ಪ್ರವಾದೀಂದು ನಂಬಿಯಾರ, ಎಂದೂಂಡು,

೭. ಎಲ್ಲಿಂದಾತೂಂದು ಯೆಂಗಗ ಗೊತ್ತಿಲ್ಲೆ ಎಂದು ಉತ್ತರ ಕೊಟ್ಟರು.

೮. ಆಗ ಯೇಸು ಅವಕಗ: ನಾನೂ ಎವೆಯ ಎತ್ತವ ಅದಿಕಾರದೊ ಮಾಡಿನೇಂದು ನಿಂಗಗ ಹ್ದೇಗೋದಿಲ್ಲೆ, ಎನ್ನ೧.

೯. ಇದು ಅಲ್ಲದೆ ಅವ೧ ಜನಗ ಈ ಒಗಟ ಹ್ದೇಗೋದುಗ ಹೊರವಟ್ಟ೧, ಏನಾಂದಲೆ: ಒಬ್ಬ ಮನಿಚ೧ ಒಂದು ಕುಡಿಮುಂದಿರಿ ತೋಟವ ನಟ್ಟು, ಅದುನ ಒಕ್ಕಲಾದವಕಗ ಒಪ್ಪಿಸಿ ಕೊಟ್ಟು, ಬಲು ಕಾಲ ಬೇರೆ ಸೀಮೆಗ ಹೋದ೧.

೧೦. ತಕ್ಕದ ಸಮೆಯದೊ ಕುಡಿಮುಂದಿರಿ ತೋಟದ ಹಣ್ಣುನೊ ತನಗ ತಪ್ಪದೂಂದು, ಜೇವಿತಿಗಾರ ಒಬ್ಬನ ಆ ಒಕ್ಕಲಾದವಕ ಸಾರೆ ಕ್ದೇಗಿದ೧. ಆಲೆ ಒಕ್ಕಲಾದವಕ ಅವ೧ನ ಹುಯಿದು, ನ್ದುಗ್ಗಿಸಿ, ಬೆತ್ತಾಬುಡಿಯಿದೆ ಕ್ದೇಗಿ ಬುಟ್ಟರು.

೧೧. ಹಿಂದೆ ಅವ೧ ಮರಿಚಿ ಇನ್ನೊಬ್ಬ ಜೇವಿತಿಗಾರನ ಕ್ದೇಗಿದ೧; ಆಲೆ ಅವಕ ಎವ೧ನವೂ ಹುಯಿದು, ನ್ದುಗ್ಗಿಸಿ, ಅಗುವಾನ ಮಾಡಿ, ಬೆತ್ತಾಬುಡಿಯಿದೆ ಕ್ದೇಗಿ ಬುಟ್ಟರು.

೧೨. ಹಿಂದೆ ಅವ೧ ಮರಿಚಿ ಇನ್ನು ಮೂರನೆಯವ೧ನ ಕ್ದೇಗಿದ೧. ಆಲೆ ಅವಕ ಎವ೧ನವೂ ಗಾಯ ಮಾಡಿ, ಹೊರಿಗಾಚು ತಳ್ಳಿದರು.

೧೩. ಆಗ ಕುಡಿಮುಂದಿರಿ ತೋಟವ ಆಂಡವೆ: ನಾಂ ಏನ ಮಾಡುವೆ? ಯೆನ್ನ ಪಿರಿಯ ಮಾತಿನ ಕ್ಹೇಗಿನೆ; ಒಂದು ಬೇಳೆಯಗ ಅವೆಗ ಅಂಜಿಯಾರ, ಎನ್ನೆ.

೧೪. ಆಲೆ ಒಕ್ಕಲಾದವಕ ಅವೆನ ನೋಡೋನೆ, ಅವಕ ತಂಗ್ಹೋಗೆ ಯೋಚನೆ ಮಾಡಿಯುಂಡು: ಎವೆತಾಂ ಕೂಱಿಗಾರೆ, ಕೂಱಿ ನಂಗಗಾಪ ಹೆಂಗೆ, ಅವೆನ ಕೊದ್ಹಾಕೋಂದು ಹ್ಹೇಗಿ,

೧೫. ಅವೆನ ಕುಡಿಮುಂದಿರಿ ತೋಟಗ ಹೊಱ್ರಾಚು ತಳ್ಳಿ, ಕೊದ್ಹಾಕಿದರು. ಅತ್ತೆಯಾಲೆ ಕುಡಿಮುಂದಿರಿ ತೋಟವಾಂಡವೆ ಅವಕರ ಏನ ಮಾಡುವೆ?

೧೬. ಅವೆ ಬಂದು, ಆ ಒಕ್ಕಲಾದವಕರ ನಾಸ ಮಾಡಿ, ಕುಡಿಮುಂದಿರಿ ತೋಟವ ಬೇರ್ನವಕಗ ಕೊಟ್ಟನೆ ಎನ್ನೆ. ಆಲೆ ಅವಕ ಇದುನ ಕ್ಹೇತು: ಅತ್ತೆ ಆಗ ಬಾರ ಎಂದರು.

೧೭. ಆಲೆ ಅವೆ ಅವಕರ ಮೇಲೆ ಕಣ್ಣು ಬೀತು: ಅತ್ತೆಯಾಲೆ ಮನೆ ಕಟ್ಟುವವಕ ತಳ್ಳಿ ಹಾಕಿದ ಕಲ್ಲುತಾಂ ಮೂಲೆಗ ತಲೆಕಲ್ಲಾತು, ಎಂಬ ಈ ಬರೆ ಏನ?

೧೮. ಆ ಕಲ್ಲೊದಗ ಬ್ಹೂವ ಒಂನೊಂದು ಮನಿಚೆ ನುಚ್ಚುನುಚ್ಚಾನೆ; ಆಲೆ ಅದು ಏಯವೆನ ಮೇಲೆ ಬ್ಹುದ್ದರವೊ, ಅವೆನ ಪುಡಿ ಪುಡಿ ಮಾಡಿರ, ಎಂದು ಹ್ಹೇಗಿದೆ.

೧೯. ಆ ಸಮೆಯುದೊತಾಂ ದೊಡ್ಡ ಪೂಜಾರಿಯರೂ ಕಲುವೆಗಾರರೂ ಅವೆ ಈ ಒಗಟ ತಂಗ್ಹುವ ಕುರಿತು ಹ್ಹೇಗಿದಾಂದು ಅಱಿದದುನೆಂದ ಅವೆನ ಮೇಲೆ ಕೈ ಹಾಕೋದುಗ ಅರಸಿದರು; ಆಲೆ ಜನಗ ಅಂಜಿದರು.

೨೦. ಇನ್ನು ಅವಕ ಕಾತೂಂಡು, ಅವೆನ ಅದಿಕಾರಗೂ ಆಡಂಬವನ ಬಲಗೂ ಒಪ್ಪಿಸುವ ಹೆಂಗೆ ಮಾತುನೊ ಅವೆನ ಹಿಡಿತೂಂಬದುಗ ತಂಗ ನೀತಿಬತ್ತರೂಂದು ಕವಡುನೊ ತೋಱಿಯುಂಬ ಬೇವುಗಾರರ ಕ್ಹೇಗಿದರು.

೨೧. ಎವಕ ಅವ°ನ ಸಾರೆ ಕೇಳ್ತಿ ಕ್ಹೇತು: ಗುರುವೇ! ನೀ ಸರಿಯಾಗಿ ಮಾತಾಡಿ, ಒಳ್ಳೆ ಬೋದನೆಯ ಹ್ದೇಗಿರೆ, ನೀ ಮೊಗದಾಕ್ಷಣೆ ನೋಡೋದಿಲ್ಲೆ; ಆಲೆ ಸತ್ಯದೊ ದೇವರ ಮಾರ್ಗವ ಕುರಿತು ಒಳ್ಳೇ ಬೋದನೆಯ ಹ್ದೇಗಿರೇಂದು ಯೆಂಗ ಅಱಿದೆಯೋ°.

೨೨. ಕೈಸರಗ ಕಂದೆಯ ಕೊಡೋದು ಯೆಂಗಗ ನಾಯವ್ರೋ, ಇಲ್ಲೆಯೋ? ಎಂದರು.

೨೩. ಆಲೆ ಅವ° ಅವಕರುಪೆಯವ ಅಱಿದು, ಅವಕಗ: ನಿಂಗ ಯೇಕ ಯೆನ್ನ ಸೋದಿಸಿಯಾಱಿ?

೨೪. ಯೆನಗ ಒಂದು ಹಣವ ತೋಱಿವಿ. ಅದುಗ ಏಯವ°ನ ಉರುವೂ ಮೇಲ್ಬರೆಯೂ ಹಡದೆ? ಎನ್ನ°. ಅವಕ ಉತ್ತರ ಕೊಟ್ಟು: ಕೈಸರನದು, ಎಮ್ಮನೆ,

೨೫. ಅವ° ಅವಕಗ: ಅತ್ತೆಯಾಲೆ ಕೈಸರನವೆಯ ಕೈಸರಗೂ, ದೇವರುನವೆಯ ದೇವರುಗೂ ಕೊಟ್ಟು ಬುಡಿವಿ, ಎನ್ನ°.

೨೬. ಆಗ ಅವಕ ಪಜೆಯ ಮುಂದಾಡು ಮಾತುನೊ ಅವ°ನ ಹಿಡಿಯಾಱಿದೆ, ಅವ°ನುತ್ತರಗ ಅದಿಸೆಯ ಪಟ್ಟು, ಸಪೇನಿದ್ದರು.

೨೭. ಇದು ಅಲ್ಲದೆ, ಸತ್ತವಕ ಮರಿಚಿ ಯ್ದೆಬ್ಬದು ಇಲ್ಲೇಂದು ಹ್ದೇಗುವ ಸದ್ದುಕಾಯರ್ದೊೀಗೆ ಜೋಚಿ ಜನ ಸಾರೆ ಬಂದು, ಅವ°ನ ಕೇಳ್ತಿ ಕ್ಹೇತದೇನಾಂದಲೆ:

೨೮. ಗುರುವೆ! ಒಬ್ಬ ಅಣ್ಣಾ° ಹೆಂಡ್ರು ಮಾಡಿ, ಮಕ್ಕಿಲ್ಲದೆ ಸತ್ತಲೆ, ಅವ°ನ ತಮ್ಮ° ಅವ°ನ್ಹೆಂಡರ ಕೂಡಿಯುಂಡು, ತನ್ನ ಅಣ್ಣಾಗ ಪೈಲ್ಬುಟ್ಟಸೋದೂಂದು ಮೋಸೆ ಯೆಂಗಗ ಬರೆದಿದ್ದನೆ.

೨೯. ಇತ್ತೆ ಹಡೋನೆ, ಏೞು ಆದ್ದ ಅಣ್ಣಾತಮ್ಮಂದಿಯರಿದ್ದರು; ತಲೆಯವ° ಹೆಂಡ್ರು ಕೂಡಿಯುಂಡು, ಮಕ್ಕಿಲ್ಲದೆ ಸತ್ತ°.

೩೦. ಹಿಂದೆ ಎರಡನೆಯವ° ಆ ಹೆಮ್ಮಾತಿನ ಕೂಡಿ, ಎವ°ನೂ ಮಕ್ಕಿಲ್ಲದೆ ಸತ್ತ°.

೩೧. ಅದುಗ್ಹಿಂದೆ ಮೂರನೆಯವ° ಅವ್ವವ ಕೂಡಿಯುಣ್ಣಾ°;

ಇನ್ನು ಅದೇತಾಂ ಆ ಏೞುಲು ೞವೂ; ಅವಕರೂ ಮಕ್ಕಿಲ್ಲದೆ ಸತ್ತರು.

೩೨. ಹಿಂದಾಡು ಆ ಹೆಮ್ಮಾತಿನೂ ಸತ್ತ.

೩೩. ಅತ್ತೆಯಾಲೆ ಸತ್ತವಕ ಮರಿಚಿ ಯೆೞಬ್ಬನೆಗ ಅವಕರ್ೞೋಗೆ ದಾರಗ ಹೆಂಡರಾದವ್ವ? ಯೇಕಾಂದಲೆ ಆ ಏೞುಲು ಆೞಗೂ ಅವ್ವ ಹೆಂಡರಾಗಿದ್ದ, ಎಂದರು.

೩೪. ಆಗ ಯೇಸು ಅವಕಗ ಹೇೞಿಗಿದದೇನಾಂದಲೆ: ಈ ಲೋಕದ ಮಕ್ಕ ಮದುವೆ ಮಾಡಿಯುಂಡಾರ, ಮದುವೆ ಮಾಡಿ ಕೊೞ್ಟಾರ.

೩೫. ಆಲೆ ಆ ಲೋಕವವೂ, ಸತ್ತವಕ ಮರಿಚಿ ಎೞಬ್ಬದುನವೂ ಹೊಂದೋದುಗ ತಕ್ಕದವಕ ಮದುವೆ ಮಾಡಿಯುಂಬದಿಲ್ಲೆ, ಮದುವೆ ಮಾಡಿ ಕೊಡೋದಿಲ್ಲೆ.

೩೬. ಯೇಕಾಂದಲೆ ಅವಕ ಇನ್ನು ಸಯೆಯಾಱಿರು; ಯೇಕಾಂದಲೆ ಅವಕ ಸತ್ತವಕ ಮರಿಚಿ ಯೆೞಬ್ಬದುನ ಮಕ್ಕಾಗಿದ್ದದುನೆಂದ ಜಮಗಾರರುಗ ಸರಿಯಾಗಿದ್ದು, ದೇವರ ಮಕ್ಕಾಗಿದ್ದಾಱಿ.

೩೭. ಆಲೆ ಸತ್ತವಕ ಮರಿಚಿ ಯೆೞದ್ದಾರಾಂದು, ಮೋಸೆಯೂ ಆ ಗುಂಬುನ ಮಾತುನೊ: ಕರ್ತಂ ಅಬ್ರಹಾಮುನ ದೇವರೂ, ಈಸಾಕನ ದೇವರೂ, ಯಾಕೋಬನ ದೇವರೂ, ಎಂದ್ಹೇೞಿಗೋನೆ ತೋಱಿದ್ದನೆ.

೩೮. ಆಲೆ ಅವಂ ಸತ್ತವಕಗಲ್ಲ, ಬದುಕುವವಕಗ ದೇವರಾಗಿದ್ದನೆ; ಯೇಕಾಂದಲೆ ಎಲ್ಲಾ ಅವಂಗ ಬದಿಕಿಯಾರ ಎನ್ನಂ.

೩೯. ಆಗ ಕಲುವೆಗಾರರ್ೞೋಗೆ ಜೋೞಿ ಜನ ಉತ್ತರ ಕೊಟ್ಟು: ಗುರುವೆ! ಒಳ್ಳೆಂಗೆ ಹೇೞಿಗಿದೆ ಎಂದರು.

೪೦. ಇನ್ನು ಏನಾಲೆಯೂ ಅವಂನ ಸಾರೆ ಕೇೞಪದುಗ ಧೈರ್ಯ ಆಪಿಲೆ.

೪೧. ಆಲೆ ಅವು ಅವಕಗ ಹ್ದೇಗಿದದೇನಾಂದಲೆ: ಕ್ರಿಸ್ತು ದಾವೀದನ ಮಾತೀಂದು ಜನ ಹ್ದೇಗೋದೆತ್ತತೆ?

೪೨. ದಾವೀದು ತಾನೆ ಕೀರ್ತನೆ ಪಸ್ತುಕದೊ: ಕರ್ತು ಯೆನ್ನ ಕರ್ತುಗ—

೪೩. ನಾು ನಿನ್ನ ಹಗೆಗಾರರ ನಿನ್ನ ಕಾಲುಗ ಮಣೆ ಮಾಡಿ ಬೀಪನೆಗಟ್ಟ ಯೆನ್ನ ಬಲ ಸರಿಯೊ ಕುಳಿ, ಎಂದು ಹ್ದೇಗುಲೆಯಾ?

೪೪. ಅತ್ತೆಯಾಲೆ ದಾವೀದು ಎವುನ ಕರ್ತುಂದು ಕೊರ ಚಿಲೆ, ಅವುನ ಮಾತಿನಾಗಿಬ್ಬದೆತ್ತತೆ? ಎನ್ನು.

೪೫. ಇನ್ನು ಪಜೆಯೆಲ್ಲಾ ಕ್ದೇಪನೆ, ಅವು ತನ್ನ ಸಿಸಿಯರುಗ ಹ್ದೇಗಿದದೇನಾಂದಲೆ:

೪೬. ದೊಡ್ಡ ಕುಪ್ಪಚವ ಇಕ್ಕಿಯುಂಡು, ಸುತ್ತಿಯಾಡೋದುಗ ಮನಸ್ಸು ಮಾಡಿ, ಅಂಗಡಿ ಬೀದೆಗಡ್ಡ ಕುಂಬುಡಿಗೆಯವೂ ಸಬಿಮನೆಗಡ್ಡ ಮುಂದಾಡುನ ಪೀಟವವೂ ತೀನಿತಿಂಬಾಡೆಗಡ್ಡ ಮುಂದಾಡುನ ನೆರಕೆಯವೂ ಆಸೆ ಮಾಡಿ,

೪೭. ಮುಂಡೆಗಿಡಿಯರ ಮನೆಗ್ಬುವ ತಿಂದುಟ್ಟು, ಹ್ದೇಗಾಗಿ ಉದ್ದ ಜಪ ಮಾಡುವ ಕಲುವೆಗಾಂರುಗ ಎಚ್ಚರಿಕೆಯಾಗಿರಿ. ಎವಕಗತಾು ಹೆಚ್ಚಾದ ನಾಯತೀರುಪು ಆರಾಂದು.

೨೧. ಸಂದಿ.

೧. ಇದು ಅಲ್ಲದೆ ಅವು ಕಂಣೆತ್ತಿ, ಗನಗಾರರು ತಂಗ ಕಾಣಿಕೆಯ ಕಾಣಿಕೆಪೆಟ್ಟಿಗ ಹಾಕೋದುನ ನೋಡೋನೆ,

೨. ಒಬ್ಬ ಬಡ ಮುಂಡೆಗಿಡಿ ಎರಡು ಕಾಸ ಅದುಗ ಹಾಕೋದುನವೂ ಕಂಡು,

೩. ನಿಜಾಗಿ ನಿಂಗಗ ಹ್ದೇಗಿನೆ, ಈ ಬಡ ಮುಂಡೆಗಿಡಿ ಎಲ್ಲಾಗೂ ಹೆಚ್ಚು ಹಾಕಿದ್ದವ್ಳೆ;

೪. ಯೇಕಾಂದಲೆ ಎವಕೆಲ್ಲ ತಂಗಗ ಮಿಕ್ಕಡೋದುನೆಂದ

ದೇವರ ಕಾಣಿಕೆಗ ಹಾಕಿದ್ದಾಬಿ; ಆಲೆ ಎವ್ವ ತನ್ನ ಕೊರತೇಂದ ತನಗ್ಗಟ್ಟ ಬದುಕೆಲ್ಲಾವ ಹಾಕಿದ್ದವ್ವೆ ಎಂದು ಹ್ದೇಗಿದಂ.

೫. ಇನ್ನು ಜೋಚಿಯ್ಯಾ ಗುಡಿಯ ಕುರಿತು, ಅದು ಒಳ್ಳೆ ಕಲ್ಲುಗ್ಗೊಂದವೂ ಕಾಣಿಕೆಗ್ಗೊಂದವೂ ಚಿಂಗರಾಗಿ ಮಾಡಿ ಹಡದೆ ಎಮ್ಮನೆ,

೬. ಅವಂ: ನಿಂಗ ನೋಡುವ ಎವೆಯೊ ಒಡೆಯದ ಒಂದು ಕಲ್ಲು ಕಲ್ಲುನ ಮೇಲೆ ಬುಡದೆ ಹಡುವ ಜಿನ ಬಂದರ ಎನ್ನಂ.

೭. ಅವಕ ಅವಂನ ಸಾರೆ ಕೇಳ್ವಿ ಕ್ಟೇತು: 'ಗುರುವೇ! ಎವೆ ಯೇಗ್ಗುವ ಆರ? ಎವೆ ಆಪ ಕಾಲಗ ಗುರುತೇನ? ಎಮ್ಮನೆ,

೮. ಅವಂ: ನಿಂಗ ಮೋಸ ಆಗದ್ದಂಗೆ ನೋಡಿಯುಳ್ಳಿವಿ; ಯೇಕಾಂದಲೆ ಅಪ್ಪಬಿ ಜನ ಎನ್ನೆಸರುನೊ ಬಂದು: ನಾಂತಾಂ, ಆ ಸಮೆಯ ಸಾರೆ ಆತೂಂದು ಹ್ದೇಗಿಯಾರ. ಅದುಗಾಗಿ ಅವ ಕರ ಹಿಂದಾಡು ಹೋಗ ಬೇಡ.

೯. ಆಲೆ ನಿಂಗ ದಂಡಾಡುವದುನವೂ ಕಲಹವವೂ ಕ್ಟೇಪನೆ, ಗಡಗಡ ಆಗ ಬೇಡ; ಯೇಕಾಂದಲೆ ಎವೆ ಮುಂದಾಡು ಆಪದು; ಆಲೆ ಕಡೆಕಾಲ ಆಗತಾನೆ ಇಲ್ಲೆ, ಎಂದು ಹ್ದೇಗಿದಂ.

೧೦. ಅದೇ ಜಾಮದೊ ಅವಕಗ ಹ್ದೇಗಿದದೇನಾಂದಲೆ: ಜನ ಗ ಬಿರೋದಾಗಿ ಜನವೂ ರಾಜ್ಯಗ ಬಿರೋದಾಗಿ ರಾಜ್ಯವೂ ಯ್ದೆದ್ದರ.

೧೧. ಇನ್ನು ಬೇರೆ ಬೇರೆ ಎಡೆಯೊ ಬೂಮಿಯ ದೊಡ್ಡ ಅಲುಕಲೂ ಹಂಜವೂ ದೊಡ್ಡ ಬಿಯಾದಿಯೂ ಆರ; ಇದು ಅಲ್ಲದೆ ಅಪ್ಪಬಿ ಅಂಜಿಸುವ ಕಾರಿಯಗ್ಗೊವೂ ಬಾನುನೊ ದೊಡ್ಡ ಗುಬಿತುಗ್ಗೊವೂ ಆರ.

೧೨. ಆಲೆ ಇದೆಲ್ಲಾಗು ಮುಂದಾಡು ನಿಂಗ ಮೇಲೆ ತಂಗ ಕೈಯ ಹಾಕಿ, ಯೆನ್ನೆಸರುಗಾಗಿ ನಿಂಗ್ಗುವ ಪೀಡಿಸಿ, ಕೂಟುಮ ನೆಗವೂ ಸೆಬಿಮನೆಗವೂ ಒಪ್ಪಿಸಿ, ಅರಸರ ಮುಂದಾಡೂ ಅದಿ ಕಾರಸ್ತರ ಮುಂದಾಡೂ ಹಿಡಿತೂಂಡು ಹೋದಾರ.

೧೩. ಆಲೆ ಇದು ನಿಂಗಗ ಸಾಕಿಗಾಗಿ ಆರ.

೧೪. ಇತ್ತೈಯಾಲೆ ಮರುತ್ತರವ ಹೆಟ್ಟೇಗೋದುಗ ಮುಂದಾಡು ಚಿತ್ತೈ ಮಾಡುವದು ಬೇಡಾಂದು, ನಿಂಗ ಮನಸ್ಸುನೊ ನಿಚ್ಚೈಯ ಮಾಡಿವಿ.

೧೫. ಯೇಕಾಂದಲೆ ನಿಂಗ ಬಿರೋದಗಾರರೆಲ್ಲಾ ಇದುರು ಮಾತಾಡೋದುಗೂ ಇದುರಿಸಿ ನಿಬ್ಬದುಗೂ, ಆಗಾಬಿದ ಬೇಯುವೂ ಗೇನವವೂ ನಾಉ ನಿಂಗಗ ತನ್ನನೆ.

೧೬. ಇದು ಅಲ್ಲದೆ ಹೆತ್ತವಕರೂ ಅಣ್ಣಾತಮ್ಮಂದಿಯರೂ ನಟ್ಟರೂ ಸ್ನೇಚಗಾರರೂ ನಿಂಗ್ಟುವ ಒಪ್ಪಿಸಿಯಾರ; ಇನ್ನು ಸಿಂಗ್ಟೋಗೆ ಜೋಚಿಯ್ಯಾಟವ ಕೊದ್ದಾರ.

೧೭. ಇನ್ನು ಯೆನ್ನೆಸರುಗಾಗಿ ಎಲ್ಲಾ ನಿಂಗ್ಡುವ ಹಗೆ ಮಾಡಿಯಾರ.

೧೮. ಆಲೆ ನಿಂಗ ಮಂಡೆಯ ಮೈಲು ಒಂದಾಲೆಯೂ ನಾಸ ಆಗ.

೧೯. ನಿಂಗ ಪೊಱುಮೆಯೊ ನಿಂಗ ಪಿರಣವ ಸಪ್ಪಾಲಿಸಿಯುಳ್ಳಿವಿ.

೨೦. ಆಲೆ ಯೆರೂಸಲೇಮು ದಂಡೂಂದ ಸುತ್ತಿ ಹಡೋದುನ ನಿಂಗ ನೋಡೋನೆತಾನೇ, ಅದು ಹ್ಟಾ ಆಪದುಗ ಸಾರೆ ಆತೂಂದು, ಆಱಿದೂಳ್ಳಿವಿ.

೨೧. ಆಗ ಯೆಹೂದದೊ ಇಬ್ಬವಕ ಬೆಟ್ಟುಗಡ್ಡ ಓಡಿ ಹೋಗಲಿ; ಅದುನ ನಡುನೊ ಇಬ್ಬವಕ ಹೊರಾಚು ಕಡೆಯಲಿ; ನಾಡುಗ್ಟೋಗೆ ಇಬ್ಬವಕ ಅಲ್ಲಿಗ ಸೇರದೆ ಇರಲಿ;

೨೨. ಯೇಕಾಂದಲೆ ಬರೆದದೆಲ್ಲಾ ಈಡೇರೋದುಗ ಪ್ಟೈಗ ಪ್ಟೈ ಆಪ ಜಿನಗ್ಟೊ ಅವೆತಾಉ.

೨೩. ಆ ಜಿನಗ್ಟೋಗೆ ಬಸುಱಾದವಕಗೂ ಮೊಲೆ ಕೊಡುವವಕಗೂ ಅಯೋ! ಯೇಕಾಂದಲೆ ಬೂಮಿಯ ಮೇಲೆ ಬಲು ಬಂಗವೂ ಈ ಪಜೆಯ ಮೇಲೆ ಕೋಪವೂ ಹಟ್ಟರ.

೨೪. ಅವಕ ಕತ್ತಿಯ ಬೇಂದ ಬ್ದುದ್ದಾರ, ಅವಕರ ಸೆಱಿ ಹಿಡಿತೂಂಡು, ಎಲ್ಲಾ ಹೊಱಾಚುನವಕರ್ದ್ಲೋಗೆ ಬೀತಾರ; ಇನ್ನು ಹೊಱಾಚುನವಕರ ಕಾಲ ತೀರೋನೆಗಟ್ಟ ಯೆರೂಸಲೇಮು ಹೊಱಾಚುನವಕರಾಂದ ತ್ದುಯಿದೂಂಡ್ದುಟ್ಟರ.

೨೫. ಇದು ಅಲ್ಲದೆ ಹ್ದೊತ್ತು ತಿಂಗ್ದುವ ಮಿಾನುನೊ ಗುರು ತುಗ್ದೊವೂ, ಬೂಮಿಯ ಮೇಲೆ ಇಬ್ಬ ಜನಗ ದಿಕ್ಕುತಲೆ ಕಾಣದ ಸಕ್ಕಟವೂ, ಸೌಂದರವೂ ತೆರೆಯೂ ಗ್ದೋಯಿಕ್ಕೋದೂ, ಆರ.

೨೬. ಲೋಕಗಾಪ ಕಾರ್ಯದ ಅಂಜಿಕೇಂದವೂ ಕಾವಲೂಂದವೂ ಮನಿಚರ ಜೇವ ಹಾರಿ ಹೋರ; ಯೇಕಾಂದಲೆ ಬಾನುನ ಬಲುಗ್ದೊ ಅಲಿಗಿಸಿಯುಂಡರೊ.

೨೭. ಆಗ ಅವಕ ಮನಿಚನ ಮಾತಿ ಮಂಜುನೊ ಬಲೂಂದವೂ ಅಪ್ಪಱಿ ಮಯಿಮೇಂದವೂ ಬಪ್ಪದುನ ನೋಡಿಯಾರ.

೨೮. ಆಲೆ ಎವೆ ಆಪದುಗ ತೊಡಂಗೋನೆ, ನಿಂಗ ತಲೆಯ ಎತ್ತಿ, ಮೇಲೆ ನೋಡಿವಿ; ಯೇಕಾಂದಲೆ ನಿಂಗ ಬುಡುಗಡೆ ಸಾರೆ ಆರ, ಎನ್ನಂ.

೨೯. ಇನ್ನು ಅವಕಗ ಒಂದು ಒಗಟ ಹ್ದೇಗಿದಂ, ಏನಾಂದಲೆ: ಸೀಮೆ ಅತ್ತಿಮೊರವವೂ, ಮೊರ ಎಲ್ಲವವೂ ನೋಡಿವಿ.

೩೦. ಅವೆ ಚಿತ್ತ್ರದುನ ನೋಡೋನೆ, ಬೇಚಗೆ ಈಗ ಸಾರೆ ಆ ತೂಂದು ನಿಂಗ್ದುವೇ ಅಱಿದೂಂಡಾಱಿಯಲ್ಲದಾ?

೩೧. ಅತ್ತೆತಾಂ ನಿಂಗವೂ ಎವೆ ಆಪದುನ ನೋಡೋನೆ, ದೇವರ ರಾಜ್ಯ ಒದಗಿತೂಂದು ಅಱಿದೂಳ್ಳಿವಿ.

೩೨. ನಿಜಾಗಿ ನಿಂಗಗ ಹ್ದೇಗಿನೆ: ಎಲ್ಲಾ ಆಪನೆಗಟ್ಟ ಈ ಕೊಲ ತೀರಿ ಹೋಗ.

೩೩. ಬಾನೂ ಬೂಮಿಯೂ ಕ್ದೈದ್ದೋರ, ಆಲೆ ಯೆನ್ನ ಮಾತುಗ್ದೊ ಕ್ದೈದ್ದೋಗ.

೩೪. ಆಲೆ ಅಪ್ಪಱಿ ತಿಂದು ಕುಡಿಪದುನೆಂದವೂ ಅಮಲೂಂ

ದವೂ ಜೀವದ ಚಿತ್ತೇಂದವೂ ನಿಂಗ ಮನಸ್ಸುಗ ಬಾರ ಆಗದ್ದೆಂಗೆಯೂ, ಆ ಜಿನ ಕೊಸಕ್ಕೆನ ನಿಂಗ ಮೇಲೆ ಬಾರದ್ದೆಂಗೆಯೂ, ನೋಡಿಯುಳ್ಳಿವಿ.

೩೫. ಯೇಕಾಂದಲೆ ಅದು ಬೂಮಿಯ ಎಲ್ಲಾ ಕಡೆಯೊ ಬದುಕುವ ಎಲ್ಲರ ಮೇಲೆ ಕುಣಿಕಿಲುಮಾಕೆ ಬಂದರ.

೩೬. ಆದದುನೆಂದ ಮುಂದಗ ಆಪದುಗ್ಗಡುವ ಎವೆಯೆಲ್ಲಾಗ ನಿಂಗ ತಪ್ಪಿಸಿಯುಂಬದುಗೂ ಮನಿಚನ ಮಾತಿನ ಮುಂದಾಡು ನಿದ್ದೂಂಬದುಗೂ ತಕ್ಕವಕಾಗಿಬ್ಬ ಹೆಂಗೆ, ಯೇಗ್ಲೂ ಹರಕೆ ಮಾಡಿ, ಯೆಚ್ಚರಿಕೆಯಾಗಿರಿವಿ, ಎನ್ನ೦.

೩೭. ಅವ೦ ಹಗಲುನೊ ಗುಡಿಯೊ ಒಳ್ಳೆ ಬೋದನೆಯ ಹ್ದೇಗಿಯುಂಡು, ಇರ್ಟುನೊ ಹೊಯಿಾಚು ಬಂದು, ಇಪ್ಪೆ ಮೊರದ ಬೆಟ್ಟುಂಬ ಬೆಟ್ಟುನೊ ಶಂಗಿಯುಂಡಿದ್ದ೦.

೩೮. ಜನ ಎಲ್ಲಾ ಬ್ಬಾಗಾಪನೆ ಗುಡಿಯೊ ಅವ೦ನ ಕ್ಟೇಪದುಗ ಅವ೦ನ ಸಾರೆ ಬಂದೂಂಡಿದ್ದರು.

೨೨. ಸಂದಿ.

೧. ಇದು ಅಲ್ಲದೆ ಪಸ್ಕಾಂಬ ಹ್ಟುಯಿ ಇಲ್ಲದ ದೊಟ್ಟೆಯ ಹಬ್ಬ ಒದಗೋನೆ,

೨. ದೊಡ್ಡ ಪೂಜಾರಿಯರೂ ಕಲುವೆಗಾರರೂ ಅವ೦ನ ಎತ್ತ್ರತೆ ಕೊದ್ದಾಕಾಕೂಂದು ಅರಸಿದರು; ಯೇಕಾಂದಲೆ ಅವಕ ಜನಗ ಅಂಜಿಯುಂಡಿದ್ದರು.

೩. ಆಲೆ ಹನ್ನೆರಡ್ಡಾ ಯೆಕ್ಕದೊ ಇಬ್ಬ ಇಸ್ಕಾರಿಯೋತಾಂಬ ಅಡ್ಡಹೆಸರುನ ಯೂದನ್ಲೊೀಗೆ ಪಿಚಾಚಿ ಹುಕ್ಕ೦.

೪. ಆಗ ಅವ೦ ಹೋಗಿ, ದೊಡ್ಡ ಪೂಜಾರಿಯರ ಕೋಡವೂ ದಂಡುನ ಗೊತ್ತುಗಾರರ ಕೋಡವೂ ಅವ೦ನ ಅವಕಗ ಎತ್ತ್ರತೆ ಒಪ್ಪಿಸಾಕೂಂದು ಮಾತಾಡಿದದೆಮ್ಮನೆ,

೫. ಅವಕ ಚಚ್ಚೋಚ ಆಗಿ, ಅವ಼ಗ ಹಣ ಕೊಡೋದುಗ ನುಡಿದು, ಒಪ್ಪಿಯುಂಡರು.

೬. ಆಗ ಅವ಼ ಬಾಚೆ ಕೊಟ್ಟು, ಪಜಿ ಅಱಿಯದ್ಧಂಗೆ ಅವ಼ನ ಅವಕಗ ಒಪ್ಪಿಸೋದುಗ ಒಳ್ಳೆ ಸಮಯುವ ಅರಸಿದ಼.

೭. ಇದು ಅಲ್ಲದೆ ಪಸ್ಕ ಹಲಿ ಬಿಟ್ಟೋದುಗ್ಗಡುವ ಹುಟಯಿ ಇಲ್ಲದ ದೊಟ್ಟೆಯ ಜಿನ ಬಂದದೆಮ್ಮನೆ,

೮. ಅವ಼ ಪೇತ್ರನವೂ ಯೋಹಾನನವೂ ಕ್ಟೇಗಿ, ನಂಗ ಪಸ್ಕವ ತಿಂಬ ಹೆಂಗೆ, ನಿಂಗ ಹೋಗಿ, ಅದುನ ನಂಗಗ ಒದಕಿವಿ, ಎನ್ನ಼.

೯. ಎವಕ ಅವ಼ಗ: ಯೆಂಗ ಎಲ್ಲಿ ಒದಕೋದುಗ ನಿನಗ ಮನಸ್ಸು ಹಡದೆ? ಎಮ್ಮನೆ;

೧೦. ಅವ಼ ಅವಕಗ ಹ್ಟೇಗಿದದೇನಾಂದಲೆ: ಎದಗೇ, ನಿಂಗ ಪಟ್ಟಣಗ ಸೇಬನೆ, ನೀರಣಕ ಹೊಱುವ ಒಬ್ಬ ಮನಿಚ಼ ನಿಂಗೆದುರುಗ ಬನ್ನನ಼; ಅವ಼ ಹುಗುವ ಮನೆಗ ಅವ಼ನ್ಹಿಂದಾಡು ಹೋಗಿವಿ.

೧೧. ಆ ಮನೆಯ ಯೆಜಮಾನಗ: ನಾ಼ ಯೆನ್ನ ಸಿಸಿಯರ ಕೋಡ ಪಸ್ಕವ ತಿಂಬ ಬೀಡಾರ ಎಲ್ಲಿ? ಎಂದು ಗುರು ನಿನಗ ಹ್ಟೇಗಿನಾಂಬದಾಗಿ ಹ್ಟೇಗಿವಿ.

೧೨. ಅವ಼ ಸರ್ಬರಾಜೆಯ ಮಾಡಿ ಹಡುವ ದೊಡ್ಡ ಮೇಲ್ಮೆದ್ದೆಯ ನಿಂಗಗ ತೋಱಿನ಼; ಅಲ್ಲಿ ಒದಕಿವಿ, ಎನ್ನ಼.

೧೩. ಅವಕ ಹೋಗಿ, ಅವ಼ ತಂಗಗ ಹ್ಟೇಗಿದ್ಧಂಗೆ ಕಂಡು, ಪಸ್ಕವ ಒದಕಿದರು.

೧೪. ಹಿಂದೆ ಆ ಗ್ಹೆಬ್ಬಿಗೆ ಬಪ್ಪನೆ, ಅವ಼ನೂ ಅವ಼ನ ಕೋಡ ಹನ್ನೆರಡು ಅಪೊಸ್ತಲರೂ ಕುಳಿದೂಂಡರು.

೧೫. ಆಗ ಅವ಼ ಅವಕಗ: ನಾ಼ ಪಾಡು ಪಡೋನೆ ಮುಂದೆ ಈ ಪಸ್ಕವ ನಿಂಗ್ಹುವ ಕೋಡ ತಿಂಬದುಗ ಅಪ್ಪಱಿ ಆವಲಾಗಿದ್ದೆ಼;

೧೬. ಯೇಕಾಂದಲೆ ಅದು ದೇವರ ರಾಜ್ಯದೊ ನೆಱಿವನೆಗಟ್ಟ, ನಾ಼ ಇನ್ನೂ ಅದುನೊ ತಿಂಬದಿಲ್ಲೇಂದು ನಿಂಗಗ ಹ್ಟೇಗಿನೆ ಎಂದು,

೧೭. ಬೋಗಣಿಯ ಎತ್ತಿಯುಂಡು, ಹರಕೆ ಮಾಡಿ, ನಿಂಗೆ ಇದುನ ಎತ್ತಿಯುಂಡು ನಿಂಗ್ಳೋಗೆ ಹಚ್ಚುಳ್ಳಿವಿ;

೧೮. ಯೇಕಾಂದಲೆ ದೇವರ ರಾಜ್ಯ ಬಪ್ಪನೆಗಟ್ಟ ಈ ಕುಡಿ ಮುಂದಿರಿ ರಸವ ಇನ್ನು ಕುಡಿಯೇಂದು ನಿಂಗಗ ಹ್ದೇಗಿನೆ, ಎನ್ನಂ.

೧೯. ಇನ್ನು ದೊಟ್ಟಿಯ ಎತ್ತಿಯುಂಡು, ಹರಕೆ ಮಾಡಿ, ಮುಱಿತು, ಅವಕಗ ಕೊಟ್ಟು: ಇದು ನಿಂಗಗಾಗಿ ಕೊಟ್ಹಡುವ ಯೆನ್ನ ಸರುವಲು. ಇದುನ ಯೆನ್ನ ನೆನೆಪದುಗಾಗಿ ಮಾಡಿವಿ, ಎನ್ನಂ.

೨೦. ಅತ್ತೆತಾಂ ತಿಂದ ಮೇಲೆ ಬೋಗಣಿಯ ಎತ್ತಿಯುಂಡು, ಅವಂ: ಈ ಬೋಗಣಿ ನಿಂಗಗಾಗಿ ಚೆಲ್ಲಿ ಹಡುವ, ಯೆನ್ನ ನೆತ್ತರುನೊ ಹಡುವ ಹೊಸ ಕರಹಾರ ಆಗಿ ಹಡದೆ.

೨೧. ಆಲೆಯೂ ಎದಗೇ, ಯೆನ್ನ ಒಪ್ಪಿಸುವವಂನ ಕೈ ಯೆನ್ನ ಕೋಡ ಮೇಜೊದಗ ಹಡದೆ,

೨೨. ಯೇಕಾಂದಲೆ ನಿರ್ಣಯ ಮಾಡಿ ಹಟ್ಟ ಹೆಂಗೆ, ಮನಿಚನ ಮಾತಿ ಹೋನಂ; ಆಲೆಯೂ ಏಯವಂ ಅವಂನ ಒಪ್ಪಿಸಿ ಕೊಟ್ಟನವೋ, ಆ ಮನಿಚಗ ಅಯ್ಯೋ! ಎಂದು ಹ್ದೇಗಿದಂ.

೨೩. ಆಗ ತಂಗ್ಳೋಗೆ ಅದುನ ಮಾಡುವವಂ ದಾರಾಂದು, ತಂಗ್ಳೋಗೆ ಬೆಚರಣೆ ಮಾಡೋದುಗ ಹೊರವಟ್ಟರು.

೨೪. ಇದು ಅಲ್ಲದೆ ತಂಗ್ಳೋಗೆ ದೊಡ್ಡವಂ ಆಗಿ ಕ್ಹಾಂಬವಂ ದಾರಾಂದು ಅವಕರ್ಳೋಗೆ ಹೋರಟ ಉಟ್ಟಾತು.

೨೫. ಆಲೆ ಅವಂ ಅವಕಗ ಹ್ದೇಗಿದದ್ದೇನಾಂದಲೆ: ಅಗ್ನ್ಯಾನಿಗ್ಳೋವ ಅರಸರು ಅವಕರ ಮೇಲೆ ದೊರೆತನ ಮಾಡಿಯಾರ; ಅವಕರ ಮೇಲೆ ಅದಿಕಾರ ನಡೆಸುವವಕ ದರ್ಮಗಾರರು ಎನ್ನಿಸಿಯುಂಡಾರ;

೨೬. ಆಲೆ ನಿಂಗ ಅತ್ತೆಯಲ್ಲ; ನಿಂಗ್ಳೋಗೆ ದೊಡ್ಡವಂ ಕುನ್ನವಂ ಮಾಕೆಯೂ, ಯೆಜಮಾನಂ ಗೆಲಸದವಂ ಮಾಕೆಯೂ, ಆಗಲಿ.

೨೭. ಎತ್ತತೇಂದಲೆ, ಏಯವಂ ದೊಡ್ಡವಂ? ತಿಂಬದುಗ

ಕುಳಿಬವಁನೊ? ಗೀವವಁನೋ? ತಿಂಬದುಗ ಕುಳಿಬವಁನಲ್ಲದಾ? ಆಲೆ ನಾಁ ನಿಂಗ ನಡುವೆ ಗೀವವಁ ಮಾಕೆ ಇದ್ದೆಁ.

೨೮. ಆಲೆ ನಿಂಗ ಯೆನ್ನ ಸೋದನೆಗ್ಳೋಗೆ ಯೆನ್ನ ಕೋಡ ನೆಲೆಯಾಗಿ ನಿದ್ದವಕ ಆಗಿದ್ದೀ.

೨೯. ಇನ್ನು ನಿಂಗ ಯೆನ್ನ ರಾಜ್ಯದೊ ಯೆನ್ನ ಮೇಜುನೊ ತಿಂದು, ಕುಡಿತು, ಇಸ್ರಯೇಲುನ ಹನ್ನೆರಡು ಕೊಲಗ ನಾಯ ತೀರಿಸುವವಕಾಗಿ ಗದ್ದಿಗೆಯೊ ಕುಳಿದೂಂಬ ಹೆಂಗೆ,

೩೦. ಯೆನ್ನಪ್ಪಁ ಯೆನಗ ರಾಜ್ಯವ ನಿರ್ಣಯ ಮಾಡಿದ್ದೆಂಗೆ, ನಾಁ ನಿಂಗಗ ಗೊತ್ತು ಮಾಡಿನೆ, ಎನ್ನಁ.

೩೧. ಹಿಂದೆ ಕರ್ತಁ: ಸೀಮೋನಾ! ಸೀಮೋನಾ! ಎದಗೇ, ಸೈತಾನಁ ನಿಂಗ್ಳುವ ಗೋದುಂಬೆ ಮಾಕೆ ಕೇಬೋದುಗ ತನಗಾಗಿ ಕ್ಟೇತಁ.

೩೨. ಆಲೆ ನಿನ್ನ ನಮ್ಮಣಿಗೆ ಟ್ಟಯಿದು ಹೋಗದ್ದೆಂಗೆ ನಿನಗಾಗಿ ಕೆಂಜಿಯುಣ್ಣೆ; ಇನ್ನು ನೀ ತಿರಿಗಿಯುಂಡ ಮೇಲೆ, ನಿನ್ನ ಸಂಗಾತಿಗಾರರ ತಿರ ಮಾಡು, ಎಂದು ಹ್ಟೇಗೋನೆ,

೩೩. ಎವಁ ಅವಁಗ: ಕರ್ತಾ! ನಿನ್ನ ಕೋಡ ಸೆಬಿಗೂ ಸಾವುಗೂ ಹೋಪದುಗ ನಾಁ ತಯಾರಾಗಿದ್ದೆಁ ಎಮ್ಮನೆ,

೩೪. ಯೇಸು: ಪೇತ್ರಾ, ನೀ ಯೆನ್ನ ಅಬಿಯೇಂದು ಮೂರ್ಹುಟ್ಟು ಹೊಬಿತಟ್ಟೋನೆ ಮುಂದೆ, ಇಂದು ಕ್ಳೋಯಿ ಕೂಗಾಂದು ನಿನಗ ಹ್ಟೇಗಿನೆ ಎನ್ನಁ.

೩೫. ಇನ್ನು ಅವಕಗ: ಹಣದ ಚೀರವೂ ಸಾಮಾನ ಚೀರವೂ ಕೆರವೂ ಇಲ್ಲದವಕಾಗಿ ನಾಁ ನಿಂಗ್ಳುವ ಕ್ಟೇಗೋನೆ, ಏನಾಲೆಯೂ ಕೊಬಿತೆ ನಿಂಗಗಾತಾ? ಎಮ್ಮನೆ, ಅವಕ ಏನೂ ಇಲ್ಲೆ ಎಂದರು.

೩೬. ಆಗ ಅವಁ ಅವಕಗ: ಆಲೆ ಈಗ ಹಣದ ಚೀರ ಹಡುವವಁ ಅದುನ ಎತ್ತಿಯುಳ್ಳಲಿ, ಸಾಮಾನ ಚೀರವವೂ ಅತ್ತೆತಾಁ;

ಇನ್ನು ಕತ್ತಿ ಇಲ್ಲದವಂ ತನ್ನ ಬಟ್ಟೆಯ ಮಾರಿಯುಟ್ಟು, ಒಂದನ ಕೊಂಡೂಳ್ಳಲಿ;

೩೭. ಯೇಕಾಂದಲೆ: ಅನ್ನೆಯಗಾರರ ಕೋಡ ಅವಂನ ಯೆಕ್ಕಗ ಸೇತಿದರು, ಎಂಬ ಈ ಬರೆಯೂ ಕೂಡಾ ಯೆನ್ನೊಟ್ಟೀಗೆ ನೆಱಿವೇರೋದೂಂದು, ನಿಂಗಗ ಹ್ಟೇಗಿನೆ, ಯೇಕಾಂದಲೆ ಯೆನ್ನ ಬಕ್ಕ ಆದ ಮಾತುಗ ಮುಡುವು ಹಡದೆ, ಎನ್ನಂ.

೩೮. ಅದುಗವಕ: ಕರ್ತಾ! ಎದಗೇ, ಇಲ್ಲಿ ಎರಡು ಕತ್ತಿ ಎಂದರು; ಆಲೆ ಅವಂ ಅವಕಗ: ಗನ, ಎನ್ನಂ.

೩೯. ಹಿಂದೆ ಅವಂ ಕಡೆದು, ಪ್ದಾಕದ ಪರಕಾರ ಇಪ್ಪೆ ಮೊರದ ಬೆಟ್ಟುಗ ಹೋದಂ. ಅವಂನ ಸಿಸಿಯರೂ ಅವಂನ್ದಿಂದಾಡು ಹೋದರು.

೪೦. ಆ ಎಡೆಗ ಬಪ್ಪನೆ, ಅವಂ ಅವಕಗ: ನಿಂಗ ಸೋದನೆಗ ಸೇರದ್ದೆಂಗೆ ಹರಕೆ ಮಾಡಿವೀಂದು ಹ್ಟೇಗಿ,

೪೧. ಅವಕರ ಬುಟ್ಟು, ಹೆಚ್ಚು ಕಡಮೆ ಕಲ್ಲಿಡುವಾಸಗ ದೂರ ಹೋಗಿ, ಮೊಣಕಾಲೂರಿ, ಜಪ ಮಾಡಿ:

೪೨. ಅಪ್ಪಾ! ನಿನಗ ಮನಸ್ಸಟ್ಟಲೆ, ಈ ಬೋಗಣಿ ಯೆನ್ನಂದ ಹೋಗಲಿ; ಆಲೆಯೂ ಯೆನ್ನ ಮನಸ್ಸಲ್ಲ, ನಿನ್ನದುತಾಂ ಆಗಲಿ, ಎನ್ನಂ.

೪೩. ಆಲೆ ಮೇಲೋಕಾಂದ ಒಬ್ಬ ಜಮಗಾರಂ ಅವಂಗ ತೋಱಿಯುಂಡು, ಅವಂಗ ಬಲ ಕೊಟ್ಟಂ.

೪೪. ಅವಂ ಪೆರಣಸಕ್ಕಟದೊ ಇದ್ದು, ಇನ್ನು ಚುರುಕಾಗಿ ಜಪ ಮಾಡಿದಂ. ಆಗ ಆದದೇನಾಂದಲೆ: ಅವಂನ ಬೆವರು ಬೂಮಿಗ ಬ್ದೂವ ನೆತ್ತರುನ ಸೊಟ್ಟುಗ್ಬೊ ಮಾಕೆ ಹಟ್ಟ.

೪೫. ಅವಂ ಜಪ ಮಾಡಿ, ಯ್ಟದ್ದು, ಸಿಸಿಯರ ಸಾರೆ ಬಪ್ಪನೆ, ಅವಕ ದುಕ್ಕಾಂದ ಒಱಿಗೋದುನ ಕಂಡು,

೪೬. ಅವಕಗ: ನಿಂಗ ಒಱಿಗೋದೇನ? ನಿಂಗ ಸೋದನೆಗ ಸೇರದ್ದೆಂಗೆ, ಯ್ದದ್ದು, ಹರಕೆ ಮಾಡಿವಿ, ಎನ್ನಂ.

೪೭. ಅವ್ ಇನ್ನು ಮಾತಾಡಿಯುಂಡಿಬ್ಬನೆ, ಎದಗೇ, ಪಜಿ ಬಂದರು; ಇದು ಅಲ್ಲದೆ ಹನ್ನೆರಡ್ಡಾದೊ ಯೂದಾಂಬವ ಒಬ್ಬ್ ಅವಕರ ಮುಂದಾಡು ನಡೆದು, ಯೇಸುಗ ಮುತ್ತಿಕ್ಕೋದುಗ ಸಾರೆ ಬನ್ನ್.

೪೮. ಆಲೆ ಯೇಸು ಅವ್ಗ: ಯೂದಾ! ಮುತ್ತೊಂದ ಮನಿಜನ ಮಾತಿನ ಒಪ್ಪಿಸಿರೆಯಾ? ಎನ್ನ್.

೪೯. ಅವ್ನ ಸುತ್ತು ಇಬ್ಬವಕ ಆಪದುನ ನೋಡಿ: ಕರ್ತಾ! ಕತ್ತೀಂದ ಯೆಂಗ ಬೆಟ್ಟುವನಾ? ಎಂದರು.

೫೦. ಆಗ ಅವಕರ್ದ್ದೋಗೆ ಒಬ್ಬ್ ದೊಡ್ಡ ಪೂಜಾರಿಯ ಜೀವಿತಿಗಾರನ ಬೆಟ್ಟಿ, ಅವ್ನ ಬಲ ಕಿವಿಯ ಕುಯಿದ್ದಾಕಿದ್.

೫೧. ಆಲೆ ಯೇಸು ಉತ್ತರ ಕೊಟ್ಟು: ಈಸಗಟ್ಟ ಬುಡಿವಿ, ಎಂದ್ದೀಗಿ, ಅವ್ನ ಕಿವಿಯ ಮುಟ್ಟಿ, ಅವ್ನ ಓಸೆ ಮಾಡಿದ್.

೫೨. ಹಿಂದೆ ಯೇಸು ತನ್ನ ಸಾರೆ ಬಂದ ದೊಡ್ಡ ಪೂಜಾರಿಯರುಗೂ ಗುಡಿಯ ದಂಡುನ ಗೊತ್ತುಗಾರರುಗೂ ಮೊಕ್ಯಸ್ತರುಗೂ: ಕಳ್ಳನ ಮೇಲೆ ಬಂದ ಹೆಂಗೆ, ಕತ್ತಿಯವೂ ದೊಣ್ಣೆಯವೂ ಹಿಡಿತು ಕಡೆದಿರಾ?

೫೩. ನಾ್ ಜಿನಾಗೂ ನಿಂಗ್ಟುವ ಕೋಡ ಗುಡಿಯೊ ಇಬ್ಬನೆ, ನಿಂಗ ಯೆನ್ನ ಮೇಲೆ ಕೈ ಹಾಕುಲೆ; ಆಲೆ ಇದುತಾ್ ನಿಂಗ ಗ್ಳೈಗೆಯೂ ಕ್ಷತಲೆಯ ಅದಿಕಾರವೂ ಆಗಿ ಹಡದೆ, ಎನ್ನ್.

೫೪. ಆಗ ಅವಕ ಅವ್ನ ಹಿಡಿತೂಂಡು ಹೋಗಿ, ದೊಡ್ಡ ಪೂಜಾರಿಯ ಮನೆಗ ಕೂಟ ಬಂದರು; ಆಲೆ ಪೇತ್ರ್ ದೂರಾಂದ ಹಿಂದಾಡು ಹೋದ್.

೫೫. ಇತ್ತೆ ಹಡೋನೆ ಅವಕ ತೊಟ್ಟಮನೆಯ ನಡುಕೇರಿಯೊ ಕಿಚ್ಚೊಟ್ಟಿ, ಕುಳಿದೂಂಮನೆ, ಪೇತ್ರ್ ಅವಕರ ನಡುವೆ ಕುಳಿದೂಂಣ್.

೫೬. ಆಲೆ ಗೆಲಸದವ್ವ ಒಬ್ಬ್ಬ ಬ್ದೀಕಲುಗಿದುರಾಗಿ ಕುಳಿ

ದಿಬ್ಬ ಅವಲನ ನೋಡಿ, ಅವಲನ ಮೇಲೆ ಕಂಣ್ಹಾಕಿ: ಎವಲನೂ ಅವಲನ ಕೋಡ ಇದ್ದಲ, ಎಮ್ಮನೆ,

೫೭. ಅವಲ: ಹೆಮ್ಮಾತೀ, ಅವಲನ ಅಱಿಯೇಂದು ಅವಲನ ಹೊಱಿತಟ್ಟೆದಲ.

೫೮. ಚಿಟಿಗ್ಹೊತ್ತಾದ ಮೇಲೆ ಬೇರೊಬ್ಬಲ ಅವಲನ ನೋಡಿ: ನೀನೂ ಅವಕರ್ಹೋಗೆ ಒಬ್ಬತಾಲ, ಎಮ್ಮನೆ, ಪೇತ್ರಲ ಅದುಗ: ಮನಿಚಾ! ನಾಲ ಅಲ್ಲ, ಎನ್ನಲ.

೫೯. ಇನ್ನು ಹೆಚ್ಚುಕಡಮೆ ಒಂದು ಮಣಿ ಜಾಮ ಆದದೆಮ್ಮನೆ, ಇನ್ನೊಬ್ಬಲ: ನಿಜಾಗಿ ಎವಲನೂ ಅವಲನ ಕೋಡ ಇದ್ದಲ; ಯೇಕಾಂದಲೆ ಗಲಿಲಾಯದವಲತಾಲ ಆಗಿದ್ದನೇಂದು ಗಟ್ಟಿಯಾಗಿ ಹ್ಹೇಗಿದಲ.

೬೦. ಆಲೆ ಪೇತ್ರಲ: ಮನಿಚಾ! ನೀ ಹ್ಹೇಗೋದುನ ನಾಲ ಅಱಿಯೆಲ, ಎನ್ನಲ. ಆಗತಾನೇ ಅವಲ ಇನ್ನು ಮಾತಾಡಿಯುಂಡಿಬ್ಬನೆ, ಕ್ಹೋಯಿ ಕೂಗಿತು.

೬೧. ಆಗ ಕರ್ತಲ ತಿರಿಗಿಯುಂಡು, ಪೇತ್ರನ ಮೇಲೆ ಕಂಣ್ಹಾಕಿದಲ. ಆಲೆ ಪೇತ್ರಲ: ಇಂದು ಕ್ಹೋಯಿ ಕೂಗೋನೆ ಮುಂದೆ ನೀ ಮೂರ್ಹುಟ್ಟು ಯೆನ್ನ ಹೊಱಿತಟ್ಟೆರೇಂದು ಕರ್ತಲ ತನಗ ಹ್ಹೇಗಿದ ಮಾತ ಗೇಪ ಮಾಡಿಯುಂಣಲ.

೬೨. ಆಗ ಅವಲ ಹೊಱಿಾಚು ಹೋಗಿ, ಬಿಕ್ಕಿಬಿಕ್ಕಿ ಅ್ಹಿತ್ತಲ.

೬೩. ಇದು ಅಲ್ಲದೆ ಯೇಸುವ ಹಿಡಿತ ಮನಿಚರು ಅವಲನ ಯೇಡಿಸಿ, ಹುಯಿದು,

೬೪. ಅವಲಗ ಮುಸುಕ್ಹಾಕಿ, ಮೊಗಗ ಬಡಿದು, ನಿನ್ನ ಬಡಿದದಾರಾಂದು ಸಾತ್ರ ಹ್ಹೇಗೂಂದು ಅವಲನ ಕ್ಹೇತರು.

೬೫. ಇನ್ನು ಬೇರೆ ಅಪ್ಪಱಿ ಜೋಚದ ಮಾತುಗ್ಹೊವ ಅವಲಗ ಹ್ಹೇಗಿದರು.

೬೬. ಬ್ಯಾಗಾದದೆಮ್ಮನೆ ಪಜೆಯ ಮೊಕ್ಯಸ್ತರೂ ದೊಡ್ಡ

ಪೂಜಾರಿಯರೂ ಕಲುವೆಗಾರರೂ ಕೂಡಿಯುಂಡು, ಅವ಼ನ ತಂಗ ಕೂಟುಗ ಹಿಡಿತೂಂಡ್ಹೋಗಿ,

೬೭. ಅವ಼ಗ: ನೀ ಕ್ರಿಸ್ತನಾಗಿದ್ದಲೆ ಯೆಂಗಗ ಹ್ದೇಗು ಎಂದರು. ಆಲೆ ಅವ಼ ಅವಕಗ: ನಾ಼ ನಿಂಗಗ ಹ್ದೇಗಿಲೆ, ನಿಂಗ ನಂಬೋದೇ ಇಲ್ಲೆ;

೬೮. ನಾ಼ ಕ್ದೇತಲೆಯೂ, ನಿಂಗ ಉತ್ತರ ಕೊಡೋದೇ ಇಲ್ಲೆ;

೬೯. ಈಗಾಂದ ಮನಿಚನ ಮಾತಿ ದೇವರ ಸತುನ ಬಲಸರಿಯೊ ಕುಳಿದೂಂಡಿದ್ದನ಼, ಎನ್ನ಼.

೭೦. ಆಲೆ ಅವಕೆಲ್ಲಾ: ಅತ್ತೆಯಾಲೆ ನೀ ದೇವರ ಮಾತಿನಾ? ಎಮ್ಮನೆ, ಅವ಼ ಅವಕಗ: ನಿಂಗ್ದುವೆ ಹ್ದೇಗಿಯಾಚಿ; ಯೇಕಾಂದಲೆ ನಾ಼ತಾ಼ ಅವ಼, ಎನ್ನ಼.

೭೧. ಆಗ ಅವಕ: ನಂಗಗ ಸಾಕಿಚಿ ಇನ್ನೇನಗ? ಯೇಕಾಂದಲೆ ನಂಗ್ದುವೇ ಅವ಼ನ ಬೇಂದ ಕ್ದೇತಿದ್ದೊ಼, ಎಂದರು.

೨೩. ಸಂಧಿ.

೧. ಆಗ ಅವಕರ ಗುಪ್ಪೆಲ್ಲಾ ಯೆದ್ದು, ಅವ಼ನ ಪಿಲಾತನ ಸಾರೆ ಹಿಡಿತೂಂಡ್ಹೋದರು.

೨. ಅವಕ: ಎವ಼ ಯೆಂಗ ಜನವ ತಿರಿಗಿ ಬ್ದುವ ಹೆಂಗೆ ಮಾಡಿ, ತಾ಼ ಕ್ರಿಸ್ತಾಂಬ ಅರಸಾಂದು ಹ್ದೇಗಿ, ಕೈಸರಗ ಕಂದೆಯ ಕೊಡದ್ಹೆಂಗೆ ಅಡ್ಡಿ ಮಾಡೋದುನ ಕಂಡಿದ್ದೆಯೋ, ಎಂದು ಅವ಼ನ ಮೇಲೆ ದೂರು ಹ್ದೇಗೋದುಗ ಹೊರವಟ್ಟರು.

೩. ಆಗ ಪಿಲಾತ಼: ನೀ ಯೆಹೂದ್ಯರ ಅರಸಾಗಿದ್ದೆಯಾ? ಎಂದು ಅವ಼ನ ಕ್ದೇಪನೆ, ಅವ಼ ಅವ಼ಗ: ನೀ ಹ್ದೇಗಿರೇಂದು ಉತ್ತರ ಕೊಟ್ಟ಼.

೪. ಅದುಗ್ಹಿಂದೆ ಪಿಲಾತ಼ ದೊಡ್ಡ ಪೂಜಾರಿಯರುಗೂ ಪಜಿಗೂ: ನಾ಼ ಈ ಮನಿಚನ್ಹೊಗೆ ಏನೂ ತಪ್ಪು ಕ್ದಾಂಬಿಲೆ, ಎನ್ನ಼.

೫. ಆಲೆ ಅವಕ: ಎವಂ ಗಲಿಲಾಯದೊ ಹಿಡಿತು ಇಲ್ಲಿಗ
ಟ್ಟವೂ ಯೆಹೂದ್ಯ ಎಲ್ಲಾಗೂ ಬೋದನೆ ಕ್ಡೇಗಿಯುಂಡು, ಜನವ
ಹಿಲ್ಲೆತ್ತಿನಾಂದು ಚಲ ಹಿಡಿತು ಕ್ಡೇಗಿದರು.

೬. ಪಿಲಾತಂ ಇದುನ ಕ್ಡೇಪನೆ, ಈ ಮನಿಚಂ ಗಲಿಲಾಯ
ದವಂನಾ? ಎಂದು ಬೆಚರಣೆ ಮಾಡಿದಂ.

೭. ಅವಂ ಹೆರೋದನ ಅದಿಕಾರಗ್ಳೋಗೆ ಇದ್ದನೇಂದು ಅಱಿ
ವನೆ, ಅವಂನ ಆ ಜಿನದೊ ಯೆರೂಸಲೇಮುನೊ ಇದ್ದ ಹೆರೋ
ದನ ಸಾರೆ ಕ್ಡೇಗಿದಂ.

೮. ಆಲೆ ಹೆರೋದಂ ಯೇಸುವ ನೋಡೋನೆ, ಬಲು
ಚಚ್ಳೋಚ ಪಟ್ಟಂ. ಯೇಕಾಂದಲೆ ಅವಂನ ಕುರಿತು ಅಪ್ಪಟಿ
ಮಾತ ಕ್ಡೇತದುನೆಂದ ಬಲು ಕಾಲಾಂದ ಅವಂನ ನೋಡೋದುಗ
ಮನಸ್ಸಟ್ಟ. ಇದು ಅಲ್ಲದೆ ಅವಂನೆಂದ ಆಪ ಒಂದು ಗುಱುತ
ನೋಡೋದುಗ ನೆಂಜಡೆ ಆಗಿದ್ದಂ.

೯. ಇತ್ತೆ ಹಡೋನೆ ಅವಂನ ಬಲು ಮಾತುಗ್ಳೋಂದ ಕೇಳ್ವಿ
ಕ್ಡೇತಂ; ಆಲೆ ಅವಂ ಅವಂಗ ಉತ್ತರ ಒಂದೂ ಕೊಟ್ಟ ಇಲ್ಲೆ.

೧೦. ಇದು ಅಲ್ಲದೆ ದೊಡ್ಡ ಪೂಜಾರಿಯರೂ ಕಲುವೆಗಾ
ರರೂ ಅವಂನ ಮೇಲೆ ಕಂಡುಪ್ಪಾಗಿ ದೂರು ಕ್ಡೇಗಿಯುಂಡು
ನಿದ್ದಿದ್ದರು.

೧೧. ಆಲೆ ಹೆರೋದಂ ತನ್ನ ದಂಡುಗಾರರ ಕೋಡ ಅವಂನ
ಮಾನಚೇದ ಮಾಡಿ, ಯೇಡಿಸಿ, ಬ್ಡೀಚಲು ಹ್ಡೊಯೆವ ಬಟ್ಟೆಯ
ಅವಂಗ ಹೊಱಿಸಿ, ಅವಂನ ತಿರಿಗಿ ಪಿಲಾತನ ಸಾರೆ ಕ್ಡೇಗಿದಂ.

೧೨. ಅದೇ ಜಿನದೊ ಪಿಲಾತನೂ ಹೆರೋದನೂ ಒಬ್ಬಗೊ
ಬ್ಬಂ ಸ್ನೇಚಗಾರರಾದರು; ಯೇಕಾಂದಲೆ ಅದುಗ ಮುಂದೆ ಒಬ್ಬ
ಗೊಬ್ಬಂ ಹಗೆಗಾರರಾಗಿದ್ದರು.

೧೩. ಇನ್ನು ಪಿಲಾತಂ ದೊಡ್ಡ ಪೂಜಾರಿಯರವೂ ಗೊತ್ತು
ಗಾರರವೂ ಪಜೆಯವೂ ಒಟ್ಟುಗ ಕೊರಚಿ,

೧೪. ಅವಕಗ ಹ್ಟೇಗಿದದೇನಾಂದಲೆ: ಈ ಮನಿಚ೦ ಜನವ ಹಿಲ್ಲೆತ್ತುವವಾಂದು ನಿಂಗ ಅವ೦ನ ಯೆನ್ನ ಸಾರೆ ಹಿಡಿತೂಂಡು ಬಂದಿದ್ದೀ; ಇನ್ನು ಎದಗೇ, ನಾ೦ ನಿಂಗ ಮುಂದಾಡು ಬೆಚರಣೆ ಮಾಡಿ, ನಿಂಗ ಅವ೦ನ ಮೇಲೆ ದೂರು ಹ್ಟೇಗುವ ತಪ್ಪುಗ್ಟೋಗೆ ಏನಾಲೆಯೂ ಈ ಮನಿಚನ್ಟೋಗೆ ಕ್ಟಾಂಬಿಲೆ.

೧೫. ಹೆರೋದನೂ ಕೂಡಾ ಕ್ಟಾಂಬಿಲೆ; ಯೇಕಾಂದಲೆ ಅವ೦ ಅವ೦ನ ಯೆಂಗ ಸಾರೆ ಹಿಂದುಗ ಕ್ಟೇಗಿದ೦; ಆಲೆ, ಎದಗೇ, ಅವ೦ ಸಾವುಗ ತಕ್ಕದೇನಾಲೆಯೂ ಮಾಡಿದಾಂದು ಅವ೦ನ್ಟೋಗೆ ಕ್ಟಾಂಬಿಲೆ.

೧೬. ಇತ್ತೆ ಆದೆಗ ಅವ೦ನ ಸೀಕಿಸೆ ಮಾಡಿ, ಬುಟ್ಟು ಬುಟ್ಟನೆ, ಎನ್ನ೦.

೧೭. ಎತ್ತತೇಂದಲೆ, ಹಬ್ಬಹಬ್ಬಗ ಅವಕಗ ಒಬ್ಬನ ಬುಡಿಸೋದು ಅವಸಿಯ ಹಟ್ಟ.

೧೮. ಆಲೆ ಪಜೆಯೆಲ್ಲಾ ಒಟ್ಟುಗ: ಎವ೦ನ ಎತ್ತಿಹಾಕು; ಬರಬ್ಬನ ಯೆಂಗಗ ಬುಡಿಸೂಂದು, ಕಿಱಿಚಿದರು.

೧೯. ಎವ೦ನ ಪಟ್ಟಣದೊ ಉಟ್ಟಾದ ಒಂದು ಕಲಗಗಾಗಿಯೂ ಕೊಲೆಗಾಗಿಯೂ ಸೆಱೆಗ್ಹಾಕಿದ್ದರು.

೨೦. ಆಲೆ ಪಿಲಾತ೦ ಯೇಸುವ ಬುಡಿಸೋದುಗ ಮನಸ್ಸಟ್ಟದುನೆಂದ ಮರಿಚಿ ಅವಕಗ ಕೂಗಿ ಹ್ಟೇಗೋನೆ,

೨೧. ಅವಕ: ಅವ೦ನ ಸಿಲುಬೆಗ ಹಾಕು, ಸಿಲುಬೆಗ ಹಾಕೂಂದು ಕೂಗಿಯಾಡಿದರು.

೨೨. ಆಲೆ ಅವ೦ ಮೂರನೇ ಹುಟ್ಟು ಅವಕಗ: ಯೇಕ? ಎವ೦ ಏನ ಕೇಡು ಮಾಡಿದ್ದನೆ? ಸಾವುಗ ಸರಿಯಾದ ತಪ್ಪು ಒಂದುನ ಆಲೆಯೂ ಅವ೦ನ್ಟೋಗೆ ನಾ೦ ಕ್ಟಾಂಬಿಲೆ; ಆದದುನೆಂದ ಅವ೦ನ ಸೀಕಿಸೆ ಮಾಡಿ, ಬುಟ್ಟು ಬುಟ್ಟನೆ, ಎನ್ನ೦.

೨೩. ಆಲೆ ಅವಕ: ಅವ೦ನ ಸಿಲುಬೆಗ ಹಾಕೂಂದು ಬಲು

ಸದ್ದೊಂದ ಕೆಂಜಿಯುಂಡು, ತೊಂದಾರ ಮಾಡಿದರು. ಇನ್ನು ಅವಕರ ಸದ್ದೊ, ದೊಡ್ಡ ಪೂಜಾರಿಯರ ಸದ್ದೊ ಅಪ್ಪಱಿ ಹೆಚ್ಚಾತು.

೨೪. ಆಗ ಪಿಲಾತೢ ಅವಕ ಬೇಡಿಯುಂಡ ಹೆಂಗೆ ಆಪ ದೂಂದು ತೀರುಪು ಮಾಡಿ,

೨೫. ಕಲಗ ಕೊಲೆಗಾಗಿ ಸೆಱಿಗ ಬ್ಬುದ್ದಿಬ್ಬ, ಬುಡಿಸೋ ದೂಂದು ಅವಕ ಕೆಂಜಿಯುಂಡವೢನ ಬುಡಿಸಿದೢ; ಆಲೆ ಯೇಸುವ ಅವಕರ ಮನಸ್ಸುಪಡಿಗ ಒಪ್ಪಿಸಿದೢ.

೨೬. ಅವೢನ ಹಿಡಿತ್ಹೋಪನೆ, ಹೊಲಾಂದ ಬಂದ, ಕುರೇನೆ ಊರುನ ಸೀಮೋನೆಂಬವೢನ ಅವಕ ಹಿಡಿತು, ಸಿಲುಬೆಯ ಯೇಸು ಹಿಂದಾಡು ಹೊಱುವ ಹೆಂಗೆ, ಅದುನ ಅವೢನ ಮೇಲೆ ಬೀತರು.

೨೭. ಇದು ಅಲ್ಲದೆ ಜನವೂ ಅವೢಗಾಗಿ ಮಾರ ಚಚ್ಚಿಯುಂಡು ಬ್ಟಾವ ಹೆಮ್ಮಕ್ಕರೂ ಬಲು ಪಜೆಯಾಗಿ ಅವೢನ್ಹಿಂದಾಡು ಹೋದರು.

೨೮. ಆಗ ಯೇಸು ಆ ಹೆಮ್ಮಕ್ಕ ಬಕ್ಕ ತಿರಿಗಿಯುಂಡು, ಹ್ಟೇಗಿದದೇನಾಂದಲೆ: ಯೆರೂಸಲೇಮುನ ಹೆಂಗ್ಟುವೇ! ಯೆನಗಾಗಿ ಬ್ಟಾವ ಬೇಡ, ಆಲೆ ನಿಂಗಗಾಗಿಯೂ ನಿಂಗ ಮಕ್ಕಗಾಗಿಯೂ ಬ್ಟಾವಿ.

೨೯. ಯೇಕಾಂದಲೆ, ಎದಗೇ, ಬರಡಿಯರೂ ಹೆಱಿದ ಬಸುಱೊ ಹಾಲು ಕೊಡದ ಮೊಲೆಯೂ ಬಾಗೆಯವುಳ್ಳವೇಂದು ಮನಿಚರು ಹ್ಟೇಗುವ ಜಿನಗ್ಹೊ ಬಂದರೊ.

೩೦. ಆಗ ಬೆಟ್ಟುಗ್ಹೋಗ: ಯೆಂಗ ಮೇಲೆ ಬ್ಬುಯಿವಿ! ದಿಟ್ಟುಗ್ಹೋಗ: ಯೆಂಗ್ಟುವ ಮುಚ್ಚಿವೀಂದು ಹ್ಟೇಗೋದುಗ ಹೊರವಟ್ಟಾರ;

೩೧. ಯೇಕಾಂದಲೆ ಹಚ್ಚೆ ಮೊರದೊ ಅವಕ ಎವೆಯ ಮಾಡಿಲೆ, ಒಣಗಿದದುನೊ ಯೇನ ಆರ? ಎನ್ನೢ.

೩೨. ಇದು ಅಲ್ಲದೆ ಕರುಮಗಾರರಾಗಿಬ್ಬ ಬೇರೆ ಯೆರ ಡ್ಡಾವ ಅವಂನೊಂದಿಗೆ ಕೊಬ್ಬದುಗ ಹಿಡಿತೂಂಡು ಹೋದರು.

೩೩. ಅವಕ ಮಂಡೆಯೋಡೆಡೇಂಬ ಜಾಗಗ ಬಪ್ಪನೆ, ಅಲ್ಲಿ ತಾಂ ಅವಂನವೂ ಆ ಕರುಮಗಾರರವೂ, ಒಬ್ಬನ ಅವಂನ ಬಲಸ ರಿಯೊ, ಇನ್ನೊಬ್ಬನ ಅವಂನ ಎಡಸರಿಯೊ ಸಿಲುಬೆಗ ಹಾಕಿದರು.

೩೪. ಆಲೆ ಯೇಸು: ಅಪ್ಪಾ! ಅವಕಗ ಬುಟ್ಟು ಬುಡು; ಯೇ ಕಾಂದಲೆ ತಂಗ ಮಾಡೋದೇನಾಂದು ಅಱಿಯರು, ಎನ್ನಂ. ಇದು ಅಲ್ಲದೆ ಅವಂನ ಬಟ್ಟೆಗ್ಳೊವ ಪಾಲ ಮಾಡಿ, ಚೀಟ್ಹಾಕಿದರು.

೩೫. ಜನ ನೋಡಿಯುಂಡು ನಿದ್ದರು. ಗೊತ್ತುಗಾರರೂ ಕೂಡ ಅವಂನ ಯೇಡಿಸಿ: ಬೇರನವಕರ ಉಳ್ದಯಿಸಿದಂ; ಎವಂ ದೇವರು ತಿರಿದೂಂಡ ಕ್ರಿಸ್ತನಾಗಿದ್ದಲೆ, ತನ್ನ ಉಳ್ದಯಿಸಿಯುಳ್ಳಲೀ, ಎಂದರು.

೩೬. ಇನ್ನು ದಂಡುನವಕರೂ ಕೂಡ ಅವಂನ ಗೇಲಿ ಮಾಡಿ, ಸಾರೆ ಬಂದು, ಹುಳಿ ರಸವ ಅವಂಗ ಹೊತ್ತು ಬಂದು:

೩೭. ನೀ ಯೆಹೂದ್ಯರ ಅರಸಾಗಿದ್ದಲೆ, ನಿನ್ನ ನೀ ಉಳ್ದಯಿಸಿ ಯುಳ್ಳೊ, ಎಂದು ಹ್ದೇಗಿದರು.

೩೮. ಇದು ಅಲ್ಲದೆ ಅವಂನ ಮೇಲೆ: ಎವಂ ಯೆಹೂದ್ಯರ ಅರಸಾಂಬ ಮೆಲ್ಬರೆ ಗ್ರೇಕ ರೋಮಾಯ ಇಬ್ರಿಯ ಬರೆಯ್ಳೋಗೆ ಬರೆಸಿ ಹಟ್ಟ.

೩೯. ಇನ್ನು ತೂಗಿಬ್ಬ ಕರುಮಗಾರರ್ಳೋಗೆ ಒಬ್ಬಂ ಅವಂಗ ಜೋಚದ ಮಾತ್ಹೇಗಿ: ನೀ ಕ್ರಿಸ್ತನಲ್ಲದಾ? ನಿನ್ನವೂ ಯೆಂಗ್ಳ ವವೂ ಉಳ್ದಯಿಸಿಯುಳ್ಳೊ, ಎನ್ನಂ.

೪೦. ಆಲೆ ಬೇರೊಬ್ಬಂ ಅವಂನ ಬೆದರಿಸಿ, ಅವಂಗ ಉತ್ತರ ಕೊಟ್ಟು: ಅದೇ ತೀರುಪುನೊ ಇಬ್ಬ ನೀ ದೇವರುಗ ಅಂಜೋದಿ ಲ್ಲೆಯಾ?

೪೧. ಆಲೆಯೂ ನಂಗಗ ನಾಯಪಡಿಗ ಆತು ಸರಿ; ಯೇ

ಕಾಂದಲೆ ನಂಗ ಮಾಡಿದವೆಗ ತಕ್ಕದದುನ ದಿನ್ನನೋ; ಆಲೆ ಎವಂ ಆಗದದೇನಾಲೆಯೂ ಮಾಡುಲೇಂದು, ಹ್ಣೇಗಿ:

೪೨. ಯೇಸುವೇ! ನಿನ್ನ ರಾಜ್ಯದೊ ಬಪ್ಪನೆ, ಯೆನ್ನ ಗೇಪ ಮಾಡಿಯುಳ್ಳೊ, ಎನ್ನಂ.

೪೩. ಯೇಸು ಅವಂಗ: ನಿಜಾಗಿ ನಿನಗ ಹ್ಣೇಗಿನೆ, ಇಂದು ಯೆನ್ನ ಕೋಡ ಪರದೈಸುನೊ ಇಬ್ಬೇ ಎನ್ನಂ.

೪೪. ಹೆಚ್ಚುಕಡಮೆ ಹನ್ನೆರಡು ಮಣಿ ಆಪನೆ, ಎಲ್ಲಾ ದೇಶದೊ ಮೂರು ಮಣಿ ಗಟ್ಟ ಕ್ಟತ್ತ್ರಲೆ ಆತು;

೪೫. ಹ್ಣೊತ್ತುನ ಬ್ಣೀಕಲು ಹೋತು; ಗುಡಿಯ ತೆರೆ ನಡುವೆ ಹಱಿದ್ಣೋತು.

೪೬. ಆಗ ಯೇಸು ಬಲು ಸದ್ದೂಂದ ಕೊರಚಿ: ಅಪ್ಪಾ! ನಿನ್ನ ಕೈಗ ಯೆನ್ನ ಆತ್ಮವ ಒಪ್ಪಿಸಿನೆ ಎನ್ನಂ. ಎವೆಯ ಹ್ಣೇಗಿ, ಪೆರಣ ಬುಟ್ಟಂ.

೪೭. ಆಲೆ ನೂರು ದಂಡುಗಾರರ ಗೊತ್ತುಗಾರ ಒಬ್ಬಂ ಆದದುನ ನೋಡಿ, ದೇವರ ಮೈಮೆ ಪಡಿಸಿ, ನಿಜಾಗಿ ಈ ಮನಿಚಂ ನೀತಿಬತ್ತನಾಗಿದ್ದಂ, ಎನ್ನಂ.

೪೮. ಇನ್ನು ಆ ನೋಟಗ ಕೂಡಿ ಬಂದ ಪಜೆಯೆಲ್ಲಾ ಆದವೆಯ ನೋಡಿ, ಮಾರ ಮಾರ ಹುಯಿದೂಂಡು ತಿರಿಗಿ ಹೋದರು.

೪೯. ಇದು ಅಲ್ಲದೆ ಅವಂನ ಅಱಿವೊಗದವಕೆಲ್ಲಾವೂ ಗಲಿಲಾಯಾಂದ ಅವಂನ ಕೋಡ ಅವಂನ್ಣಿಂದಾಡು ಬಂದ ಹೆಮ್ಮಕ್ಕರೂ ಎವೆಯ ನೋಡಿಯುಂಡು, ದೂರದೊ ನಿದ್ದಿದ್ದರು.

೫೦. ಇನ್ನು ಎದಗೇ, ಅರಿಮತ್ತಾಯಾಂಬ ಯೆಹೂದ್ಯರ ಒಂದೂರುನ ಯೋಸೇಪಾಂಬ ಹೆಸರುಳ್ಳ ಒಬ್ಬ ಮನಿಚಂ ಇದ್ದಂ.

೫೧. ಅವಂ ಮತ್ತರಿ ಕೂಟದೊ ಒಬ್ಬನೂ ಒಳ್ಳೆಯ ಮನಿಚನೂ ನೀತಿಬತ್ತನೂ ಆಗಿದ್ದು, ಅವಕರ ಯೋಚನೆಗೂ ಕಾರಿಯಗೂ ಒಪ್ಪದೆ ಇದ್ದಂ. ಎವಂನೂತಾಂ ದೇವರ ರಾಜ್ಯವ ಕಾತೂಂಡಿದ್ದಂ.

೫೨. ಎವಁ ಪಿಲಾತನ ಸಾರೆ ಹೋಗಿ, ಯೇಸುನ ಸರುವಲ ಕೆಂಜಿಯುಂಡು,

೫೩. ಅದುನ ಈಟ್ಕಿ, ಬಟ್ಟೆಯೊ ಸುತ್ತಿ, ಇನ್ನು ದಾರವೂ ಬೀಯದೆ ಹಟ್ಟ, ಅಱಿಯೊ ತೋಂಡಿದ ಸಮಾದಿಯೊ ಅದುನ ಬೀತಁ.

೫೪. ಇದು ಅಲ್ಲದೆ ಹಬ್ಬಗ ಒದಕುವ ಜಿನ ಆಗಿ ಹಟ್ಟ; ಸಬ್ಬತು ಆರಂಬಾತು.

೫೫. ಆಲೆ ಅವಁನ ಕೋಡ ಗಲಿಲಾಯಾಂದ ಬಂದ ಹೆಮ್ಮಕ್ಕರೂ ಹಿಂದಾಡ್ಹೋಗಿ, ಸಮಾದಿಯವೂ ಅವಁನ ಸರುವಲ ಬೀತ ಬಗೆಯವೂ ನೋಡಿದರು.

೫೬. ಅವಕ ಹಿಂದುಗ ಹೋಗಿ, ಒಳ್ಳೆಯ ಗಂದವವೂ ತೈಲವವೂ ಒದಕಿ, ಕಟ್ಟಣೆಯ ಪರಕಾರ ಸಬ್ಬತುನೊ ಸಪೇನಿದ್ದರು.

೨೪. ಸಂದಿ.

೧. ಆಲೆ ಓರದ ಮೊದಲ ಜಿನದೊ ಮೂಡೆ ಬ್ಬೀಗೋನೆ, ಅವಕ ತಂಗ ಒದಕಿದ ಒಳ್ಳೆಯ ಗಂದವ ಎತ್ತಿಯುಂಡು, ಸಮಾದಿಗ ಬಂದರು.

೨. ಆಲೆ ಕಲ್ಲು ಸಮಾದೀಂದ ಹೊರಟ ಹಡೋದುನ ನೋಡಿ,

೩. ಒಬ್ಬಗೆ ಹೋಗಿ, ಕರ್ತನಾದ ಯೇಸುನ ಸರುವಲ ಕಂಡ ಇಲ್ಲೆ.

೪. ಅವಕ ಇದುಗಾಗಿ ಯೆರಡುನುಪಾಗಿಯುಂಡಿಬ್ಬನೆ, ಆದ ದೇನಾಂದಲೆ: ಎದಗೇ, ಮಿಚ್ಚುವ ಬಟ್ಟೆಯುಳ್ಳ ಯೆರಡು ಮನಿಚರು ಅವಕ ಸಾರೆ ನಿದ್ದಿದ್ದರು.

೫. ಆಲೆ ಅವಕ ಅಂಜಿ, ಮೊಗವ ನೆಲಗ ಬ್ಬಗ್ಗಿಸೋನೆ, ಎವಕ ಅವಕಗ: ನಿಂಗ ಜೀವದೊ ಇಬ್ಬವಁನ ಸತ್ತವಕರೊಬ್ಬೀಗೆ ಅರಸೋದೇನ?

೬. ಅವ೦ ಇಲ್ಲಿಲ್ಲೆ; ಆಲೆ ಯ್ಟೆದ್ದಿದ್ದನೆ; ಅವ೦ ಮುಂದೆ ಗಲಿಲಾಯದೊ ಇಬ್ಬನೆ, ನಿಂಗಗ:

೭. ಮನಿಚನ ಮಾತಿ ಪಾಪಗಾರ ಮನಿಚರ ಕೈಗ ಒಪ್ಪಿಸಿಯುಂಡು, ಸಿಲುಬೆಗ ಹಾಕಿಸಿಯುಂಡು, ಮೂರನೇ ಜಿನಗ ಯ್ಟೆಬ್ಬದಾಗಿ ಹಡದೆ ಎಂಬದಾಗಿ ಹ್ಟೇಗಿದದುನ ಗೇಪ ಮಾಡಿಯುಳ್ಳಿವಿ, ಎಂದರು.

೮. ಆಗ ಅವ೦ನ ಮಾತುಗ್ಳೊವ ಗೇಪ ಮಾಡಿಯುಂಡರು.

೯. ಹಿಂದೆ ಅವಕ ಸಮಾದೀಂದ ತಿರಿಗಿ ಹೋಗಿ, ಹನ್ನೊಂದ್ಡಾಗೂ ಮಿಕ್ಕವಕರೆಲ್ಲಾಗೂ ಎವೆ ಎಲ್ಲಾವ ಅಱಿಸಿದರು.

೧೦. ಅಪೊಸ್ತಲರುಗ ಎವೆಯ ಹ್ಟೇಗಿದವಕ ದಾರಾಂದಲೆ, ಮಗ್ದಲದ ಮರಿಯನೂ ಯೋಹನ್ನನೂ ಯಾಕೋಬನ ಅವ್ವೆ ಮರಿಯನೂ ಅವಕರ ಕೋಡ ಇದ್ದ ಮಿಕ್ಕ ಹೆಮ್ಮಕ್ಕರೂತಾ೦.

೧೧. ಆಲೆ ಈ ಮಾತುಗ್ಳೊ ಅವಕಗ ಬೀಣುಕದೆ ಮಾಕೆ ಕಂಡದುನೆಂದ, ಅವಕ ಎವಕರ ನಂಬುಲೆ.

೧೨. ಆಲೆ ಪೇತ್ರ೦ ಯ್ಟೆದ್ದು, ಸಮಾದಿಗ ಓಡಿ ಹೋಗಿ, ಬ್ಟಗ್ಗಿಯುಂಡು, ಬಟ್ಟೆ ಮಾತ್ರ ಬ್ಟುದ್ದ್ಟಡೋದುನ ಕಂಡು, ಆದದುಗಾಗಿ ತನ್ಟೋೀಗೆ ಅದಿಸೆಯ ಪಟ್ಟು, ಹಿಂದುಗ ಹೋದ೦.

೧೩. ಅದೇ ಜಿನದೊ, ಎದಗೇ, ಅವಕರ್ಟೋಗೆ ಯೆರಡ್ಡಾಯೆರೂಸಲೇಮುಗ ಆರು ಕಲ್ಲು ದಾರಿ ಆಸಗ ದೂರ ಹಡುವ ಎಮ್ಮಾಹು ಎಂಬ ಹೆಸರುಳ್ಳ ಹಟ್ಟಿಗ ಹೋಗಿಯುಂಡು,

೧೪. ಆದ ಈ ಎಲ್ಲಾ ಕಾರಿಯಗ್ಳೊವ ಕುರಿತು ತಂಗ ತಂಗಗ ಮಾತಾಡಿಯುಂಡಿದ್ದರು.

೧೫. ಅವಕ ಮಾತಾಡಿಯುಂಡು, ತಂಗ ತಂಗಗ ತರ್ಕ ಮಾಡಿಯುಂಡಿಬ್ಬನೆ, ಆದದೇನಾಂದಲೆ: ಯೇಸು ತಾನೆ ಸಾರೆ ಬಂದು, ಅವಕರ ಕೋಡ ನಡೆದು ಹೋದ೦.

೧೬. ಆಲೆ ಅವ೦ನ ಅಱಿಯದ್ದೆಂಗೆ, ಅವಕರ ಕಣ್ಣು ಕಟ್ಟೆ ಹಟ್ಟ.

೧೭. ಅವ೦ ಅವಕಗ: ನಿಂಗ ನಡೆದೂಂಡು, ಮೊಗ ಮೆಲ್ಲೆಯಾಗಿ, ನಿಂಗ ನಿಂಗಗ ಸುಡಿದಾಡುವ ಈ ಮಾತುಗ್ಳೊ ಏನ? ಎಮ್ಮನೆ,

೧೮. ಕ್ಲೋಪಾಂಬ ಹೆಸರುನ ಒಬ್ಬ೦ ಉತ್ತರ ಕೊಟ್ಟು, ಅವ೦ಗ: ಯೆರೂಸಲೇಮುನೊ ಈ ಜಿನಗ್ಳೊೀಗೆತಾ೦ ಆದವೆಯ ಅಱಿಯದ್ಲೊೀದ ಪರದೇಸಿ ನೀ ಒಬ್ಬತಾನಾ? ಎನ್ನ೦.

೧೯. ಅವ೦ ಅವಕಗ: ಎತ್ತವೆಯ? ಎಮ್ಮನೆ, ಅವಕ ಅವ೦ಗ ಹ್ಟೇಗಿದದು: ನಜರೇತುನವ೦ ಆದ ಯೇಸುನ ಸುದ್ದಿಯತಾ೦; ಎವ೦ ದೇವರ ಮುಂದಾಡೂ ಜನ ಎಲ್ಲಾಗ ಮುಂದಾಡೂ, ಕಾರಿಯದೊವೂ ಮಾತುನೊವೂ ಸತುವುಳ್ಳ ಪ್ರವಾದಿಯಾದ ಮನಿಚ೦ ಆಗಿದ್ದ೦

೨೦. ಆಲೆಯೂ ಅವ೦ನತಾ೦ ದೊಡ್ಡ ಪೂಜಾರಿಯರೂ ಯೆಂಗ ಗೊತ್ತುಗಾರರೂ ಸಾವುನ ತೀರುವುಗ ಒಪ್ಪಿಸಿ, ಅವ೦ನ ಸಿಲುಬೆಗ ಹಾಕಿಸಿದ್ದಾಱಿ;

೨೧. ಆಲೆ ಇಸ್ರಯೇಲುನ ಬುಡುಗಡೆ ಮಾಡೋದುಗಿಬ್ಬವ೦ ಅವ೦ತಾಂದು ಯೆಂಗ ಆಸೆ ಮಾಡಿಯೂಂಡಿದ್ದೆಯೋ೦; ಎವೆಯೆಲ್ಲಾ ಅಲ್ಲದೆ ಎವೆಯೆಲ್ಲಾ ಆಗಿ, ಇಂದು ಮೂರು ಜಿನ ಆರ;

೨೨. ಇದು ಅಲ್ಲದೆ ಯೆಂಗವಕರ್ಳೊೀಗೆ ಜೋಚಿ ಹೆಮ್ಮಕ್ಕರೂ ಒಱಿಕ್ಕೆದ್ದು, ಸಮಾದಿಗ ಹೋಗಿ,

೨೩. ಅವ೦ನ ಸರುವಲ ಕಾಣದೆ, ಬಂದು, ಅವ೦ ಜೀವದೊ ಇದ್ದನೇಂದು ಹ್ಟೇಗುವ ಜಮಗಾರರ ನೋಟವವೂ ನೋಡಿದ್ದೆಯೋಂದು ಹ್ಟೇಗಿ, ಯೆಂಗ್ಟುವ ಬ್ಟೆಪ್ಪು ಮಾಡಿದರು.

೨೪. ಇತ್ತೆ ಹಡೋನೆ, ಯೆಂಗ್ಟುವ ಕೋಡ ಇದ್ದವಕ ಜೋ

ಚಿಯ್ಯಾ ಸಮಾದಿಗ ಹೋೕಗಿ, ಆ ಹೆಮ್ಮಕ್ಕ ಹ್ಟೇಗಿದ್ದಂಗೆತಾ಼ ಕಂಡರು; ಆಲೆ ಅವ಼ನ ಕಂಡ ಇಲ್ಲೆ, ಎಂದರು.

೨೫. ಆಗ ಅವ಼ ಅವಕಗ ಹ್ಟೇಗಿದದೇನಾಂದಲೆ: ಓ ಪೊಟ್ಟು ಬುದ್ಧಿಯವಕರೇ! ಪ್ರವಾದಿಗ್ಹೊ ಹ್ಟೇಗಿದವೆಲ್ಲಾವ ನಂಬೋೕದುಗ ಮಂದ ಮನಸ್ಸುಳ್ಳವಕರೇ!

೨೬. ಕ್ರಿಸ್ತ಼ ಈ ಪಾಡೆಲ್ಲಾವ ಪಟ್ಟು, ತನ್ನ ಮಯಿಮೆಗ ಹುಗೋೕದುಗ ಅವಸಿಯ ಹಡುಲ್ಲೆಯಾ? ಎನ್ನ಼.

೨೭. ಆಗ ಅವ಼ ಮೋೕಸೇಂದವೂ ಎಲ್ಲಾ ಪ್ರವಾದಿಗ್ಹೋೕಂದವೂ ಹಿಡಿತು, ಬರೆಯೆಲ್ಲಾದುನ್ಹೋೕಗೆ ತನ್ನ ಬಕ್ಕ ಬರೆದವೆಯ ಅವಕಗ ಬಿವರ ಮಾಡಿದ಼.

೨೮. ಅವಕ ಹೋೕಪ ಊರುಗ ಸಾರೆ ಬಪ್ಪನೆ, ಅವ಼ ಇನ್ನು ಮುಂದುಗ ಹೋೕಪದೂಂಬ ಹೆಂಗೆ ಮಾಡಿದ಼.

೨೯. ಆಗ ಅವಕ ಅವ಼ನ ಬಲುಮುತ ಮಾಡಿ: ಯೆಂಗ್ಹುವ ಕೋೕಡ ತಂಗು, ಯೇಕಾಂದಲೆ ಸಂದೆ ಆತು, ಹ್ಹೊತ್ತು ಹೋೕತೂಂದು ಹ್ಟೇಗೋೕನೆ, ಅವಕರ ಕೋೕಡ ತಂಗೋೕದುಗ ಟ್ಟಗೆ ಹೋೕದ಼.

೩೦. ಅವ಼ ಅವಕರ ಕೋೕಡ ತಿಂಬದುಗ ಕುಳಿದೂಂಡಿಬ್ಬನೆ, ಏನಾತೂಂದಲೆ: ಅವ಼ ದೊಟ್ಟೆಯ ಎತ್ತಿಯುಂಡು, ಹರಸಿ, ಮುಱಿತು, ಅವಕಗ ಕೊಟ್ಟ಼.

೩೧. ಆಗ ಅವಕರ ಕಣ್ಣು ತಱಿದ; ಅವಕ ಅವ಼ನ ಗುಱುತ್ಹಿಡಿತರು. ಇನ್ನು ಅವ಼ ಅವಕರ ಬುಟ್ಟು ಕಾಣದ್ಹೋೕದ಼.

೩೨. ಆಗ ಅವಕ ತಂಗ ತಂಗಗ: ಅವ಼ ದಾರಿಯೊ ನಂಗ್ಹುವ ಕೋೕಡ ಮಾತಾಡಿ, ಬರೆಯ ನಂಗಗ ತಱಿವನೆ, ನಂಗ ಮನಸ್ಸು ನಂಗ್ಹೋೕಗೆ ಉರಿವಿಲೆಯಾ? ಎಂದು ಹ್ಟೇಗಿಯುಂಡು,

೩೩. ಆ ಗ್ಹೈಗೆಯ್ಹೋೕಗೆಯೇ ಯ್ಹೆದ್ದು, ಯೆರೂಸಲೇಮುಗ ತಿರಿಗಿ ಹೋೕಗಿ,

೩೪. ಕರ್ತಂ ನಿಜಾಗಿ ಯ್ಟೆದ್ದಿದ್ದನೇಂದೂ ಸೀಮೋನಗ ತೋಱಿಯುಂಡಿದ್ದನೇಂದೂ ಹ್ಟೇಗುವ ಆ ಹನ್ನೊಂದ್ಬಾವೂ ಅವಕ ಸಂಗಾತಿಗಾರರೂ ಕೂಡಿ ಇಬ್ಬದುನ ಕಂಡು,

೩೫. ದಾರಿಯೊ ಆದವೆಯವೂ ದೊಟ್ಟೆಯ ಮುಱಿಪದುನೊ ತಂಗ ಅವಂನ ಅಱಿದರು ಎಂಬದುನವೂ ತಂಗ್ಟುವೇ ಬೆವರ ಮಾಡಿದರು.

೩೬. ಆಲೆ ಅವಕ ಎವೆಯ ಮಾತಾಡಿಯುಂಡಿಬ್ಬನೆ, ಯೇಸುತಾಂ ಅವಕರ ನಡುವೆ ನಿದ್ದು, ಅವಕಗ: ಸಮಾದಾನ ನಿಂಗಗ್ಡಲೀಂದು ಹ್ದೇಗಿದಂ.

೩೭. ಆಲೆ ಅವಕ ಗಡಗಡಾಂದು ಅಂಜಿಕ್ಡಿಡಿತವಕಾಗಿ, ಆತ್ಮವ ಕಂಡೋೀಂದು ನೆನೆತರು.

೩೮. ಆಗ ಅವಂ ಅವಕಗ: ಯೇಕ ಬ್ದೆಪ್ಪಾದಾಱಿ? ನಿಂಗ ಮನಸ್ಸುನೊ ಯೆರಡುನುಪು ಯ್ಟೆಬ್ಬದೇನ?

೩೯. ನಾಂತಾಂದು ಅಱಿವ ಹೆಂಗೆ ಯೆನ್ನ ಕೈಗ್ಟೊವವೂ ಯೆನ್ನ ಕಾಲುಗ್ಟೊವವೂ ನೋೀಡಿಎ; ಯೆನ್ನ ಮುಟ್ಟೆ ನೋೀಡಿಎ; ಯೇಕಾಂದಲೆ ನಿಂಗ ನೋೀಡುವ ಹೆಂಗೆ ಮಾಕಿಚವೂ ಇಲೂ ಯೆನಗ ಹಡದೆ; ಆಲೆ ಒಂದು ಆತ್ಮಗ ಅವೆ ಇಲ್ಲೆ ಎಂದು ಹ್ದೇಗಿದಂ.

೪೦. ಇದುನ ಹ್ಟೇಗಿ, ತನ್ನ ಕೈಗ್ದೊವವೂ ಕಾಲುಗ್ದೊವವೂ ಅವಕಗ ತೋೀಱಿದಂ.

೪೧. ಆಲೆ ಅವಕ ಇನ್ನು ಚಚ್ಚೋಱಿಚಾಂದ ನಂಬದೆ, ಅದಿಸೆಯ ಆಪನೆ, ಅವಕಗ: ಇಲ್ಲಿ ತಿಂಬ ತೀನಿ ಏನಾಲೆಯೂ ನಿಂಗಗ ಹಡದೆಯಾ? ಎನ್ನಂ.

೪೨. ಅವಕ ಹುರಿತ ಮೀನುನ ಒಂದು ತುಂಡವೂ ಚಿಟಗ ಮಂಡೆಜೇನವೂ ಅವಂಗ ಕೊಟ್ಟರು.

೪೩. ಅವಂ ಈಸಿಯುಂಡು, ಅವಕ ಮುಂದಾಡು ತಿನ್ನಂ.

೪೪. ಹಿಂದೆ ಅವಕಗ: ಮೋಸೆಯ ನಾಯದ ಪಸ್ತುಕ

ದೊವೂ ಪ್ರವಾದಿಗ್ಳೊವ ಬರೆಗ್ಳೊೀಗೆಯೂ ಕೀರ್ತನೆಗ್ಳೊೀಗೆಯೂ ಯೆನ್ನ ಕುರಿತು ಬರೆದ್ದಡುವವೆ ಎಲ್ಲಾ ನೆಱಿವೇರೋದೂಂದು, ನಾ೦ ಇನ್ನು ನಿಂಗ್ಳುವ ಕೋಡ ಇಬ್ಬನೆ ನಿಂಗಗ ಹ್ಳೇಗಿದ ಮಾತುಗ್ಳೊ ಎವೆತಾಂದು ಹ್ಳೇಗಿದ೦.

೪೫. ಆಗ ಅವಕ ಬರೆಗ್ಳೊವ ಅಱಿದೂಂಬ ಹೆಂಗೆ, ಅವಕರ ಬುದ್ಧಿಯ ತಱಿದು, ಅವಕಗ ಹ್ಳೇಗಿದದೇನಾಂದಲೆ:

೪೬. ಇತ್ತೆ ಬರೆದ್ದಡದೆ; ಇತ್ತೆ ಕ್ರಿಸ್ತ೦ ಪಾಡು ಪಟ್ಟು, ಮೂರೆಂಬ ಜಿನಗ ಸತ್ತವಕಾಂದ ಯ್ಳಬ್ಬದೂ,

೪೭. ಅವ೦ನ್ಹೆಸರುನೊ ಯೆರೂಸಲೇಮೂಂದ ಹಿಡಿತು, ಜನ ಎಲ್ಲಾಗ ಮನತಿರುಗೋದುನವೂ ಪಾಪಪರಿಹಾರವವೂ ಸಾಱೋದೂ ಆಗಿ ಹಟ್ಟ.

೪೮. ನಿಂಗ ಎವೆಗ ಸಾಕಿಚಿಯವಕಾಗಿದ್ದೀ.

೪೯. ಇನ್ನು ಎದಗೇ, ಯೆನ್ನಪ್ಪ೦ ಬಾಕು ಕೊಟ್ಟದುನ ನಿಂಗ ಮೇಲೆ ಕ್ಳೇಗಿನೆ; ಆಲೆ ಮೇಲಾಂದ ನಿಂಗ ಸತುವ ಹೊತ್ತೂಂಮನೆಗಟ್ಟ, ಯೆರೂಸಲೇಮ ಪಟ್ಟಣದೊ ತಂಗಿರಿವಿ, ಎನ್ನ೦.

೫೦. ಅದುಗ್ಳಿಂದೆ ಅವಕರ ಬೆತಾನ್ಯಗಟ್ಟ ಹೊಱಾಚು ಕೂಟಿಯುಂಡ್ಳೋಗಿ, ತನ್ನ ಕೈಗ್ಳೊವ ಎತ್ತಿಯುಂಡು, ಅವಕರ ಹರಸಿದ೦.

೫೧. ಅವ೦ ಅವಕರ ಹರಸಿಯುಂಡಿಬ್ಬನೆ, ಆದದೇನಾಂದಲೆ: ಅವಕಾಂದ ಬೇರೆ ನಿದ್ದವ೦ ಆಗಿ, ಮೇಲೋಕಗ ಯೇರೆತ್ತಿಸಿಯುಂಡ್ಳೋದ೦.

೫೨. ಆಲೆ ಅವಕ ಅವ೦ಗ: ಅಡ್ಡ ಬ್ಳುದ್ದು, ಬಲು ಚಚ್ಳೋಚಾಂದ ಯೆರೂಸಲೇಮುಗ ತಿರಿಗಿ ಹೋದರು.

೫೩. ಯೇಗ್ಳುಫವೂ ಗುಡಿಯೊ ಇದ್ದು, ದೇವರ ಕೊಂಡಾಡಿಯುಂಡಿದ್ದರು. ಆಮೆನ್.

www.ingramcontent.com/pod-product-compliance
Lightning Source LLC
Chambersburg PA
CBHW030401170426
43202CB00010B/1456
* 9 7 8 3 3 3 7 3 0 2 8 6 3 *